AF741737

മുൾമരങ്ങളുടെ ആകാശം

mulmarangalude akasam
novel

•

a p jyothirmayi

•

first edition
january 2011

•

typesetting
chothi graphics

•

published
chintha publishers, thiruvananthapuram

•

printed

•

cover
vinod

വിതരണം

ദേശാഭിമാനി ബുക്ക് ഹൗസ്

H O തിരുവനന്തപുരം-695 001

ബ്രാഞ്ചുകൾ

ഓവർബ്രിഡ്ജ് തിരുവനന്തപുരം • കെ എസ് ആർ ടി സി ബസ് സ്റ്റേഷൻ ആലപ്പുഴ • കെ എസ് ആർ ടി സി ബസ് സ്റ്റേഷൻ എറണാകുളം • കലൂർ കൊച്ചി • ഐ ജി റോഡ് കോഴിക്കോട് • മാവൂർ റോഡ് കോഴിക്കോട് • എൻ ജി ഒ യൂണിയൻ ബിൽഡിങ് കണ്ണൂർ • സെൻട്രൽ ബസ് ടെർമിനൽ കോംപ്ലക്സ് താവക്കര കണ്ണൂർ • മച്ചിങ്ങൽ ലെയ്ൻ തൃശൂർ

CO - 1540 / 2626

മുൾമരങ്ങളുടെ ആകാശം

നോവൽ

എ പി ജ്യോതിർമയി

ചിന്ത പബ്ലിഷേഴ്സ്
തിരുവനന്തപുരം-695 001
വില : ₹ 85

എ പി ജ്യോതിർമയി

തലശേരിയിൽ ജനിച്ചു. സേക്രഡ് ഹാർട്ട് കോൺവെന്റിൽ സ്കൂൾ വിദ്യാഭ്യാസം. ഗവൺമെന്റ് ബ്രണ്ണൻ കോളേജിൽ നിന്ന് ഇംഗ്ലീഷ് സാഹിത്യത്തിൽ ബിരുദം. ആനുകാലികങ്ങളിലും ആകാശവാണിയിലും ചെറുകഥകളും കവിതകളും എഴുതുന്നു.

ആത്മാവിന്റെ വിരുന്ന്, അപർണയുടെ യാത്രകൾ, തിരമാലകളുടെ വീട്, പുൽപ്പാട്ടിലെ കുരുതി, സ്നേഹക്കൂട് തുടങ്ങിയ നോവലുകൾ പ്രസിദ്ധീകരിച്ചിട്ടുണ്ട്. അബുദാബി ശക്തി അവാർഡ് ലഭിച്ചിട്ടുണ്ട്.

ഭർത്താവ് : സി പി വത്സരാജ്

മക്കൾ : വിജിർമയി, നിധിൻരാജ്

വിലാസം : 'ജ്യോതിസ്സ്'
ഉമ്മൻചിറ
പി ഒ തലശേരി
കണ്ണൂർ

അവതാരിക

ദേശാതിർത്തികൾ മറികടക്കുന്ന മാനവികത

സി രാധാകൃഷ്ണൻ

ജ്യോതിർമയിയുടെ പുതിയ കൃതിയാണ് *മുൾമരങ്ങളുടെ ആകാശം.* സ്നേഹത്തിന്റെ ഉയരങ്ങളിലേക്കു പോകാനുള്ള ആഗ്രഹം മനുഷ്യനെ എല്ലാ അതിരുകളും ലംഘിച്ച് പറക്കാൻ പ്രേരിപ്പിക്കുന്നു. ലക്ഷ്യമല്ല മാർഗമാണ് വർത്തമാനസത്ത. ഇപ്പോൾ ഇവിടെ എങ്ങനെ എന്നതാണ് ആ സത്തയുടെ കാതലായ കാര്യം. എവിടന്നു വരുന്നു, എങ്ങോട്ടു പോകുന്നു എന്നതൊക്കെ ആത്യന്തികമായി പ്രസക്തമായിരിക്കാം. പക്ഷേ, എപ്പോഴുമെപ്പോഴും നിലനിൽപ്പിനെ അടയാളപ്പെടുത്തുന്നത് അപ്പോഴപ്പോൾ ലഭ്യമായ അവസ്ഥാവിശേഷങ്ങളുടെ സ്വഭാവമാണ്.

അങ്ങനെ നോക്കുമ്പോൾ സ്ഥായിയായ സ്വഭാവം അല്ല നമുക്കാർക്കുമുള്ളത്, കുറെ താൽക്കാലിക സ്വഭാവങ്ങളുടെ നൈരന്തര്യമാണ്. നാളെ ഒരാൾ എങ്ങനെ ഇരിക്കുമെന്ന് അയാൾക്കുതന്നെ പറയാൻ കഴിയാത്തതും പറഞ്ഞാലും ഫലിക്കാത്തതും ഇതിനാലാണ്.

സാഹചര്യങ്ങൾ നമ്മെ നിർമിക്കുന്നു എന്ന് ചുരുക്കം. ഈ നിർമിതിയുടെ ഊടും പാവും തിരയുകയാണ് ജ്യോതിർമയി. ചെയ്യില്ലെന്നു കരുതിയത് ഒരാൾ ചെയ്യുന്നു, ചെയ്യുമെന്നു കരുതപ്പെട്ടത് നിർണായക നിമിഷത്തിൽ ചെയ്യാതിരിക്കുന്നു. എന്തുകൊണ്ടെന്ന് പിന്നീട് വ്യക്തമാകുന്നു. എന്നാൽ, ആ വ്യക്തമാകലും മറ്റൊരു അപ്രതീക്ഷിതസ്വഭാവാന്തരത്തിന് വഴിയൊരുക്കുന്നു.

ഈ നോവലിലെ പാത്രസൃഷ്ടിയുടെ സവിശേഷതയാണ് ഇപ്പറഞ്ഞത്. ദസ്തയെവ്സ്കിയുടെ ചെറുകൃതികളിൽ ഇത്തരം പാത്രസൃഷ്ടി കാണാം. മനുഷ്യന്റെ യഥാർഥസത്ത അന്വേഷിക്കുന്നതിന് ഇതൊരു കൈവഴിയായി ഉതകുന്നു.

സംസ്കാരങ്ങൾ തമ്മിലല്ല, സാഹചര്യങ്ങൾ തമ്മിലാണ് പൊരുത്തമില്ലായ്മ എന്നാണ് ജ്യോതിർമയിയുടെ കാഴ്ചപ്പാട്. അഥവാ, സാഹചര്യങ്ങളെ സംസ്കാരത്തിൽനിന്ന് വേറിട്ട് കാണാൻ ശ്രമിക്കുന്നു. സംസ്കാരം ദർശനപരമായ ഒരു ഭൂമികയാണ്; സാഹചര്യങ്ങളുടെ മെത്തയാകട്ടെ, ശുദ്ധവൈകാരികതയുടേതാണ്.

ഒരേ വ്യക്തിയിൽത്തന്നെ ഇതു രണ്ടും തമ്മിൽ കലഹമുണ്ടാകാം. ആ കലഹവും ഈ കൃതിയിലെ പ്രമേയാണ്. ശ്രദ്ധിക്കുക: കലഹത്തിൽ ജയിക്കുന്നത് സാഹചര്യമാണ്. അത്രയും എത്തിനിന്നാണ് സാഹചര്യങ്ങളുടെ വേരുകൾ ചികയാൻ ജ്യോതിർമയി പുറപ്പെടുന്നത്. കാരണമില്ലാതെ ഒരു കാര്യവും സാധ്യമല്ലല്ലോ. മാനത്തുനിന്ന് പൊട്ടിവീഴുന്നതല്ല ഒരു സാഹചര്യവും. കുടിപ്പകയുടെ അന്തരീക്ഷംപോലും കാരണനിബദ്ധമായി ഉരുവപ്പെടുന്നതാണ്. ഈ കാരണങ്ങളെക്കുറിച്ചുള്ള ലോകധാരണകൾ ജ്യോതിർമയി തിരുത്തുന്നുമുണ്ട്. ഉദാഹരണം: 'പ്രസവിച്ചാലേ അമ്മയാകൂ എന്നില്ല, പ്രസവിച്ചാൽ അമ്മയായിക്കൊള്ളണമെന്നുമില്ല.'

കാണാത്ത ലോകങ്ങളും ഓർക്കാത്ത പരിണതികളും കാഴ്ചവെക്കുന്ന ഈ കൃതിയിൽ പുതുമയുണ്ട്. ആസ്വാദനീയമായ ആ പുതുമ വിലമതിക്കപ്പെടുമെന്ന് വിശ്വസിക്കട്ടെ.

ഒന്ന്

കടൽ തീർത്തും അശാന്തമായി ആക്രോശിച്ചുകൊണ്ടിരുന്നു. ആകാശത്തിന്റെ മാറിലേറ്റ മുറിവിൽനിന്നും ചിന്തിയ രക്തം കലർന്നു കടലിന്റെ മുഖം ഭീതിദമായി. കരയിലേക്ക് തലതല്ലി തിരമാലകൾ ആർത്തു കരഞ്ഞു. ഇവിടെ ഉദയവും അസ്തമയവും ആശങ്കപ്പെടുന്നു. അടഞ്ഞുകിടക്കുന്ന കടകമ്പോളങ്ങളുടെ ഇന്റർലോക്കിട്ട വഴിയോരങ്ങളിൽ തെരുവുനായ്ക്കൾ കടിപിടി കൂടി. കാവൽനിന്നു തളർന്ന പൊലീസുകാർ സ്വയം ശപിച്ചു.

'ഈ കൺവെട്ടത്തു നിന്നകലേക്കൊരു സ്ഥലമാറ്റം' ഓരോ മനസും, കാക്കിക്കുള്ളിലിരുന്നു മന്ത്രിക്കുന്നത് കേട്ട് കടൽക്കാറ്റ് പരിഹസിച്ചു.

'ഇത് തലശേരിയാണ്. ഇവിടെ നിന്ന് നിങ്ങൾ എങ്ങോട്ടാണ് പലായനം ചെയ്യാനാഗ്രഹിക്കുന്നത്. ചരിത്ര സത്യങ്ങളിവിടെ വേരൂന്നിക്കിടക്കുന്നു. ലോകചരിത്രത്തിൽ നിങ്ങളുടെ കാൽപ്പാടുകൾ പതിയേണ്ടേ. ഇന്നിവിടെ നടക്കുന്ന കലാപഭൂമിയിൽ നിങ്ങൾക്കും സാക്ഷികളാകേണ്ടേ.'

ആകാശം കാണെക്കാണെ മ്ലാനമായി. ചരിത്രം ത്രസിക്കുന്ന ഒരു നാടിനെ നശിപ്പിക്കാൻ ശ്രമിക്കുന്ന ദുഷ്ടമനസുകളെ ഓർത്ത് പിന്നീടതു കണ്ണീർവാർത്തു.

പ്രകൃതി വിറങ്ങലിച്ചു. പകമൂത്ത കനൽക്കട്ടകൾ ഹൃദയാകൃതിയിൽ ജ്വലിച്ചു. ദുരമൂത്ത മനസിന്റെ ചുടലത്തീയിൽ കരിംകാറ്റാഞ്ഞുവീശി. കടലിരമ്പി ആകാശത്തോളം ഉയരത്തിൽ തിരമാലകൾ വാ പിളർന്നു. മനുഷ്യപ്പിശാചുക്കളുടെ ചീത്തമനസിന്റെ വെടിയുണ്ടയേറ്റ് കടൽപ്പക്ഷികൾ ജീവനറ്റുവീണു. കടൽ വിതുമ്പിക്കൊണ്ട് മുന്നോട്ടാഞ്ഞു. തലശ്ശേരിയുടെ നെഞ്ചിൽ തിരമാലകൾ തലതല്ലി. ചകിതമായ വിലാപത്തിലും ചക്രവാളം ജ്വലിച്ചുതന്നെ നിന്നു.

ഹരിയും കരഞ്ഞിരിക്കാം 'കൊല്ലല്ലേ'കഴുത്തിന് നേരെ ചീറ്റിവന്ന വാൾമുനയെ തടുക്കാനുയർത്തിയ കൈപ്പത്തി, അഞ്ചിതളുള്ള ചെമ്പരത്തിപ്പൂവ് കണക്കെ കാറ്റിൽ വീണ ലാഘവത്തോടെ മണ്ണിൽ തെറിച്ചു വീണു പിടഞ്ഞു. വേട്ടമൃഗത്തെ നായാടിപ്പിടിച്ച കാട്ടുനായ്ക്കളുടെ കൂർത്ത ആയുധങ്ങൾ പച്ചമാംസത്തിലൂർന്നിറങ്ങി ചിതറുമ്പോഴും ഹരി യാചിച്ചിരിക്കാം 'എന്നെ കൊല്ലല്ലേ'. കൊഴുത്ത രക്തപ്പുഴയിൽ ഒന്നു പിടഞ്ഞു നിശ്ചലമാകും മുമ്പെ, ഹരിയുടെ കീറിമുറിഞ്ഞ നെഞ്ച് യാചിച്ചിരിക്കാം 'കൊല്ലല്ലേ'.

ചലിക്കാനാവാത്ത ശിലയായി, കനത്തുകെട്ടിയ കണ്ണിമകൾ അനക്കാനാവാതെ വഹീദ് സിമന്റിട്ട നിലത്ത് ഒരേ ഇരിപ്പാണ്. അയാൾക്ക് ചുറ്റും രാത്രി അതിദ്രുതം കറങ്ങി. അയാളുടെ പകച്ച കണ്ണുകളിലേക്ക് നോക്കി മിലൻ നിഴലിൽ നിന്നു.

മിലനൊന്നും മനസിലാകുന്നില്ല. എന്താണിവിടെ സംഭവിക്കുന്നത് കഴിഞ്ഞരാത്രിയിൽ ഹരി കൊല്ലപ്പെട്ടിരിക്കുന്നു. ഹരിയെ ഒരിക്കൽമാത്രം കണ്ടിട്ടുണ്ട്. ജർമനിയിൽ നിന്നും തലശ്ശേരിയിലേക്ക് വന്നിട്ട് ഒരാഴ്ച തികഞ്ഞിട്ടില്ല. പുതിയമുഖങ്ങളേയും ഭാവങ്ങളേയും മനസിലേക്കാവാഹിച്ചെടുക്കാനുള്ള സമയം ലഭിച്ചിട്ടില്ല. ഓടിച്ചാടി വന്നൊരു ചെറുപ്പക്കാരൻ.

സച്ചിമ്മയുടെ വലിയവീട്ടിലേക്ക് നിരവധി പേർ വരികയും, പോവുകയും ചെയ്യുന്നു. തിരശ്ശീലയ്ക്കപ്പുറത്തെന്നപോൽ മിലന്റെ കണ്ണുകൾക്കപ്പുറം അവരുടെ അദൃശ്യമുഖങ്ങൾ മാഞ്ഞുപോകുന്നു. എന്നിട്ടും ഹരിയെ മാത്രം ഓർമിക്കുന്നു. അതിനൊരു കാരണമേ മിലന്റെ മനസിലുള്ളു. ചടുലമായ ചലനവും, തിളക്കമുള്ള കണ്ണുകളും അത് ഗല്ലുവിനെ ഒരു നിമിഷമെങ്കിലും ഓർമിപ്പിച്ചു. മിലനെ നോക്കി ഹരി ചിരിച്ചു. വഹീദിന്റെ സ്നേഹിതനെന്നു പറഞ്ഞു സ്വയം പരിചയപ്പെടുത്തി. വലിയ തിരക്കിലായിരുന്നു. 'ഇനിയും കാണാം'എന്നു പറഞ്ഞാണ് അന്ന് ഹരി ഇറങ്ങിപ്പോയത് കാണുമെന്നുതന്നെ മിലൻ കരുതി.

പക്ഷേ, ഇനി ഹരി ഒരിക്കലും വരില്ല. അയാളെ ആരാണ് കൊന്നത്? ആർക്കും ഇഷ്ടം തോന്നിയേക്കാവുന്ന ഒരു ചെറുപ്പക്കാരൻ. അഞ്ചു നിമിഷം കൊണ്ട് മനസിൽ പതിയുന്ന രൂപം.

വാർത്തകേട്ട് വഹീദ് ശബ്ദത്തോടെ കരഞ്ഞു. സച്ചിമ്മയും രാധേടത്തിയും മാളുവുമൊക്കെ കരയുന്നത് മിലൻ നോക്കിനിന്നു. അവരുടെ കണ്ണീരിൽ കനത്ത വേദനയുണ്ട്. സച്ചിമ്മയാണ് പെട്ടെന്ന് അടക്കം ഭാവിച്ചത്. എഴുപത് പിന്നിട്ടിട്ടും മനഃസ്ഥൈര്യമുണ്ടെന്ന് കണ്ട് മിലന് സന്തോഷം തോന്നി. പപ്പ പറഞ്ഞതിൽ തെറ്റില്ല. പപ്പയുടെ അമ്മ ആരേക്കാളും ധീരയാണ്. അവർ രാധേടത്തിയെയും മാളുവിനെയും അടുക്കള ജോലിക്ക് പറഞ്ഞുവിട്ടു. പിന്നെ കരയുന്ന വഹീദിനരികെ കസേരയിൽ കൊടുംകൈയും കുത്തി നിശ്ചലമായിരുന്നു. കരയരുതെന്നു പറയാതെ എന്തിനിങ്ങനെ മൗനമായിരിക്കുന്നു എന്ന് മിലൻ അത്ഭുതപ്പെട്ടു. പക്ഷേ വഹീദ് കരച്ചിലിന്റെ ഒടുവിൽ നിശ്ശബ്ദനായി. പിന്നെ 'റ'ആകൃതിയിൽ

വരാന്തയിൽ വെറും തറയിൽ വളഞ്ഞു കിടന്നു. ഓരോ ഏങ്ങലിലും അയാളുടെ ശരീരം നടുങ്ങിക്കൊണ്ടിരുന്നു. അതോ ആത്മ സ്നേഹിത നേറ്റ മുറിപ്പാടോർത്തുള്ള ഞെട്ടലോ.

വാസ്വേട്ടൻ ധൃതിയിൽ ഓടിക്കയറി വന്നു. മുഴുക്കെ നരച്ച ഖദർ വസ്ത്രമണിയുന്ന തടിച്ചു കുറുകിയ ആ രൂപം മിലന്റെ കണ്ണുകളിൽ ഒരത്ഭുതമായിരുന്നു. തൊട്ടടുത്തുള്ള കവലയിൽ മില്ല് നടത്തുകയാണ്. ആ കണ്ണുകളിൽ പരിഭ്രാന്തിയുണ്ട്. വഹീദിനെ സഹതാപത്തോടെ ഒന്നു ഴിഞ്ഞുനോക്കി. സഹതാപത്തിന്റെ സ്വരം നാവിനടിയിലൊന്നൂർത്തുവിട്ട ശേഷം സ്വരം താഴ്ത്തി പറഞ്ഞു. "എങ്ങന്യാ കരയാതിരിക്ക്വാ ഒപ്പരം കളിച്ചും, പഠിച്ചും വളർന്നോരല്ലെ. ഇന്ന് പീട്യൊന്നും തുറന്നിട്ടില്ല. ഇന്ന് ഹർത്താലാ - ടൗണിലോട്ടൊരു സൈക്കിള് പോലും പോന്നില്ല. ഇതിപ്പം നാല് മാസത്തിനിടെ മൂന്നാമത്തെ കൊലയാ. ഇതിനി തൊടര്വോ എന്തോ." സച്ചിമ്മ കേൾക്കാനാണ് പറയുന്നത്. അവരത് കേൾക്കുന്നു ണ്ടോ, മിലന്റെ ശ്രദ്ധ തന്നിൽ പതിയുന്നത് കണ്ട് വാസ്വേട്ടൻ അവൾക്ക് നേരെ തിരിഞ്ഞു. "കുട്ടി ആകെ പേടിച്ചിട്ടുണ്ട് അല്ലേ. തലശ്ശേരിക്കാർക്ക് ഇതൊന്നും പുത്തരിയല്ലാതായിരിക്കണ്. എന്തായാലും ജർമനീല് ഇത്രേം വെഷം നെറഞ്ഞ മനിശമ്മാര് ഉണ്ടാവൂല അല്ലേ."

മിലൻ വെറുതെ ചിരിക്കാൻ ശ്രമിച്ചു. അതൊരു ശ്രമം മാത്രമാണ്. നെഞ്ചിലൊരു വിങ്ങലുണ്ട്. നിഷ്കളങ്കമായ ചിരികളുടെ അവസാനം കണ്ണീരിന്റെ കെട്ടഴിഞ്ഞുചിതറുന്നു. തീഗോളങ്ങൾ നീറിപ്പിടിക്കുന്നു. ഹരി മരിക്കേണ്ടായിരുന്നു എന്ന് പലതവണ തോന്നിയതാണ്.

അയാളെ വർഷങ്ങളായി അറിയുന്നവർക്കിടയിൽ മാത്രമല്ല ഒരുനോ ട്ടത്തിലൂടെ ഓടിയകന്ന തന്നിലും ആ വേർപാട് വേദനയുളവാക്കുന്നു. എന്തിനാവാം കൊന്നത്. രാഷ്ട്രീയപ്പകയാണ് കാരണമെന്ന് പലരും പറഞ്ഞു കേൾക്കുമ്പോഴും മിലനത് വിശ്വസിക്കാൻ പ്രയാസം തോന്നി. പപ്പ പറഞ്ഞുകേട്ട കാട്ടാളന്മാരുടെ കഥകളിലെന്നപോലെ പരസ്പരം കൊന്നൊടുക്കി ജയിക്കുന്നവന് കാട് സ്വന്തമാകുന്നു. വിദ്യാഭ്യാസവും, ഉയർന്നചിന്താഗതിയുമുള്ളവരാണ് കേരളീയരെന്നു വിചാരിച്ചത് തെറ്റായോ. ഇവിടമൊന്നു കാണാനുള്ളമോഹം ചെറുതൊന്നുമായിരു ന്നില്ല. പപ്പയുടെ നാട്. പപ്പ പറഞ്ഞുതന്ന് കൊതിപ്പിച്ചു നിർത്തിയ നാടിന്റെ സൗന്ദര്യം, ശാലീനത.

ഇതിപ്പോൾ, തൊട്ടറിയാതെപോയ പ്രിയപ്പെട്ട ഒന്നിന്റെ അപ്രതീക്ഷി തമായ വിരഹം കേട്ടുമറന്ന രാഗം ഒന്നാകെയുലച്ചു, പെട്ടെന്നു മറഞ്ഞ തുപോലെ. ഹരിയുടെ രക്തമൊഴുകി തലശ്ശേരിയുടെ നെഞ്ചിലാകെ പടർ ന്നിരിക്കുന്നു. എല്ലാ കണ്ണുകളിലും വാക്കുകളിലും പ്രകൃതിയുടെ നിശ്ശബ്ദതയിൽപ്പോലും രക്തക്കറകൾ.

ജർമനിയിൽ വച്ച് പ്രൊഫസർ ശേഷാദ്രി യുണിവേഴ്സിറ്റിലാബിൽ രക്താഭിഷിക്തനായി കിടന്നത് ഓർമയിലുണ്ട്. പ്രൊഫസറുടെ ഭീമാകാ രമായ ശരീരം കൊഴുത്ത രക്തത്തിൽ പുതഞ്ഞിരുന്നു. പച്ചയായ അന്നത്തെ രക്തഗന്ധം മൂക്കിലേക്കിരച്ചു കയറുന്നതുപോലെ മിലൻ ഒന്നു

നടുങ്ങി. ലിനറ്റ് അന്നവിടെ ബോധരഹിതയായി വീണു. അവളുടെ കാമുകൻ ജാക്കായിരുന്നു ആ കൊലപാതകം നടത്തിയത്. സ്വർണ മുടിയും പൂച്ചക്കണ്ണുകളുമുള്ള ലിനറ്റിനോട് ശേഷാദ്രിക്കുള്ള അഭിനിവേശം കാമ്പസിൽ പാട്ടായിരുന്നു. ലൈബ്രറിയിലെ ഇരുണ്ട മൂലകളിലിരുന്നു മിനിസ്കർട്ടിനടിയിലൂടെ അവളുടെ കാൽവണ്ണകൾ പ്രൊഫസർ തലോടുന്നത് പലരും കണ്ടിട്ടുണ്ട്. കിഴവനാണേലും അതാസ്വദിക്കുന്ന അവളുടെ ഭാവം ആ കണ്ണുകളിലെ ആസക്തിയിലൂടെ തിരിച്ചറിയുന്നതുമാണ്. എന്നിട്ടും പാവം ജാക്കിനെ ഓരോ ഇല്ലാക്കഥകൾ പറഞ്ഞവൾ എരികേറ്റി എല്ലാം നശിപ്പിച്ചെന്ന് താൻ പറഞ്ഞപ്പോൾ ലിനറ്റ് തട്ടിക്കേറി. ജർമൻ പൊലീസിന്റെ കൈയിൽനിന്ന് ജാക്ക് രക്ഷപ്പെടുമോ, എന്തോ. പക്ഷേ ഒന്നറിയാം ഏതാനും ദിവസങ്ങൾക്കുള്ളിൽ ലിനറ്റ് അയാളെ മറക്കും. മറ്റേതെങ്കിലും സമ്പന്നനായ ബോയ്ഫ്രണ്ടിന്റെ തോളിൽ ത്തൂങ്ങി അവൾ തിരശ്ശീലയ്ക്കുള്ളിൽ മറയും. അവിടെ ബന്ധങ്ങൾ ഊരാക്കുടുക്കുകളല്ല. ഹൃദയം ഉരുകി തിളച്ചുള്ള പ്രണയം നന്നെ കുറവ്. സ്നേഹവും ജീവിതവും ബന്ധങ്ങളും ഒരുപോലെ കൈക്കുമ്പിളിലൂടെ ചോർന്നു പോകുന്നു.

ജർമനിയിലെ കൗമാരത്തെ പപ്പ ഭയപ്പെട്ടിരുന്നു. ഇന്ത്യൻ സംസ്കാരത്തെക്കുറിച്ചും കേരളത്തിന്റെ മഹത്വത്തെക്കുറിച്ചും ഉൾബോധമുണ്ടാക്കാനുള്ള തീവ്രയത്നമായിരുന്നു, തന്നോടൊത്തുള്ള പപ്പയുടെ ജീവിതമെന്ന് തോന്നിയിരുന്നു. മകൾ വഴിതെറ്റരുതെന്ന പേടിയോടെ ഉപദേശങ്ങൾ നിറച്ച ഒരു മനുഷ്യരൂപമായിരുന്നു അദ്ദേഹം. മമ്മ ഒന്നും പറയാറില്ല. ഉപദേശിക്കാറോ ശാസിക്കാറോയില്ല. ജർമൻകാരിയായിരുന്നിട്ടും തീർത്തും ഒരു മലയാളിയുടെ ജീവിതമായിരുന്നു മമ്മയുടേത്. സാരി ധരിക്കാൻ മാത്രം മമ്മയ്ക്ക് കഴിഞ്ഞില്ല. ആ വേഷം പപ്പയ്ക്ക് ഏറെ ഇഷ്ടവുമായിരുന്നു. ഓരോ തവണയും ശ്രമിച്ച് പരാജയപ്പെടുമ്പോൾ ഹതാശയായി മമ്മ പിറുപിറുക്കും "ഒരിക്കലും എനിക്കിതിനാവില്ല."

ജർമൻകാരി മിരാൻഡയുടെ ഒരു ഛായയുമില്ല മകളായ മിലന്, തനി ഇന്ത്യക്കാരി, അല്ലെങ്കിൽ മലയാളി. സാരിയോ, ചുരിദാറോ ധരിച്ചാൽ തലശ്ശേരിയിലെ ഉൾനാട്ടിൽ ജനിച്ചു വളർന്നതാണെന്നേ തോന്നൂ. എന്നിട്ടും മിലൻ ഫ്രോക്കും ടൈറ്റ് ബനിയനും ജീൻസും മാത്രം ധരിച്ചു. തന്റെ വേഷത്തെ പപ്പ ഇഷ്ടപ്പെടില്ലെന്നറിഞ്ഞിട്ടും കോളേജിലും സൊസൈറ്റിയിലും മമ്മയെപ്പോലെ ഒറ്റപ്പെടാൻ തനിക്കാവില്ലെന്നു തന്നെ മിലൻ തീരുമാനിച്ചിരുന്നു. അതായിരിക്കാം പപ്പയുടെ മനസിൽ താനൊരു കരടായി മാറിയത്. പരസ്പരം സ്നേഹിക്കുമ്പോഴും പോരാടാനുള്ള ഒരു ത്വര ഉള്ളിൽ ഒളിച്ചുനിന്നിരുന്നു. അതെന്തിനായിരുന്നു ഒരുപാട് ദൂരങ്ങൾക്കിപ്പുറത്ത് ഈ തലശ്ശേരിയിലിരുന്ന് മനസ്സ് തരിക്കുമ്പോൾ പപ്പയോട് സഹതാപമാണ് തോന്നുന്നത്. ഒരിക്കലും ഇനി തിരിച്ച് ജർമനിയിലേക്കില്ലെന്ന് പറയുമ്പോൾ പപ്പ സന്തോഷിക്കുമോ, മമ്മയോ? നിശബ്ദമായി കണ്ണീർ വാർക്കാൻ മാത്രമറിയാവുന്ന ആ മൂകമനസിൽ എന്താവും. പിരിയുന്ന നിമിഷത്തിൽപ്പോലും മമ്മയൊന്നു വിതുമ്പിയതു പോലുമില്ല.

ഇടതടവില്ലാതെ ഒഴുകുന്ന ഒരു നീർച്ചാൽ വിളർത്ത കവിളുകളിൽ കാണാമായിരുന്നെന്നു മാത്രം.

അന്നത്തെ ദിവസം അവിടെയാരും ഭക്ഷണം കഴിക്കാൻ തയാറായിട്ടല്ല. വിശന്നിരിക്കാൻ മിലന് വയ്യായിരുന്നു. കഞ്ഞി ഇഷ്ടമായിരുന്നതുകൊണ്ട് വിഷമം തോന്നിയിരുന്നതുമില്ല. എരിവുള്ള ചമ്മന്തി തൊട്ടുനക്കി കഞ്ഞി കോരിക്കുടിക്കുമ്പോൾ മാളുവിനെ അരികെ വിളിച്ചു. സദാ ഭീതി അലയടിക്കുന്ന വലിയകണ്ണുകൾ മാത്രമാണ് മാളു എന്ന് തോന്നും. നന്നെ മെലിഞ്ഞു വിളറിയ ഒരു കൊച്ചു പെൺകുട്ടി.

"നീയും കഴിച്ചോ മാളു."

തന്റെ മലയാളം അവൾക്ക് മനസിലാവില്ല. രാധേടത്തി തടഞ്ഞു.

"നീ കഴിച്ചിട്ട് ഞാൻ കൊടുത്തോളാം മോളേ. ഓക്ക് വിശക്കാനായില്ല. രാവിലെ പഴഞ്ചോറ് കഴിച്ചതാ."

"നിങ്ങൾക്കാർക്കുമെന്താ വെശക്കാത്തത്. സച്ചമ്മക്കീ പ്രായത്തിൽ ഇങ്ങനെ വിശന്നിരിക്കാമൊ. പ്രഷറൊ മറ്റോ ലോ ആയാലെന്താ ചെയ്യ. ഇന്ന് ഹർത്താലുമാണ്. അവരെ നിർബന്ധിച്ച് കഴിപ്പിക്കണം രാധേടത്തി."

കഞ്ഞി കോരിക്കുടിക്കുന്നതിനിടയിൽ മിലൻ പറയുന്നതു കേട്ട് സന്തോഷത്തോടെ രാധേടത്തി പറഞ്ഞു.

"മോൾക്ക് സച്ചമ്മേടെ കാര്യോക്കെ ശ്രദ്ധേണ്ടല്ലോ. നന്നായി. കുട്ടി പറഞ്ഞാൽ ഓര് കേൾക്കും. ഹരി പോയത് സഹിക്കാമ്പറ്റാത്തതാ. എങ്ങനെയാ വെശക്ക്വാ. വെള്ളം പോലും എറങ്ങുന്നില്ല."

ആ നിമിഷം തന്നെ അവരുടെ കണ്ണുകൾ നിറഞ്ഞു. മിലൻ എരിവ് നാവിലേറ്റി നിറഞ്ഞ കണ്ണുകളോടെ പറഞ്ഞു.

"സഹിക്കാമ്പറ്റാത്തതായി ഒന്നുമില്ല രാധേടത്തി. ഒക്കെ തോന്നലാ പ്രത്യേകിച്ച് സച്ചമ്മക്ക്. ഇരുപത്തിനാല് വർഷങ്ങൾ കഴിഞ്ഞു. ആദിത്യൻ എന്ന എന്റെ പപ്പയെ അവർ ഒന്നു കണ്ടിട്ട്. മോനല്ലെ അത്രേം. വല്യതെറ്റൊന്നും പപ്പ ചെയ്തതായി തോന്നുന്നില്ല. പപ്പയോട് മനസലിവുണ്ടായില്ലല്ലൊ. അങ്ങനൊരാൾക്ക് ഹരി എന്ന ഏതോ ഒരു പയ്യനെ വെട്ടിയരിഞ്ഞതിൽ വേദനയോ."

രാധേടത്തിയുടെ മുഖം മങ്ങി.

"മോൾ ഓരെ കുറ്റപ്പെടുത്തല്ലേ, ആ മനസ്സ് എനിക്കറ്യം. അകന്ന ബന്ധത്തിലാ ആരോരുമില്ലാതെ വന്നു കയറിയപ്പം അഭയം തന്നതാ. എത്രകൊല്ലായീന്നറിയോ."

"ഞാനാരേം കുറ്റപ്പെടുത്തുന്നില്ല രാധേടത്തി. ആർക്കും ഭക്ഷണം വേണ്ടേല് ഈ കുട്ടിക്ക് വല്ലോം കൊട്. അതിന്റെ മുഖത്തെ ദൈന്യത കാണാമ്പറ്റുന്നില്ല."

മൂലയിൽ ഒതുങ്ങി നിൽക്കുന്ന ആ വലിയ കണ്ണുകളിലേക്ക് നോക്കി മിലൻ ആവർത്തിച്ചു. കഞ്ഞി കുടിച്ചെഴുന്നേറ്റപ്പോൾ അവൾ ചോദിച്ചു. "ഈ വഹീദിങ്ങനെ വരാന്തേല് കെടന്നുകരയുന്നതെന്തിനാ? ഫ്രണ്ടാണേൽ ആ ബോഡിയെങ്കിലും ഒന്നുപോയി കണ്ടൂടെ."

രാധേടത്തി വേദനയോടെ പറഞ്ഞു.

"ഇരുവരുടേയും യാത്രയുടെ തുടക്കം ഒരുമിച്ചായിരുന്നു. മുള്ളുകൾ നിറഞ്ഞ ഇരുട്ടുവഴി. കറുപ്പ് പടർന്ന രണ്ട് കുടുംബങ്ങളിൽ നിന്നും ഒരേ വേദനയും വിശപ്പുമായി ഒത്തുചേർന്നവർ. സച്ചാമ്മയ്ക്ക് ഒരു കൂട്ടിനായി ആദിത്യൻ കൊണ്ടുവന്നതാണ് വഹീദിനെ. ആറോ, ഏഴോ വയസു മാത്രമുള്ള മെലിഞ്ഞ് വെളുത്ത ഒരു കിളുന്ത് പയ്യൻ. പാലാങ്കൽ വീട്ടിലെത്തിയതിനുശേഷം അവന്റെ വിശപ്പകന്നു. കാറുകൾ നിറഞ്ഞ ആകാശത്ത് മിന്നിത്തുടങ്ങിയ വെളിച്ചം, അണിയാൻ നല്ല വസ്ത്രങ്ങൾ, പുസ്തകങ്ങൾ, കൈയിലൊരു എച്ച് എം ടി വാച്ചും അതൊക്കെ തൊട്ടുനോക്കിയും, ലഞ്ച് ബോക്സിലെ ഭക്ഷണത്തിൽ നിന്ന് പാതി രുചിച്ചും ഹരിയും തൃപ്തനായി. ആ വഴിയിലൂടെ യാത്ര തുടരുമ്പോഴും അവർ ഒരുമിച്ചായിരുന്നു. തേയ്മാനം പടരാത്ത മനസിന്റെ കരുത്ത് നന്മയിലൂടെ മികവുറ്റതാക്കാനായിരുന്നു ഹരിയുടെ ശ്രമം. രാപ്പകലുകളില്ലാതെ സേവന സന്നദ്ധനായി മുഖം നിറയെ വിടരുന്ന ചിരിയുമായി ഓടി നടന്നു. ഓജസ്സ് സ്ഫുരിക്കുന്ന ആ മുഖം നാട്ടുകാർക്ക് പ്രിയപ്പെട്ടതായി. എന്തിനും എവിടേയും ഹരി ഉണ്ടായിരുന്നു. ഏത് തളർന്ന കൈക്കും കരുത്തായി, ആശ്വാസമായി ഏറ്റവും പ്രിയപ്പെട്ട കൂട്ടുകാരൻ."

അവനെയാണ് വിദ്വേഷത്തിന്റെ ശക്തികൾ ഇല്ലാതാക്കിയത്. ഹരിയുടെ ദീപ്തമായ ആശയങ്ങളെ ഭയപ്പെട്ടവർ. മനുഷ്യസ്നേഹിയായ ആ യുവാവിന്റെ ശരീരം കീറിമുറിച്ചു. ഇരുട്ട്, ഇരുട്ടിനെ പുണരുംപോലെ വിദ്വേഷം. വിദ്വേഷത്തെ പരിരംഭണം ചെയ്തു. പക്ഷേ, ഹരിയുടെ നെഞ്ചിൻകൂട് തകർന്നെങ്കിലും കനിവിന്റെ തേൻകൂടുപോലെ ഹരിയുടെ അഭിലാഷങ്ങൾ തലശ്ശേരിയുടെ പുതുഹൃദയങ്ങളിലേക്ക് പടർന്നു.

സച്ചാമ്മ കനത്ത രാത്രിയിലേക്ക് നോക്കി. ഇരുട്ടിന് അസാമാന്യകരുത്തും പകയുമായിരുന്നു. ആകാശത്തിന്റെ നെഞ്ചിലേക്കു പാഞ്ഞു കയറിയ മിന്നൽ പിണരുകളേറ്റ് രക്തം പൊഴിഞ്ഞു. ഓരോ മഴനീരിലും കണ്ണീരിന്റെ ഉപ്പും രക്തത്തിന്റെ ഗന്ധവുമുണ്ടായിരുന്നു. നിലയ്ക്കാതെ പെയ്യുന്ന മഴയുടെ കുളിരിൽ സച്ചാമ്മയുടെ മുറിയിൽ മിലൻ ഉറങ്ങി. ഉറങ്ങുമ്പോൾ ആദിത്യന്റെ ഛായ കൂടുതലായി തെളിയുന്നു. കറുപ്പ് രാശിയുള്ള കണ്ണുകളും കൂർത്ത മൂക്കും സച്ചാമ്മ നോക്കിയിരുന്നു. മകന്റെ ഓർമയുണർത്തിയ വേദനയോടെ അവർ ഭിത്തിയിലെ വലിയ ഫോട്ടോയിലേക്ക് നോക്കി. ആദിത്യന്റെ അല്ലൻ രാമദേവൻ വക്കീൽ അവിടെയിരുന്നു ഗമയോടെ സൂക്ഷിച്ചുനോക്കി. കൊച്ചുമോളോട് പറയാനാവാത്ത വിശേഷങ്ങൾ ആ ചുണ്ടുകളിലിരുന്നു തുടിക്കുന്നുവോ. സച്ചാമ്മ സൂക്ഷിച്ചുനോക്കി. ഉറങ്ങും മുമ്പേ ഇത് പതിവാണ്. ഒന്നും മിണ്ടാതെ ഒരു യാത്ര പറച്ചിലില്ലാതെ ഒരുനാൾ കടന്നുപോയപ്പോൾ രാക്കാറ്റിന്റെ തുണയോടെ തനിച്ചിരുന്നൊരു കൊച്ചു വർത്തമാനം പരിഭവമോ, പരാതിയോ, സങ്കടമോ ഏതാണെന്നു നിശ്ചയമില്ലാതൊരേറ്റു പറച്ചിൽ.

ജീവന്റെ ഒരംശമല്ല, പ്രാണന്റെ തുടിപ്പായിരുന്നു ആൾ. ഒരു വലിയ ആൾ എന്ന വാക്കായിരുന്നു മനസിലെന്നും. തനിക്കപ്രാപ്യനെന്നു തോന്നിക്കും വിധം, ഒരുമിച്ചായ നാളുകളിൽ എന്നും ഉയർന്നു നിന്നയാൾ.

ആരും ബഹുമാനിക്കും വിധം ഉയർന്ന ആ തലയെടുപ്പിന്റെ നിഴലിലായിരുന്നു ശേഷിച്ച ജീവിതം.

തലശ്ശേരി കോടതിയിലേക്കൊരുങ്ങി ഇറങ്ങുമ്പോൾ കൺപ്പെടാതിരിക്കാൻ പ്രാർഥനയുണ്ടാവും. ആദ്യകാലങ്ങളിൽ കുതിരവണ്ടിയിലായിരുന്നു യാത്ര. രണ്ട് കുതിരകളെ പൂട്ടിയവണ്ടി. ചീയ്യനായിരുന്നു വണ്ടിക്കാരൻ. എരഞ്ഞോളിയിൽവച്ച് ചക്രം ഊരിത്തെറിച്ച് വണ്ടി മറിഞ്ഞു. ചീയ്യന്റെ ഒരു കാല് നഷ്ടമായി. പ്രാർഥനയുടെ ഫലമെന്നു തന്നെ പറയാം. അത്ഭുതകരമായാണ് അദ്ദേഹം രക്ഷപ്പെട്ടത്. അല്ലറ ചില്ലറ മുറിവുകളുമായി ഒരുമാസം ചികിത്സയിലായിരുന്നു. പിന്നീടാണ് കാർ വാങ്ങിയത്. മുട്ടയുടെ ആകൃതിയിലുള്ള ഒരു കറുത്തകാർ. ചുരുക്കം കാറുകളേ അന്ന് തലശ്ശേരിയിലുണ്ടായിരുന്നുള്ളു. കാറിൽ ഒപ്പമിരുത്തി ചുറ്റിക്കറങ്ങുക വിനോദമായിരുന്നു. അഭിമാനത്താൽ നെഞ്ച് തുടിച്ച നാളുകൾ. വൈകിട്ട് കടൽപ്പാലത്തിലൂടെ നടക്കും. കടൽ കാണാൻ ഇഷ്ടമായിരുന്നു. അന്ന് കപ്പൽ പുറങ്കടലിൽ നങ്കൂരമിട്ടു കിടക്കും. സന്ധ്യ കഴിഞ്ഞാൽ കടലിനപ്പുറം മാണിക്യക്കൊട്ടാരം പോലെ അവ തിളങ്ങുന്നത് സുന്ദരമായ കാഴ്ചയായിരുന്നു. ഇന്ന് മീൻ പിടിക്കുന്ന ബോട്ടുകളും തോണികളുമാണ് കടലിലുള്ളത്. കടൽപ്പാലം തുരുമ്പെടുത്ത് അപകടാവസ്ഥയിലാണെന്ന വാർത്ത പത്രത്തിൽ വന്നത് വായിച്ചപ്പോൾ കണ്ണുകൾ നിറഞ്ഞു. ഒക്കെ ക്ഷയിച്ചില്ലാതെയായി. ജീവിതത്തിന്റെ എല്ലാം തുരുമ്പെടുത്തിരിക്കുന്നു. ഓർമകളൊഴികെ.

മുപ്പത് വർഷം ഒപ്പം കഴിഞ്ഞു. സ്വതേ ഗൗരവക്കാരൻ. ഭാര്യയുടെ അടുത്ത് കോമാളിയായി മാറും. സത്യനെയും നസീറിനെയും അനുകരിച്ച് പ്രണയഗാനങ്ങൾ പാടി അഭിനയിക്കും. ചിരിക്കാനേ നേരമുണ്ടായിരുന്നുള്ളു. കരഞ്ഞിട്ടില്ല. കരയിച്ചിട്ടില്ല. ആ സ്നേഹം ആസ്വദിച്ച് അനുഭവിച്ച് കൊതിതീർന്നിട്ടുമില്ല. ജീവിതത്തിന്റെ കയ്പ്പുകളൊന്നും അനുഭവിക്കാതെ പൂർണ ഭാഗ്യത്തോടെ ഒറ്റക്കുതിപ്പ്. അനശ്വരതയുടെ ലോകത്തേക്ക്.

രണ്ട്

കരിങ്കാറിൽനിന്നും മഷിക്കാട്ടിലേക്ക് ഒരു പൊയ്ക്കണം. നാഗത്താൻ കാവിലെ കരിമ്പടത്തിന്മേൽ വെള്ളിലങ്കാടിന്റെ മിന്നൽപ്പൂവുകൾ.

ചുറ്റുവരാന്തയുള്ള വീടിന്റെ ഉരുളൻ തൂണിന്റെ കടും തണുപ്പിൽ കവിളമർത്തി മിലൻ. നാഗത്താൻ കാവിലെ കാറ്റ് അവളുടെ ചെമ്പിച്ച മുടിയിഴകളെ തഴുകി. കാറ്റിന് തലമുറകളുടെ ഗന്ധമായിരുന്നു.

സായാഹ്നത്തിന്റെ കടും നീലിമയിൽ കർക്കിടക വേടന്റെ തുടികൊട്ടിപ്പാട്ടുണ്ടേ.

"വേടാ കുറവാ നീ പതിരല്ലാ മകനെ
അങ്കപുത്തരി തന്നഴകിയ തിരുനെറ്റീൽ
കൊന്തൻ കൊടി മൂക്കും കുരമ്പും കുലച്ചവില്ലും

അഞ്ചീരകലെ വന്നാടുന്ന വേടൻ ഞാനെ"

'കർക്കടക വേടൻ കണ്ണിൽ മയ്യെഴുതി കടും വേഷധാരിയായി തറവാടുകളിൽ തുടിയുണർത്തും. പാട്ടിന്റെ ഈണവും താളവും ഉള്ളുണർത്തുന്ന ആലാപന ശൈലിയും തറവാടുകൾക്ക് പകരുന്നത് ഒരു കൊല്ലക്കാലത്തെ ഐശ്വര്യം. നിറം പുരണ്ട വേടന്റെ കൈകളിൽ, വിളക്കെണ്ണമെഴുക്കുള്ള നാണയത്തുട്ടുകളിട്ട് കൊടുത്താൽ, മുഷിഞ്ഞ ഭാണ്ഡക്കെട്ടിൽ ഒരു നാഴി അളന്നിട്ടാൽ ചിങ്ങപ്പാടത്ത് നിറവിളകൾ'.

നൊടിയിടയിൽ ഇരുണ്ട പ്രകൃതിയുടെ കനച്ച കണ്ണീർ പെയ്തു സന്ധ്യ നനഞ്ഞു. പൂജാമുറിയിൽ മിലനാണ് വിളക്ക് കൊളുത്തിയത്. വെറുതെ കണ്ണടച്ചതാണ്. സച്ചാമ്മയുടെ മുഖം ശോഭമയമാകുന്ന ഈ കണ്ണടച്ചുള്ള തൊഴുതുനിൽപ്പ് തനിച്ചായപ്പോൾ ഒന്നനുകരിച്ചെന്നുമാത്രം. പക്ഷേ, മന്ത്രോച്ചാരണങ്ങളോടെ നേർത്ത അദൃശ്യചങ്ങലകൾ തന്നെ ചുറ്റിവരിയുന്നതായാണ് അനുഭവപ്പെട്ടത്. പിതൃക്കളുടെ ആത്മാക്കൾ വലംകൈ നീട്ടി മിലന്റെ നെറുകയിൽ സ്പർശിക്കുന്നു. ഒറ്റനിമിഷത്തിൽ യുഗങ്ങൾ പുറകോട്ടു പായുന്നു. ഏതോ കൈകൾ ആത്മാവിൽ സ്പർശിക്കും പോലെ, ചരിത്രത്തിന്റെ മൃതഭുസ്പന്ദനം പോലെ മിലൻ ഒന്നു തുടിച്ചു സിരകളിൽ രക്തം തിളച്ചു. മിടിപ്പാർന്ന നെഞ്ചിൽ കൈ അമർത്തി അവൾ വെളിയിലേക്കു കടന്നു.

പാലാങ്കൻ വീടിന് വെളിയിൽ വല്ലാത്ത മൂകതയായിരുന്നു. ഹരിക്കുശേഷം ഇനിയാരെന്ന ഞെട്ടിക്കുന്ന കാത്തിരിപ്പ്. മരണ ഭയത്തിന്റെ വിഹ്വലത നിറഞ്ഞ കണ്ണുകളായിരുന്നു എങ്ങും. പരസ്പരം മിണ്ടാനോ, ചിരിക്കാനാ മടിക്കുന്ന മുഖങ്ങളാണ് കവലയിലും വഴിയോരങ്ങളിലും. വാസ്വേട്ടന്റെ മില്ലിൽ ധാന്യങ്ങൾ പൊടിക്കുന്ന ശബ്ദത്തിന്റെ താളമേളങ്ങൾ വേർതിരിച്ചറിയുംവിധം എങ്ങും മൂകമായിരിക്കുന്നു. സച്ചാമ്മ വഹീദിനരികെ നിശ്ചലാവസ്ഥയിൽ, അടുക്കളയിൽ രാധേടത്തി മിണ്ടാവ്രതത്തോടെ ജോലി ചെയ്യുന്നു. ഇടയ്ക്ക് മാളുവിന് കൊടുക്കണ നിർദേശങ്ങൾ വരെ, ആംഗ്യഭാഷയിൽ. മുരടിപ്പിൽ നിന്നും രക്ഷതേടിയെന്നോണം ചെന്നു കയറിയിടം അതിലും മൂകതയിൽ. പാലാങ്കലെ തെക്കേ പറമ്പിനതിരിലെ ഉണ്ണികൃഷ്ണന്റെ വീടാണത്. തീരെ ചെറിയവീട് അയാൾ ബീഡി തെറുപ്പുകാരനായിരുന്നു. ആ മേഖലയിലെ സ്തംഭനാവസ്ഥ കുടുംബത്തെ ഞെരിച്ചുതുടങ്ങിയപ്പോൾ ഓട്ടോറിക്ഷാഡ്രൈവറായി. ബ്ലേഡുകാരൻ രമേശന്റെ ഓട്ടോയാണ്. ഭാര്യ ബീന ഇപ്പോഴും വീട്ടിലിരുന്ന് ബീഡിതെറുക്കും. അത്യാവശ്യം രാധേടത്തിക്കും കൈയാളായി പാലാങ്കലെത്തും.

ആ വീട്ടിനകത്ത് ഒരമർന്ന ഗന്ധമുണ്ടായിരുന്നു. അയയിൽ കൂട്ടിയിട്ട നനവ് മാറാത്ത തുണികളുടേതാവാം. വെള്ളതേച്ച കാലങ്ങൾ മറന്ന ചുവരുകളിൽ ഉറുമ്പിൻ പടയും, കുട്ടികൾ കോറിയിട്ട വികൃത ചിത്രങ്ങളുമുണ്ടായിരുന്നു. കരിയും പെൻസിലും കൊണ്ടെഴുതിയ കുറേ ഫോൺ നമ്പറുകളും കണ്ടു. രണ്ട് ആൺകുട്ടികളാണവർക്ക്. അവർ മിലനെ കണ്ട് അമ്മയുടെ പിറകിലൊളിച്ചു. ബീനയുടെ മുഖം വാടിയിരുന്നു.

ദാരിദ്ര്യത്തിന്റെ മുഷിഞ്ഞ ഇരുട്ടിലും അവരിൽ യൗവനത്തുടിപ്പുള്ള സൗന്ദര്യമുണ്ടായിരുന്നു.

"വഹീദെങ്ങനിരിക്കുന്നു കുട്ടി. ഓനിതെങ്ങന്യാ സായ്ക്യാ. ഹരിക്കിങ്ങനൊരു ദുര്യോഗംണ്ടാവുംന്ന് ആരേലും നിരീച്ചോ'. ഈ നാടിന് ഉപകാരല്ലാത്തതൊന്നും അക്കുട്ടി ചെയ്തിട്ടില്ല. ഉണ്ണ്യേട്ടൻ അയിന്റെ ശേഷം വെരണ്ടു നടക്കുന്നാ–കാണുമ്പം പേട്യാവും. ഹരീനെ ജീവനാരുന്നു. സ്നേഹോള്ളോർക്ക് സയ്കോ."

ഉണ്ണ്യേട്ടന്റെ അമ്മ ഒരു വടിയും കുത്തിവന്ന് മിലനെ സൂക്ഷിച്ചു നോക്കി. പിന്നെ പ്രയാസപ്പെട്ട് പടിമേലിരുന്നു.

"ആദീന്റെ മോളെ ല്ല്യോ മദാമ്മക്കുട്ടി. മദാമ്മേം സായിപ്പിനേമൊക്കെ കണ്ടാൽ തിരിച്ചര്യോ. എല്ലെണ്ണോം ഒരുപോലുണ്ടാവും. പാണ്ട് പിടിച്ച പോലെ. ഈ മോക്ക് ആദീന്റെ നെറാ നന്നായി."

ആരും അവരെ ശ്രദ്ധിച്ചില്ല. സച്ചിൻ ബന്ധപ്പെട്ട് ഒരു ഷർട്ടെടുത്തിട്ട് മുടി ചീകുന്നത് മിലൻ കാണുന്നുണ്ടായിരുന്നു. ഉണ്ണ്യേട്ടന്റെ മരിച്ചുപോയ പെങ്ങളുടെ മകനാണവൻ. അച്ഛൻ വേറെ കല്യാണം കഴിച്ചപ്പോ ഉണ്ണ്യേട്ടൻ തന്നെ കൊണ്ടുവന്നതാണവനെ. ബീനേച്ചി ഒരു ഗ്ലാസ് കട്ടൻ കാപ്പിയുമായി വന്നു "ബെല്ലക്കാപ്പിയാ മോൾക്കിത് ഇഷ്ടായിന്ന് പറഞ്ഞിരുന്നല്ലോ. പാലില്ല."

മിലൻ ഗ്ലാസ് കൈയിൽ വാങ്ങി. സച്ചിൻ പടിക്കപ്പുറം വന്നു നിന്നു. അവന്റെ കണ്ണുകൾ മിലന്റെ ദേഹത്ത് നൃത്തം വയ്ക്കുന്നുണ്ടായിരുന്നു. അവനെനോക്കി കുസൃതിയോടെ ഒന്ന് ചിരിച്ചപ്പോൾ വെപ്രാളത്തോടെ അവൻ നോട്ടം മാറ്റി. പഴകിയ ഗ്ലാസാണ്. കറപുരണ്ട ഭാഗങ്ങൾ മിലൻ നഖം കൊണ്ടൊന്നു കോറിനോക്കി. പിന്നെ ഒറ്റ വലിക്ക് കുടിച്ചു ഗ്ലാസ് തിരികെ കൊടുത്തു. വെളിയിലേക്ക് ഒന്നെത്തിനോക്കി സ്വകാര്യത്തിൽ ബീനേച്ചി പറഞ്ഞു.

"ഹരിയെ കൊന്നവരെ തിരിച്ചറിഞ്ഞു. രണ്ട് പേരെ അറസ്റ്റ് ചെയ്തു ശേഷിച്ചവരെ കിട്ടിയില്ല. എല്ലാവരും ഒളിവിലാ."

ആരാണീ ശ്രീനിയും സുദേവനും. മിലന്റെ സംശയങ്ങൾ ബീനതന്നെയാണകറ്റിയത്. ഹരിയോടൊപ്പം ഒരേ നാട്ടിൽ ഒരേ സ്കൂളിൽ പഠിച്ചവർ. രണ്ട് രാഷ്ട്രീയ ചേരിയിലായിരുന്നിട്ടും ഒരുമിച്ച് നടന്നവർ. ഹരിയുടെ സുഹൃത്തുക്കൾ എന്ന് തന്നെയാണവർ അറിയപ്പെട്ടത്. കലുങ്കുകളിലും, വായനശാലകളിലുമിരുന്ന് തമാശയായും ഗൗരവമായും തങ്ങളുടെ രാഷ്ട്രീയ ഭാവിയെക്കുറിച്ച് ഘോരമായി തർക്കിച്ചും, തമ്മിൽ സഹായിച്ചും പിണങ്ങിയും ഇണങ്ങിയും നടന്നവർക്കിടയിൽ ശത്രുതയെന്നവാക്കിന് സ്ഥാനമില്ലായിരുന്നു. എന്നിട്ടും ഹരിയെ വെട്ടിയരിയാൻ ഇരുവരും മുൻനിരയിൽ തന്നെയുണ്ടെന്ന് പൊലീസ് പറഞ്ഞപ്പോൾ നാടിന്റെ ഹൃദയം മരവിച്ചു.

മിലൻ സ്തംഭിച്ചുപോയി. ജർമനിയിൽ വഴിയോരങ്ങളിലും കാമ്പസുകളിലും തന്റെ തോളിൽ കൈചുറ്റി നടക്കുന്നവരെ ഒന്നോർത്തു

നോക്കി. അവരിലാരെങ്കിലുമൊരാൾ തന്നെ കൊല ചെയ്യുമോ. അസാധ്യമെന്ന് അവർ സ്വയം ആവർത്തിച്ചു പറഞ്ഞു.

പൊലീസ്വാര് ഓരോരുത്തരേം പരിശോധിക്ക്യോം, ചോദ്യം ചെയ്യേമാണ്. ഉണ്ണ്യേട്ടനാണേൽ വാലിന് തീ പിടിച്ചപോലാ ഓടിപ്പാഞ്ഞു നടക്കുന്നത്. പോയത്പോയി. സൈ്വര്യക്കേടാക്കാൻതന്ന്യ പുറപ്പാടെങ്കിലോ. സംശയോള്ളോരെ മുഴ്വോനും പൊലീസ് ജീപ്പീക്കേറ്റി കൊണ്ടാവാണ്.

"അതെന്തിനാ കൊന്നോരെ അറസ്റ്റ് ചെയ്തിട്ട് പിന്നേമെന്തിനാ."

മിലന്റെ സംശയം സച്ചിനാണ് തിരുത്തിയത്.

"തിരിച്ചടി വന്നില്ലല്ലോ. ഇനിയും പ്രശ്നങ്ങളില്ലാണ്ടാക്കാനാ ഈ അറസ്റ്റും, ഭീഷണിയും."

"കയിഞ്ഞ വായനശാലേടെ വാർഷികത്തിന് ഹരിയുടെ പ്രസംഗം നടക്കേത്തന്നെ മുറുമുറുപ്പായിരുന്നു. അന്ന് രാത്രി ഉണ്ണ്യേട്ടൻ എന്നോട് പറഞ്ഞതാ ഹരിക്കീ രാഷ്ട്രീയക്കളിയൊന്നും പറ്റില്ല്യാന്ന്. എത്ര കുത്താ അതിനെ കുത്തീത്. കൈ വെട്ടീത് നൂലിമ്മെകെടക്ക്വാ. ഒരു മനിശനെയല്ലെ ഇങ്ങനെ വാഴത്തടപോലെ വെട്ടി നുറുക്കീരിക്കണത്."

"ബീനേച്ചീ പറഞ്ഞു പറഞ്ഞു കരയാൻ തുടങ്ങിയിരിക്കണ്. ഹരിയെ ഓർത്തോ, രക്തപ്പുഴയിലേക്കാഴുന്ന തലശ്ശേരിയെ ഓർത്തോ."

ബീന വിളറിയ ചിരിയോടെ പറഞ്ഞു

"എന്തു കാര്യാമ്മേ അയാടെ രണ്ട് കാലും ഓര് വെട്ടിയെടുത്തില്ലേ."

മിലൻ സ്തംഭിച്ചിരുന്നു. എന്തൊക്കെയാണിവർ പറയുന്നത്. ഇതാണോ പപ്പ തനിക്കു പറഞ്ഞുതന്ന ശാന്തസുന്ദരകേരളം. കേരളത്തിന്റെ കിരീടം പോലെ തലശ്ശേരി. പപ്പയ്ക്ക് തെറ്റ് പറ്റിയോ. മിലൻ ആ സംശയം ഫോണിലൂടെ ചോദിച്ചു.

പപ്പയുടെ സ്വപ്നഭൂമിയിൽ ഇന്ന് രക്തച്ചൊരിച്ചിലാണ്. യുദ്ധക്കളത്തിലേക്കാണ് ഞാൻ വന്നിറങ്ങിയത്. തലശ്ശേരിയിലേക്ക് സ്വാഗതം ചെയ്തത് കൊലപാതകങ്ങളുടെ തുടർചര്യകളാണ്. ദുരന്തങ്ങളുടെ മൂർത്തരൂപം പോലെ ഹർത്താലുകൾ. വിജനമായ തലശ്ശേരിയുടെ പരിഭ്രാന്തമായ മുഖം. അത് തന്നെ സന്തോഷിപ്പിച്ചോ.

സുധാന്റി പെട്ടെന്ന് വന്നുകയറിയത് മിലനെ അത്ഭുതപ്പെടുത്തി. നെറ്റിലൂടെ കാണുന്നതിലും സുന്ദരിയാണ്, പപ്പയുടെ ഒരേയൊരനുജത്തി.

"ഞാനിവിടിരുന്ന് ബോറടിച്ചു ആന്റി."

"എനിക്കറിയാം മിലൻ. ഒരുപാട് തിരക്കുകളുണ്ട്."

ആന്റി കോഴിക്കോട് സുപ്പർ സ്പെഷാലിറ്റി ഹോസ്പ്പിറ്റലിലെ ഡോക്ടറാണ്.

"നീയീ വഴി മറന്നു. അമ്മേം വീടും ഒന്നും നിനക്ക് വേണ്ടാതായല്ലോ." സച്ചിമ്മയുടെ പരിഭവം സുധാന്റി എതിർത്തു.

"മറന്നിട്ടില്ലമ്മെ എന്റെ തിരക്കുകൾക്കിടയിൽ ഉപേക്ഷിക്കാനാവാത്തത് രോഗികളെ മാത്രമായതുകൊണ്ടാണ്."

ഉച്ചയൂണ് കഴിഞ്ഞു ആന്റിയോടൊത്തു കാറിൽ കറങ്ങാനിറങ്ങി. തലശ്ശേരി കോട്ടയായിരുന്നു ആദ്യം തെരഞ്ഞെടുത്തത്. സുധാന്റിയുടെ

വയലറ്റ് നിറമുള്ള ഷിഫോൺ സാരിത്തുമ്പ് കോട്ടയുടെ മുകളിൽ കൊടി പോലെ പറന്നു. ശാന്തമായി ചലിക്കുന്ന കടൽ കാണാം. നുരയും പതയും ചിതറി തീരത്ത് തല തല്ലുന്ന തിരമാലകളുടെ നാട്. തൊട്ടുമുന്നിലെ കുരിശുപള്ളിയുടെ ഇടതു വശത്ത് മുട്ടു മടക്കി പ്രാർഥനയോടെ ബോയ്സ് ഹൈസ്കൂൾ. പരന്നുകിടക്കുന്ന ജനറൽ ഹോസ്പിറ്റൽ.

സുധാന്റിയുടെ കളർ ചെയ്ത മുടിയിൽ വെയിലേറ്റപ്പോൾ കടലിളകിയതിന്റെ തിളക്കം. ജർമനിയിലെ സ്ത്രീകൾ മുടിയിലും ശരീരത്തിലും കളർ വാരിത്തേച്ച് മോഡേണായി നടക്കുമ്പോഴും മമ്മ അങ്ങനെ ചെയ്തിട്ടില്ല. പപ്പയ്ക്ക് അതൊന്നും ഇഷ്ടമായിരുന്നില്ല. ഫ്രണ്ട്സ് തമാശയായോ സീരിയസായോ പറയും 'നിന്റെ അമ്മ ഔട്ട് ഓഫ് ദ ന്യൂ വേൾഡ്' ആണെന്ന്. തലനിറയെ എണ്ണ തേച്ച് മുടിയിൽ പൂ തിരുകി, ചന്ദനക്കുറിയിട്ട പെണ്ണുങ്ങളാണ് തലശ്ശേരിയിലെന്ന് പറയാറുള്ള പപ്പയുടെ ഒരേയൊരു സഹോദരിയെ മിലൻ കണ്ണിമയ്ക്കാതെ നോക്കി. അവരുടെ മുഖം പപ്പയെപ്പോലല്ല. സദാ പ്രസന്നമാണ്. മിലന്റെ തലമുടിയിൽ തലോടി സന്തോഷത്തോടെ അവർ പറഞ്ഞു.

"നന്നായിരിക്കുന്നു, ഈ ചെമ്പൻനിറം വേണംന്നാ അഷിതേന്റെ ആഗ്രഹം."

അഷിത അവരുടെ ഒരേ ഒരു മകൾ. തിരുവനന്തപുരം മെഡിക്കൽ കോളേജിൽ പഠിക്കുകയാണ് നെറ്റിലൂടെയല്ലാതെ കണ്ടിട്ടില്ല. നാട്ടിലേക്ക് പുറപ്പെടും മുന്നേ എല്ലാവരേയും കാണാനുള്ള ആഗ്രഹമായിരുന്നു മനസ്സ് നിറയെ. ഇവിടെത്തിക്കഴിഞ്ഞപ്പോൾ എല്ലാം അസ്തമിച്ചതു പോലെ. അകന്നിരിക്കുമ്പോഴാണ് ബന്ധങ്ങൾക്ക് ഇഴയടുപ്പമെന്ന് പപ്പ പറയാറുള്ളതു തന്നെയാണ് ശരി. തലശ്ശേരി കോട്ട വലിയ അത്ഭുതമൊന്നുമുണർത്തിയില്ല. പപ്പയുടെ കൈയിൽ തലശ്ശേരിയുടെ കുറേ ഫോട്ടോഗ്രാഫ്സുണ്ട്. ഒക്കെ പഴയ ചിത്രങ്ങളായിരുന്നെന്ന് നാടിന്റെ നെഞ്ചിൽ തൊട്ടുനിന്നപ്പോൾ തോന്നി. ചരിത്ര സ്മാരകമായ ഈ കോട്ടയെക്കുറിച്ച് പപ്പയുടെ റൈറ്റപ്പ് ഉണ്ടായിരുന്നു.

സമ്പത്തിന്റെ ഉറവിടമായിരുന്നു തലശ്ശേരി. കടലോട് ചേർന്ന് കിടക്കുന്ന പൊന്നു വിളയുന്ന ഭൂമി. ആ അനുഭവസമ്പത്തിലേക്ക് മനസർപ്പിച്ച് ഇംഗ്ലീഷ് ഈസ്റ്റിന്ത്യാ കമ്പനിയുടെ സായിപ്പന്മാർ അന്നത്തെ നാട്ടുരാജാവായ കോലത്തിരിയുടെ അനുവാദത്തോടെ തലശ്ശേരിയിൽ വാണിജ്യ കേന്ദ്രം സ്ഥാപിക്കാനുള്ള സ്ഥലം കണ്ടെത്തുകയായിരുന്നു. കുരുമുളകും ഏലവും പോലുള്ള സുഗന്ധവ്യഞ്ജനങ്ങൾ വയനാട്ടിൽ നിന്നും മൈസൂരിൽ നിന്നും കാളവണ്ടികളിലും കുതിരവണ്ടികളിലുമായി തലശ്ശേരിയുടെ തീരപ്രദേശങ്ങളിലെത്തിക്കാൻ പാവപ്പെട്ട ചെറുകിട കർഷകർക്ക് ധൃതിയായിരുന്നു. കടലിൽ നങ്കൂരമിട്ട കപ്പലുകളിലെ പൂച്ചക്കണ്ണുള്ള സായിപ്പന്മാർ പൊൻവിലയുള്ള കുരുമുളകിനും മറ്റുമായി ഇരകാക്കുന്ന സ്രാവുകളെപ്പോലെ കണ്ണും കൈയും നീട്ടിനിന്നു.

പക്ഷേ, കോലത്തിരിയുമായി വൈരാഗ്യത്തിലായിരുന്ന മറ്റു നാട്ടുരാജാക്കന്മാർ, തലശ്ശേരി കടപ്പുറത്തെ കമ്പനിയുടെ പാണ്ടികശാല

കൾക്ക് നേരെ ശക്തമായ ആക്രമണം നടത്തി. തലശ്ശേരിയിൽ നിന്നും ഇംഗ്ലീഷുകാർക്കുണ്ടായ ആദ്യത്തെ പോർവിളിയായിരുന്നു അത്. 1704ൽ നടന്ന ഈ സംഭവം ഇംഗ്ലീഷുകാരെ വിറളി പിടിപ്പിച്ചു എന്നതാണ് സത്യം.

തന്റെ ശത്രുക്കളാണ് ഇംഗ്ലീഷുകാരെ ആക്രമിച്ചത് എന്നതിനാലും തങ്ങളെ രക്ഷിക്കണമെന്ന മുറവിളിയോടെ സായിപ്പന്മാർ കാൽക്കൽ വന്നു യാചിച്ചതുകൊണ്ട് കോലത്തിരി, തലശ്ശേരിയിൽ ഒരു കോട്ടകെട്ടാനുള്ള അനുവാദം കൊടുത്തു. നാടുവാഴി തന്നെ കോട്ടയുടെ ശിലാസ്ഥാപനവും നിർവഹിച്ചു. 1708 ആഗസ്ത് 20ന് ഈ വ്യാപാര കേന്ദ്രം നാടുവാഴി തന്നെ ഈസ്റ്റിന്ത്യാക്കമ്പനിക്ക് ഏൽപ്പിച്ചുകൊടുത്തു. തലശ്ശേരി എന്ന മഹാനഗരം കോട്ടയുടെ മുൻവശത്തും കടൽ പിറകുവശത്തുമായി നിലകൊള്ളുന്നു. 'തലശ്ശേരിക്കാർക്ക് മറ്റെവിടെയായാലും തോന്നുന്ന ഗൃഹാതുരത്വം മറ്റാരെക്കാളും ഏറെയാണെന്ന് എനിക്കു തോന്നിയിട്ടുണ്ട്. പത്തിരുപത് കൊല്ലത്തിലേറേയായി ഞാൻ കോഴിക്കോട് താമസിക്കുന്നു. എന്നാലും എപ്പോഴും ഓടി പിടഞ്ഞെത്തുവാൻ കൊതിക്കുന്ന ഒരു മനസ്സ് ഉള്ളിൽ അശാന്തമായി പിടഞ്ഞുകൊണ്ടിരിക്കും."

കടൽക്കാറ്റ് ദേഹത്ത് മൃദുവായി ഉമ്മവച്ച്, ഗൗരവത്തോടെ എന്തോ ചെവിയിൽ അടക്കം പറഞ്ഞപ്പോൾ അത് സത്യമാണെന്ന് മിലന് തോന്നി. കുരിശുകൾ കാവൽ നിൽക്കുന്ന പള്ളിക്ക് കീഴെ പെൺകുട്ടികളുടെ കോൺവെന്റ് സ്കൂളുമുണ്ട്. ഒരു റോഡിന് മറുവശം പപ്പ പഠിച്ച സ്കൂളും.

സുധാന്റി അന്നുതന്നെ തിരിച്ചു പോകാനൊരുങ്ങി.

"നീയീ കാറോടിച്ച് അങ്ങെത്തുമ്പോഴേക്കും എട്ടൊമ്പത് മണിയാവില്ലെ."

സച്ചമ്മ തടഞ്ഞിട്ടും സുധാന്റി നിന്നില്ല.

തനിച്ചിരിക്കുന്ന വഹീദിനെ സച്ചമ്മ ഉപദേശിച്ചു.

"കഴിഞ്ഞുപോയതൊക്കെ മറന്ന്വാള മോനെ. ഹരീന്റെ വിധി ആതാന്ന് വിചാരിക്ക്. ഞമ്മക്ക് പിടിച്ച് നിർത്താൻ പറ്റ്വോ. നീ എത്ര ദിവസായി പീട്യേല് പോയിട്ട്. സന്തോഷുണ്ട്, എന്നാലും നിന്റൊരു കണ്ണാട വേണം. അത് നിന്റെ സ്വന്താന്ന ഓർമവേണം."

"ഞാൻ പോകാം" വഹീദ് അനുസരണയോടെ പറയുന്നു.

"ഇങ്ങനെ മിണ്ടാണ്ടും പറയാണ്ടും ഇരുന്നാ നിന്റെ ആധി കൂടും. ടൗണില് പോയി നാലാളെ കണ്ടാത്തന്നെ സമാതാനാവും."

ഒരു കമ്പ്യൂട്ടർ ഷോപ്പ് ടൗണിലുണ്ട്. വഹീദിന് വേണ്ടി സച്ചമ്മ തന്നെ മുൻകൈയെടുത്ത് തുടങ്ങിയതാണ്. ഡിഗ്രിക്ക് മാർക്ക് കുറഞ്ഞു പോയതിനാൽ പഠിത്തം നിർത്തി മറ്റെന്തെങ്കിലും ജോലിക്ക് ശ്രമിച്ചതാണയാൾ. ഒന്നും നടക്കാതെ വന്നപ്പോൾ. അയാളുടെ നിരാശ കണ്ടാണ് സച്ചമ്മ ഒരുപോംവഴി കണ്ടെത്തിയത്. സ്വന്തം മക്കളേക്കാൾ അവർക്കിഷ്ടവും അടുപ്പവും വഹീദിനോടാണെന്ന് മിലൻ പെട്ടെന്ന് തിരിച്ചറിഞ്ഞിരുന്നു. വഹീദിന്റെ ഓരോ ചലനത്തിലും ആ നന്ദിയും കടപ്പാടും പ്രതിധ്വ

നിക്കുന്നുണ്ട്. അതാവാം സ്വയം സൃഷ്ടിച്ച ഇരുമ്പ് വേലിക്കകത്ത് മനസട ച്ചുപൂട്ടി സൂക്ഷിക്കുന്നത്. അയാളുടെ ഓരോ കാര്യത്തിലും സച്ചാമ്മ എത്രയധികം ശ്രദ്ധാലുവാണ്.

"ഒരു മുട്ടേം കൂടെ കൊടുക്ക് രാധേ. രണ്ടീസായിറ്റ് നേരാംവണ്ണം ഓനൊന്നും തിന്നിറ്റില്ല."

രാധേടത്തി അടുക്കളയിലിരുന്നു ചിരിച്ചു.

"ഓന് മുട്ട ഇഷ്ടല്ല. എന്നാലും സച്ചാമ്മ കൊടുക്കുമ്പം പാവം മിണ്ടാ ണ്ടിരുന്ന് തിന്നും."

"അതെന്താ ഇഷ്ടല്ലാന്ന് വഹീദിന് പറഞ്ഞൂടെ."

"പറയില്ല മോളെ. ഓന് സൊന്തായിറ്റ് അങ്ങനൊരിഷ്ടല്ല. ഒക്കെ സച്ചാമ്മ പറേം പോലാ."

രാധേടത്തി പ്ലേറ്റിലിട്ടു കൊടുത്ത ബുൾസൈ മിണ്ടാതിരുന്ന് വഹീദ് തിന്നുന്നത് മിലൻ സാകൂതം നോക്കിനിന്നു. അവളുടെ നോട്ടത്തിൽ അയാൾ അസ്വസ്ഥനാവുന്നത് അവൾ ശ്രദ്ധിച്ചതേയില്ല. ഭക്ഷണം കഴിഞ്ഞ് പ്ലേറ്റെടുത്ത് വാഷ്ബേസിനരികിൽ വച്ച് കൈയും കഴുകി അയാൾ പോകും വരെ മിലൻ നോക്കിനിന്നു. അവളുടെ വലിയ കണ്ണു കളിൽ അത്ഭുതമായിരുന്നു നിറഞ്ഞുനിന്നിരുന്നത്. രാധേടത്തി പിന്നേയും ചിരിച്ചു.

"ഓനങ്ങന്യാ മോളെ. ഇക്കാലത്ത് ഇങ്ങനൊരുത്തനെ കാണാൻ കിട്ടൂല. സച്ചാമ്മക്ക് ആദീനേം, സുധേനേംകാളിഷ്ടാ അക്കുട്ടീനെ"

"അങ്ങൊനിരിഷ്ടമോ."

മിലന്റെ നെഞ്ചിലിരുന്നു ഒരു വെള്ളിലം കിളി ചിറകടിച്ചു, ആ ഇഷ്ടത്തെ പറപ്പിച്ചു വിടാനെന്നപോലെ.

ആദി എന്താ വരാത്തേ. ഈ ഫോണിലൂടെ എത്രകാലാ. ഓനെ യൊന്ന് കാണാൻ എല്ലാർക്കും ആശയുണ്ട്. അങ്ങേര് മരിച്ച് രണ്ടാഴ്ച്ച കഴിഞ്ഞപ്പം സച്ചാമ്മോടൊപ്പം വന്നതാ അന്നാരുല്ലാരുന്നു. ചെറുപ്പം, കുട്ട്യോളില്ല എന്നാലും മറ്റൊരാൾക്ക് കഴുത്ത് നീട്ടാൻ തോന്നീല്ല. അന്ന് ആദിക്ക് പത്ത് വയസ്സാ. എന്റെ പെറകീന്നു മാറൂല്ല. ഒക്കേറ്റിനും രാധേട ത്തിവേണം. എല്ലാ ഗൊണങ്ങളും തെകഞ്ഞതാന്ന് ആളോള് പ്രാകും. പഠിത്തത്തിലും ക്രിക്കറ്റിലും പാട്ടിലും ഒക്കേയും, വരക്കേം ചെയ്യും.

"പപ്പ ക്രിക്കറ്റ് കളിക്കോ."

"കളിക്കോന്നോ. പാരമ്പര്യായിട്ടും കിട്ടൂലോ ചെലതൊക്കെ. ആദീന്റ ച്ചൻ പണ്ട് ഇംഗ്ലീഷാരെ കളീൽ തോപ്പിച്ചതാത്രെ."

"അച്ചാച്ചനുള്ള കാലത്തിവിടെ ക്രിക്കറ്റുണ്ടോ."

രാധേടത്തി വിടർന്നു ചിരിച്ചു.

"ഇദൊന്നും അച്ചൻ പറഞ്ഞ്വന്നില്ലേ മോൾക്ക്. ഇന്ത്യേല് ക്രിക്കറ്റ് കളി തൊടങ്ങിയ തന്നെ തലശ്ശേരിലാ. ഇപ്പോ സ്റ്റേഡിയം നിക്കണ സ്ഥലം വല്യ മൈതാനായിരുന്നു. കലക്ടരുടെ ബംഗ്ലാവിലന്ന് സായിപ്പമ്മാരാ താമ സിക്കണെ. അയിറ്റോള് അതിരാവിലെ തന്നെ കളിക്കാനെറങ്ങും. ഓർക്ക് വെയിലത്തുള്ള കുളീം കടലിലെ കളീമൊക്കെ ഒരു ഹരാണല്ലോ. ആ

പള്ളീന്റപ്രത്തായിട്ടുള്ള കെണറ്റീന്ന് വെള്ളമെടുത്ത് ദോബ്യോള് അലക്കീത് മൈതാനത്ത് ആറാനിടാ. ദോബ്യോള്ന്ന വച്ചാല് അലക്കാർ നമ്മുടെ തുണികളൊക്കെ പണ്ട് വെളുത്തേടന്മാരാ അലക്കാ അതോർടെ ഒരവകാശം. നല്ല ദെവസങ്ങളില് തുണീം, പണോം, അരീമൊക്കെ കൊടുക്കും അലക്കിക്കൊണ്ടേരുന്നതിനുണ്ട് കൂലി. ഇന്നിപ്പം ഓരൊക്കെ വല്ല്യ നെലേലാ."

രാധേടത്തി പറമ്പിലെ നനഞ്ഞ ഓലകളും ചുള്ളികളും പെറുക്കി യെടുത്ത് ഒതുക്കിയിടുകയാണ്. സഹായിച്ചേക്കാം. നനഞ്ഞ ഓരോല ഒന്നു വലിച്ചപ്പോൾ പൊടിഞ്ഞമർന്ന് തേരട്ടകൾ കൂട്ടത്തോടെ പ്രത്യക്ഷ മായപ്പോൾ അറപ്പും വെറുപ്പും കൊണ്ടവൾ വലഞ്ഞുപോയി. പിന്നീടാ ശ്രമം ഉപേക്ഷിക്കുകയും ചെയ്തു. ചുറുചുറുക്കോടെ രാധേടത്തി ചെയ്യുന്നതൊക്കെ മിലൻ ഒപ്പം നടന്നു ശ്രദ്ധിച്ചു.

അപ്പോ പറഞ്ഞു വന്നത് ക്രിക്കറ്റ് കളീനെക്കൊണ്ട് അല്ലേ. സായിപ്പ ന്മാർക്ക് കളിക്ക് ആള് തെകയാതെ വന്നപ്പോ കളീം നോക്കി വെറുതെയി രിക്കണ ദോബ്യോളെ കൂട്ടിന് വിളിച്ചു. ഓർക്കതൊരു രസായി. സായിപ്പ ന്മാരിൽ മിക്കതും നല്ലോരാ. ഓർക്ക് വലുപ്പച്ചെറുപ്പോം ജാതിഭേദോം ഒന്നൂല്ല. കടപ്പുറത്ത് മീൻ പിടിക്കണോരേം, കണ്ട് നിക്കണ നാട്ടാരേം കളീ ചേർക്കും. അങ്ങനാ തലശ്ശേരിക്കാർക്ക് ഇക്കളീല് രസം പിടിച്ചു വന്നത്. ആദീന്റച്ഛന് സായിപ്പന്മാരുമായൊക്കെ നല്ല കൂട്ടായിരുന്നു. ഒരൊഴിവില് കളീല് ചേരും. അത് പിന്നൊരു ഹരായി. കണ്ണൂരില് ഒരു കളീല് പങ്കുചേരാൻ നടന്നു പോയിട്ടൊണ്ട്. ബസ്സും, കാറൊന്നും വേണ്ടുന്ന പോലില്ലാത്തൊരു കാലല്ലേ. ആ ഗൊണം ഓന് കിട്ടാണ്ടി രിക്വോ. തൊപ്പീം, ബൂട്ട്സുമൊക്കെയിട്ട് കാണാൻ എന്തൊരു ഗമയായി രുന്നു. വക്കീലും, മക്കളും കൂടി മുറ്റത്തീന്ന് ക്രിക്കറ്റും ഷട്ടിലുമൊക്കെ കളിക്കും. ആള്വോള് കൊതിപറ്റി നോക്കിനിക്കും. അന്നെന്താര്ന്ന് ഈ വീട്. സൊർഗല്ലേ. നാട്ടാർടെ കണ്ണ് പറ്റീതാ. ആദി ജർമനീല് പഠിക്കാൻ പോയപ്പോ വീടൊറങ്ങി. പഠിത്തം കഴീമ്പം തന്നെ പണീംകിട്ടി അന്നി വിടെ കല്യാണ വീട് പോലായിരുന്നു. ആള്വോളും, ബഹളോം, സൽ ക്കാരോം.

അവരിൽ നിന്നുയർന്ന നിശ്വാസത്തിന് യുഗങ്ങളുടെ ഗന്ധമുണ്ട്.

സീതേ ആരും ഇഷ്ടപ്പെടും. പെങ്ങട മോളായതോണ്ടല്ല. ആദ്യത്തിന് സുധേക്കാളിഷ്ടാരുന്നു സീതേ. സച്ചിമ്മക്കും സുധക്കുമൊക്കെ അതിനെ ജീവനാരുന്നു. ആരാ ഇഷ്ടപ്പെടാണ്ടിരിക്വാ. ആ കഥയൊന്നും ഞാമ്പ റേന്നില്ല മോളെ. ജർമനീ കയിഞ്ഞ മോൾക്കെന്തറ്യാം. ഒക്കെ ദുര്യോഗം. ആരടെയൊക്കെയോ ശാപം. നൊണ പറഞ്ഞു നിരപരാധികൾക്ക് ശിക്ഷ വാങ്ങിക്കൊടുക്കണ വക്കീല്മ്മാരുടെ കുടുമ്മത്തിനെന്നും ഇത്തരം ദുര്യോഗണ്ണെന്ന് സച്ചിമ്മ പറേം അല്ലാണ്ടാരാ തെറ്റ് ചെയ്തെ.

മിലന് കൂടുതലറിയണമെന്നുണ്ട്. പക്ഷേ രാധേടത്തി പറഞ്ഞില്ല. പാഴായിപ്പോയ വാക്കുകൾക്കായി അവൾ മൗനത്തിലേക്ക് ഒന്നുളിയിട്ടു നോക്കി. ഒന്നുമുണ്ടായില്ല. തെളിഞ്ഞ പകലിന്റെ ഇത്തിരി വെയിലിലേക്ക് നനഞ്ഞ പറമ്പ് വകകൾ വലിച്ചിട്ട് കിതപ്പോടെ അവർ മുറ്റത്തേക്ക് നടന്നു.

കായ്ച്ചു കിടക്കുന്ന ചെറുനാരകച്ചെടിയിൽ നിന്ന് ഒരില നുള്ളിയെടുത്ത്, മൂക്കിന് കീഴെവച്ചു ശ്വാസമെടുത്തു മിലൻ. നെഞ്ചിനുള്ളിലേക്ക് ആ ഗന്ധം ആവാഹിച്ചെടുക്കാനെന്നോണം. നനഞ്ഞ പ്രകൃതിയെ ഉണക്കാനിട്ട ഗന്ധം മാഞ്ഞുപോയിരുന്നു.

മൂന്ന്

മുകൾ നിലയിലെ വിശാലമായ ഒരു മുറി നിറയെ പുസ്തകങ്ങളാണ്. എന്നും അതടഞ്ഞു കിടക്കും. തുറന്നുനോക്കാൻ വൈകിയതു തന്നെ വായനയോട് വലിയ കമ്പമൊന്നുമില്ലാത്തതുകൊണ്ടാണ്. അഞ്ചാറ് അലമാരകളിലായി അടുക്കിവച്ച പുസ്തകങ്ങൾ പൊടിക്കുള്ളിൽ ഉറങ്ങിക്കിടക്കുന്നു. ചുമരിന്റെ പകുതിയോളം വരുന്ന ഭീമാകാരമായ ഒരു ചിത്രമുണ്ട്. കാൻവാസിൽ നിറഞ്ഞു നിൽക്കുന്ന ഒരു സുന്ദരിയുടെ മുഖം. തിളങ്ങുന്ന വെള്ളക്കല്ലിന്റെ മുക്കുത്തിയും, അത്രയും തിളക്കമുള്ള കണ്ണുകളുമാണ് മനസിന്റെ ആഴത്തിൽ ചെന്നുലയ്ക്കുന്നത്. ആ ചിത്രത്തിലേക്ക് ഒട്ടുനേരം നോക്കി നിന്നപ്പോൾ, കോട്ടയ്ക്ക് മുകളിൽ നിന്നു കാണുന്ന കടലിനെയാണ് ഓർമവന്നത്. വലിച്ചടുപ്പിക്കും വിധമുള്ള ആകർഷണകാന്തി. ഭീതി ജനിപ്പിക്കുന്ന വന്യത. അസാധാരണ സൗന്ദര്യത്തിന്റെ അസഹ്യത. അവിടെ മാതേയി മുത്തശ്ശി അദൃശ്യയായി വാഴുകയാണ്.

ലിനറ്റ് പറഞ്ഞിട്ടുണ്ട്. ശേഷാദ്രി സാറിന്റെ ആത്മാവ് അവളെ എവിടെയും പിന്തുടരുകയാണെന്ന്. മഞ്ഞിൽ പുതഞ്ഞ ഒരു പ്രഭാതത്തിൽ നടക്കാനിറങ്ങിയ വഴിയിൽ, എതിരെ ശേഷാദ്രി രക്തത്തിൽ കുളിച്ചു നടന്നു വരികയായിരുന്നത്രെ. ലിനറ്റ് പേടിച്ച് മണ്ണിലേക്ക് കുഴഞ്ഞുവീണു. ലാബിലും യൂണിവേഴ്സിറ്റിയുടെ പലയിടങ്ങളിലും അവൾ അയാളെ പലതവണ കണ്ടെന്ന് പപ്പ പറഞ്ഞത് ഒക്കെ ലിനറ്റിന്റെ തോന്നലുകളാണെന്ന്. മരിച്ചു കഴിഞ്ഞാൽ ആത്മാവുണ്ടെന്ന് ജർമനിയുടെ യുവതലമുറയിൽ ബഹുഭൂരിപക്ഷവും വിശ്വസിക്കുന്നുണ്ട്. ജസ്റ്റിനുമൊത്ത് കാണാനിറങ്ങിയ പഴയ കൊട്ടാരത്തിലെ ദർബാർ ഹാളിൽ വച്ച് അവൻ പറയുകയുണ്ടായി.

“നീ കേൾക്കുന്നുണ്ടോ മിലൻ, വളരെ മൃദുവായി ഒരു പെൺകുട്ടി പാടുന്നു.”

എത്ര ചെവിയോർത്തിട്ടും തനിക്കൊന്നും കേൾക്കാൻ കഴിഞ്ഞില്ല. പൊതുവേ കുസൃതിയും ധീരനുമായ ജസ്റ്റിൻ, ആ മുറിയിൽ നിന്നും പെട്ടെന്നു പുറത്തുകടന്നു. അവന്റെ മുഖം പരിഭ്രാന്തിയിൽ ചുവന്നിരുന്നു. താൻ കളിയാക്കിയപ്പോൾ പതിവുപോലെ അവൻ ചൊടിച്ചില്ല

സത്യമാണ് മിലൻ ഒരുപക്ഷേ പഴയ പ്രിൻസസുകളുടെ ആത്മാവ് എന്റെ ചെവിയിലേക്ക് മൂളിയതാവാം, അവരുടെ ഏതോ പ്രണയഗാനം.

താറാവുകൾ പ്രണയിക്കുന്നതാസ്വദിച്ച് ആ തടാകക്കരയിൽ സ്വയം മറന്നു നിന്ന സായാഹ്നത്തിലായിരുന്നു ജസ്റ്റിൻ ഗാഢമായി ചുംബിച്ചത്.

ബിയറിന്റെ ഗന്ധം തുടിക്കുന്ന അവന്റെ ചുണ്ടുകൾക്ക് മാദകമായ ലഹരിയുണ്ടായിരുന്നു.

ഈ തടാകക്കരയിൽ വച്ച് ഏതോ ഒരു രാജകുമാരിയെ അവളുടെ കാമുകൻ ചുംബിച്ചിരിക്കാം. ഇതാ ഇതു പോലെ.

കാതിലന്ന് കുതിരക്കുളമ്പടി ഉയരുന്നുണ്ടായിരുന്നു. പഴകിയ ചുംബനങ്ങളുടെ ജീർണിച്ച ഗന്ധവും, തീക്ഷ്ണമായ സീൽക്കാരങ്ങളും. ജർമനിയിലേക്ക് ഒരോർമത്തുടിപ്പിന്റെ ദൂരമേയുള്ളു എന്നോർത്തപ്പോൾ ആശ്വാസമല്ല അനുഭവമായത്. കൺപടലങ്ങൾക്കപ്പുറം മഞ്ഞിൽ പുതഞ്ഞു കിടക്കുകയാണ് ജർമനി.

ലൈബ്രറിയിൽ പുസ്തകങ്ങൾ തിരയുന്ന വഹീദിനെ വെറുതെ ഒന്ന് പേടിപ്പിക്കാമെന്നേ കരുതിയുള്ളു. അയാളുടെ നടുക്കം കണ്ടപ്പോൾ വേണ്ടായിരുന്നെന്ന് തോന്നി. അത്രയേറെ ഞെട്ടലായിരുന്നു ആ മുഖത്ത്, നേർത്ത ചിരിയിൽ മിലൻ ഒന്നു പൂത്തു.

'എന്തിനാ വഹീദിത്രേം പേടിച്ചത്.'

അവളുടെ അന്യഭാഷയുടെ പുളിരസമുള്ള സംസാരം രുചിച്ചത് പോലൊരു ചമ്മിയ ചിരി വഹീദിലുമുണ്ടായി.

വഹീദ് അധികം സംസാരിക്കാറില്ല. എന്തോ കണ്ട് ഭയന്നപോലാണ് ആ ഭാവം. ഏതായാലും ഹരിയുടെ മരണശേഷം വഹീദിന്റെ മുഖത്ത് വിടർന്ന ആദ്യത്തെ ചിരി മിലനെ സന്തോഷിപ്പിച്ചു. അവളുടെ സാന്നിധ്യത്തിന്റെ പിരിമുറുക്കത്തോടെ വെളിയിൽ കടക്കാൻ ഭാവിച്ചപ്പോൾ തടഞ്ഞു.

എന്തിനാ എപ്പോഴും ഇത്രേം പേടി. എന്നെ കണ്ടപ്പോഴും പേടിച്ചല്ലോ. ഞാൻ വല്ല യക്ഷീമാണെന്നു തോന്നിയോ.

അയാൾ ഒന്നൊഴിഞ്ഞു മാറി. പറയാനുള്ളതൊക്കെ മറച്ചുവയ്ക്കാനുള്ള വ്യഗ്രത ആ മുഖത്തുണ്ടായിരുന്നു. അതോടെ മിലന് വാശിയായി. വാതിൽക്കൽ തടഞ്ഞുനിന്നവൾ നിർബന്ധിച്ചപ്പോൾ വഹീദ് ആ വലിയ ചിത്രത്തിലേക്ക് സൂക്ഷിച്ചുനോക്കി. പിന്നെ മിലന്റെ മുഖത്തേക്ക് കൈവിരൽ ചൂണ്ടി. കുട്ടിക്ക് ആ മുത്തശ്ശീടെ ഛായയാണ് അതേ പടിയിരിക്കുന്നു. പെട്ടെന്ന് കണ്ടപ്പോൾ ഞെട്ടി എന്നത് സത്യം. പിന്നെ ഈ മുറീൽ ആരും വരാറില്ല. വല്ലപ്പോഴും ഞാനാണ് മുറി തുക്കുന്നതും, തുടയ്ക്കുന്നതുമൊക്കെ.

അത്ഭുതത്തോടെ മിലൻ ചിത്രത്തിലേക്ക് നോക്കി. വെള്ള മൂക്കുത്തിയിട്ട ആ നീണ്ട മൂക്ക്. കണ്ണുകൾ, തുടുത്ത ചുണ്ടുകൾ, അവൾ ആ മുഖത്തേക്ക് കൈവിരൽ കൊണ്ടൊന്നു സ്പർശിച്ചു. മാതേയി എന്നു പേരുള്ള മുത്തശ്ശിയുടെ ആത്മാവ് ആ കാൻവാസിന് ചുറ്റും നക്ഷത്രക്കണ്ണുകളോടെ ഭ്രമണം ചെയ്യുന്നുണ്ട് എന്നത് സത്യം. ഉടലാകെ ഊർന്നിറങ്ങുന്ന കടുത്ത കുളിരിൽ മിലൻ ഒന്നു പുളഞ്ഞു. ഏതോ ശാഖയിൽ എന്നോ ഈ തറവാട്ടിൽ ജീവിച്ച ഈ സുന്ദരിക്കെന്താണിത്ര പ്രാധാന്യം. എന്തിനാണിത്രേം വലിയൊരു ചിത്രം ഈ മുറിയിൽ സൂക്ഷിച്ചിരിക്കുന്നത്.

അന്ന് ഫോണിലൂടെ മിലൻ പറഞ്ഞു.

ഇവിടെ ലൈബ്രറിയിൽ ഒരു മുത്തശ്ശിയുടെ ഫോട്ടോ ഇരിപ്പുണ്ടല്ലോ. അവർക്കെന്റെ ഛായയാണ് പപ്പാ. ആരാണിവർ.

പപ്പ ചിരിച്ചു.

ഒക്കെ നീ അമ്മയോട് ചോദിച്ചോളൂ. ഫോണിലൂടെ പറഞ്ഞാലൊക്കോ മോളേ. ഹെൽത്ത് ശ്രദ്ധിക്കണം. സന്തോഷമായിരിക്കണം. തലശ്ശേരിയുടെ നെഞ്ചോട് ചേർന്നു നിൽക്കുമ്പോൾ മറ്റെല്ലാം മറക്കാൻ കഴിയും. അതാണവിടുത്തെ പ്രത്യേകത. പപ്പയ്ക്ക് അതാണ് മുഖ്യം. മകളുടെ സന്തോഷം. ജീവിതം, ഭാവി. പക്ഷേ മനസിലെ സ്വസ്ഥത ആ ചോദ്യത്തിലസ്തമിച്ചു പോയി. എങ്കിലും എന്തൊക്കെയോ വാരിയടുക്കിപ്പിടിച്ചവൾ തണുത്ത സ്വരത്തിൽ പറഞ്ഞു.

അയാം ഹാപ്പി നൗ പപ്പ. വെരി ഹാപ്പി.

പപ്പ അത് വിശ്വസിച്ചോ എന്നറിയില്ല. കൂടുതൽ സംസാരിക്കാതിരിക്കാൻ പപ്പ ശ്രമിക്കുന്നുണ്ട്.

രാത്രിയിൽ ഗുളിക കഴിക്കുമ്പോൾ സച്ചമ്മ ചോദിച്ചു.

എന്തിനാ മോൾക്കീ ഗുളിക.

ലോ ബി പിയുടെ മരുന്നാ. വൈറ്റമിൻ ടാബ്ലറ്റ്സ്.

സച്ചമ്മ പൊട്ടിച്ചിരിച്ചു, അവളെ കളിയാക്കാനെന്ന പോലെ.

അടി കൊള്ളാത്തേന്റെ കൊറവാ. നല്ലോണം വാരിവലിച്ചു തിന്നണം. നുള്ളിപ്പെറുക്കിത്തിന്നാല്, ഏടെയാ തടിക്ക് പിടിക്വാ. നിന്റെ സൂക്കേട് സച്ചമ്മ മാറ്റിത്തരും. മൊളപ്പിച്ച ധാന്യങ്ങളും കുത്തരിച്ചോറും പറമ്പിലുണ്ടാകുന്ന ഇംഗ്ലീഷ് വളം ചേർക്കാത്ത പച്ചക്കറികളും പൊഴമീനും ഒക്കെ കഴിച്ചാ മതി.

അത് മിലൻ കേട്ടില്ല ഇരുട്ടിലേക്ക് നോക്കി കിടക്കുമ്പോൾ മനഃപൂർവം അവൾ ജസ്റ്റിനേയും ലിനറ്റിനേയും, ശേഷാദ്രിയുടെ പ്രേതത്തെക്കുറിച്ചുമോർക്കാൻ ശ്രമിച്ചു. എന്നിട്ടും തീക്ഷ്ണതയോടെ ഗല്ലു അവളെ അലട്ടിക്കൊണ്ടിരുന്നു.

ആൽപ്സ് പർവതത്തിൽ നിന്നടർന്നു വീണതുപോലൊരു ഭൂപ്രദേശം. ലോകമൊന്നാകെ തന്റെ നെഞ്ചിലൊതുക്കാൻ കൈനീട്ടി നിൽക്കുന്ന സ്നേഹനിധിയായ മുത്തച്ഛനെപ്പോലെ മഞ്ഞിൽ വെള്ളക്കമ്പിളി പുതച്ചു നിൽക്കുന്ന ആൽപ്സ്. ഇരുണ്ട പച്ച നിറത്തിലുള്ള കാടുകൾക്കിടയിൽ കൂർത്തുനിൽക്കുന്ന പാറകൾ, കരുത്തേറിയ ആയുധങ്ങൾ പോലെ. മഞ്ഞുപാളികൾ വെള്ളിനിറത്തിൽ തിളങ്ങുന്നു. ആകാശത്തിൽ നിന്നും ഭൂമിയിലേക്കെന്ന പോലെ മഞ്ഞുപാളികളിലൂടെ ഗല്ലു തെന്നിയിറങ്ങുകയാണ്. കണ്ണടച്ചിരിക്കും, ഓരോ തവണയും ഗല്ലു വന്നു തോളിൽ തൊടും വരെ വിഘ്നേശ്വരനെ പ്രാർഥിക്കും, ജീസസ്സ് ക്രൈസ്റ്റിനെയും പറശ്ശിനി മുത്തപ്പനെയും ഹൃദയം തട്ടി വിളിക്കും. കണ്ണുകൾ തുറക്കുമ്പോൾ, ചെമ്പൻ മുടിയും നീലക്കണ്ണുകളുമായ് മനോഹരമായ ചിരിയോടെ ഗല്ലു മുന്നിൽ.

ഡോണ്ട് ബി സില്ലി മിലൻ.

സ്കീയിങ് ഗല്ലുവിന്റെ ജീവിതമാർഗം മാത്രമല്ല. ഹരവുമാണെ

ന്നറിയാം. എന്നാലും അപകടകരമായ ഓരോ ഘട്ടവും അവൻ തരണം ചെയ്തു കഴിയുമ്പോൾ തോളിൽ ഇടിക്കുകയോ, നീണ്ട മുടിയിഴകളിൽ വിരൽ കോർത്തു വലിക്കുകയോ ചെയ്യും.

എന്തിനാ ഇത്രേം ഡെയ്ഞ്ചറസ്സായ ഒരു പ്ലേ.

'ത്രില്ലാണ് മിലൻ. എല്ലാവരും ചെയ്യുന്നത് തന്നെ നമ്മളും ആവർത്തിക്കുന്നത് എത്ര ബോറാണ്'.

തോളിലൂടെ കൈ ചുറ്റി ഗല്ലു നടക്കുകയാണ്. ജസ്റ്റിനെപ്പോലെ ഭ്രാന്തമായ ആവേശമൊന്നും ഗല്ലുവിനില്ല. സ്നേഹം പതഞ്ഞൊഴുകുന്ന നേർത്ത സ്പർശനങ്ങളിലാതെുങ്ങുന്ന അയാളുടെ പ്രകടനങ്ങൾ. അവന്റെ ഒരു ഗിഫ്റ്റ് കൈയിൽ അരുമയോടെ ഒതുക്കി പിടിക്കുന്നു. മനോഹരമായ ചിത്രങ്ങൾ പെയിന്റ് ചെയ്തു മുത്തുകളും, കല്ലുകളും ഒട്ടിച്ചു ചേർത്ത മുട്ടത്തോട്. ഒന്നമർത്തിപ്പിടിച്ചാൽ നശിച്ചു പോയേക്കാവുന്ന അലങ്കാര വസ്തു.

"എങ്ങനെ കഴിയുന്നു ഗല്ലു നിനക്കിത്. ഈശ്വരൻ നിന്നെ നേരിട്ടനുഗ്രഹിച്ചിരിക്കുകയാണ്."

"ഗോഡ്സ് ഗിഫ്റ്റ് എന്റെ തണുത്ത ജീവിതത്തിലേക്ക് കടന്നുവന്ന നീയാണ് മിലൻ."

ആ നീലക്കണ്ണുകൾ നിറയുന്നു. സൂര്യരശ്മികളേറ്റ നീലത്തടാകങ്ങൾ പോലെ, വെളുത്ത പൂക്കൾ പോലെ മഞ്ഞു പൊഴിയുന്നു. അന്തരീക്ഷത്തിലെ തണുപ്പിന് കാഠിന്യമേറുന്നു. നീട്ടിയ കൈയിലേക്ക് വീഴുന്ന മഞ്ഞുപൂക്കൾ സ്വപ്നങ്ങൾ പോലെ ഒന്നുമല്ലാതായിത്തീരുന്നു.

സ്പ്രിങ് രണ്ടുനാൾ കൊണ്ട് വന്നെത്തും. ഈ മഞ്ഞുമലയുടെ താഴ്വാരത്തിൽ ടൂറിസ്റ്റുകൾ വെള്ളം പോലൊഴുകിയെത്തും. മിലൻ കണ്ടോളൂ. ഇത്തവണ ഞാൻ പണം കൊയ്യും. തടികൊണ്ട് നിർമിച്ച കൗതുകവസ്തുക്കളുടെ ഒരെക്സിബിഷൻ സംഘടിപ്പിക്കും. എന്റെ സൃഷ്ടികൾ നിനക്ക് കാണേണ്ടേ.

ഗല്ലുവിന്റെ കൊട്ടാരം തൂണുകളിൽ ഉയർത്തിക്കെട്ടിയ, തടികൊണ്ട് പണിത രണ്ട് മുറികൾ. അകത്തേക്ക് കടക്കാനാവാത്ത വിധം തടിക്കഷ്ണങ്ങൾ വെട്ടി മിനുസപ്പെടുത്തി വച്ചിരിക്കുന്നു. ഗല്ലു തന്റെ അത്ഭുത സൃഷ്ടികൾ മുന്നിൽ നിരത്തി. തടിയിൽ വെട്ടിയെടുത്ത രൂപങ്ങൾ, പാവകൾ, ജീസസ്, കുഞ്ഞു പള്ളികൾ, കൊത്തുപണികളുള്ള കുരിശുകൾ, ചാർലി ചാപ്ലിൻ, ഹിറ്റ്ലർ, ഐൻസ്റ്റീൻ പിന്നെ താടിവച്ച ഹെർമൻ ഗുണ്ടർട്ട്. അതിനിടയിൽ നിന്നും കൗതുകം തോന്നിപ്പിച്ചത് തിരഞ്ഞെടുത്തപ്പോൾ, ഗല്ലു ചിരിച്ചു.

ഓ തലശ്ശേരിക്കാരിയാണല്ലോ. ഗുണ്ടർട്ടിനെ കൂടുതലോർക്കുന്നതും, സ്നേഹിക്കുന്നതും തലശ്ശേരിക്കാരാണ്, അത് നീയെടുത്തോളൂ മിലൻ. ഈ സ്പ്രിങ്ങിന് എന്റെ ചെറിയ പ്രസന്റ്.

മഞ്ഞു വീണു മയങ്ങുന്ന പുറം കാഴ്ചകൾ. നിർത്തിയിട്ട കാറിന്റെ പകുതിയോളം മഞ്ഞിൽ പുതയുന്നു.

ഇന്നിനി എപ്പഴാ വീട്ടിലെത്തുക. പപ്പ വഴക്കിടും.

നിന്റെ മുഖത്തെ ഈ ഭാവഭേദങ്ങൾ പോലെ പെട്ടെന്നീ കാലാവസ്ഥ മാറും വെയിലേറ്റ് മഞ്ഞുരുകും മിലൻ.

മധുരമിട്ട കട്ടൻ ചായ ഒരു ഗ്ലാസിലേക്ക് പകർന്നു. അതിന് മുകളിൽ ക്രീമൊഴിച്ചു. ആവിയിൽ വേവിച്ച, മസാല പുരട്ടിയ മീനും പ്ലേറ്റിൽ വച്ചു. മീൻ നല്ല സ്വാദുള്ളതായിരുന്നു.

നീ ഒരു നല്ല കുക്കും കൂടിയാണ് ഗല്ലു. ടൂറിസ്റ്റുകൾ നിന്നെ ഇഷ്ടപ്പെടുന്നതിൽ ഒട്ടും അത്ഭുതമില്ല.

ക്ഷണികമായ സ്നേഹം. ഇതാ ഈ മഞ്ഞു പോലെ. ഒരിളവെയിൽ വീഴുമ്പോൾ അത് മാഞ്ഞുപോയേക്കാം. ആർക്ക് വേണമത്. എനിക്ക് പണം വേണം ഈ താഴ്വാരത്ത് വലിയ ഹോട്ടൽ പണിയണം. ടൂറിസ്റ്റുകൾക്ക് ഭക്ഷണവും താമസസൗകര്യവും സന്തോഷവും പകരം കൊടുത്ത് എനിക്ക് പണക്കാരനാകണം.

എന്നിട്ടോ. ആകാംക്ഷയിൽ നിന്നൊരു ചോദ്യം.

"എന്നിട്ടെന്താ ഒരു പണക്കാരിപ്പെണ്ണിനേം കെട്ടി, പത്തിരുപതു പിള്ളേരുമായി അങ്ങനെ അങ്ങനെ."

ഗല്ലു സ്വപ്നം മുന്നിലെത്തിയതു പോലെ നിറഞ്ഞു ചിരിച്ചു.

ആ ചിരിയിൽ അറിയാതെ പങ്കുചേർന്നു പോയി മിലൻ.

മിലനെന്താ ഒറ്റയ്ക്കിരുന്ന് ചിരിക്കുന്നെ?

ആൽപ്സിന്റെ ചുവട്ടിൽ നിന്നുണർന്നത് തലശ്ശേരിയിൽ. മഴ പെയ്യുന്ന മുറ്റത്ത് നോക്കി വരാന്തയിലിട്ട ചാരു ബെഞ്ചിൽ പകൽക്കിനാവിലാണ്ട് കിടക്കുകയാണ്. വഹീദിന്റെ മുഖത്തേക്ക് നോക്കി അവൾ പതിയെ ചിരിച്ചു.

"ഗല്ലുവാണെന്ന് തോന്നിപ്പോയി."

"അതാരാ."

"എന്റെ ബെസ്റ്റ് ആന്റ് ക്ലോസ് ഫ്രണ്ട്."

മിലന്റെ വാടിയ മുഖത്തെ തിളക്കം കണ്ടപ്പോൾ വഹീദ് ഹരിയെ ഓർത്തു. എല്ലാ ബന്ധങ്ങളും ഒരിക്കൽ തീരാവേദനയാകുമെന്നു പറയാറുണ്ടവൻ. ശ്രീനിക്കും സുദേവനും ജാമ്യം കിട്ടിയേക്കുമെന്ന് സംസാരമുണ്ട്. അവരെ ഒന്ന് നേരിൽ കാണണം. കേസ് കഴിഞ്ഞാൽ അവർ രക്ഷപ്പെട്ടേക്കും. തലശ്ശേരിയിൽ പരസ്പരം വെട്ടിമരിക്കുകയാണ് ആളുകൾ എന്ന ധാരണ പരത്തുകയാണ് മരണം ആസൂത്രണം ചെയ്യുന്നവരുടെ ലക്ഷ്യം. നീലഞരമ്പുകൾ മുറുക്കിയ ദംഷ്ട്രകൾ രക്തത്തിനുവേണ്ടി അലയുകയാണ്. ബ്രിട്ടീഷുകാർക്കെതിരെ തലമുറയുടെ പുതുമുകുളങ്ങളെ നശിപ്പിക്കുകയാണവരുടെ ലക്ഷ്യം.

മിലൻ വഹീദിന്റെ തൊട്ടുമുന്നിൽ വന്നു വളരെ ഗൂഢമായതെന്തോ ചോദിക്കുന്നതിന്റെ ലഹരിയോടെ ചോദിച്ചു.

"മാതേയി മുത്തശ്ശിയുടെ ഛായയാണെന്നു പറഞ്ഞില്ലേ. എന്താണവരുടെ ഐഡിന്റിറ്റി."

അവളുടെ വിടർന്ന കണ്ണുകളിലെ കൗതുകം കണ്ട് തമാശയായി അയാൾ പറഞ്ഞു.

“അവർക്കൊരു ഐഡന്റിറ്റിയേയുള്ളൂ. അത് ഹെർമൻ ഗുണ്ടർട്ടിനോടുള്ള പ്രണയമാണ്.”

അവിശ്വസനീയമായതു കേട്ടതുപോലെ മിലൻ മനസടച്ചു നിന്നു. നേർത്ത തണുപ്പുള്ള ഒരു നിശ്വാസമായി ആ ചരിത്ര സത്യത്തെ അവൾ ഉള്ള് തുറന്നു അകത്തേക്കാവാഹിച്ചു.

പെട്ടിക്കടിയിൽ കണ്ണു തുറന്നു കിടക്കുന്ന തടിയിൽ തീർത്ത ഗുണ്ടർട്ടിനെ കൈയിലെടുത്തവൾ ഇമവെട്ടാതെ നോക്കി. എന്തായിരുന്നു ആ പ്രണയം. തുടക്കവും ഒടുക്കവും എങ്ങനെയായിരുന്നു. ഒരു ചരിത്രത്തിലും രേഖപ്പെടുത്താത്ത ചില സത്യങ്ങൾ.

അന്നവൾ പപ്പയോട് ചോദിച്ചു.

“ഈ മാതേയി ഗുണ്ടർട്ടിനെ പ്രണയിച്ചൂന്ന് പറേന്നത് ശരിയാണോ.”

ആദിത്യൻ ദേഷ്യപ്പെട്ടു.

“എന്തിനാ മിലൻ നീ ആവശ്യമില്ലാത്തതൊക്കെ തെരയുന്നത്, അമ്മയെ ദേഷ്യം പിടിപ്പിക്കര്ത്. വല്യ ക്ഷമയുള്ള ആളല്ലെന്ന് ഞാൻ പറഞ്ഞിട്ടുള്ളതല്ലേ.”

പപ്പാ അവരെപ്പോലാണ് ഞാനെന്നത് സത്യാണോ.

അതിന് മറുപടിയുണ്ടായില്ല. മമ്മ ഫോൺ വാങ്ങി. ഉപദേശങ്ങൾ, വിരഹത്തിന്റെ കൂർത്ത ചില്ലുകൾകൊണ്ട് മിലന്റെ ഹൃദയത്തിലുരസി. പിന്നീടവർ കരഞ്ഞു. ലൂസിയും, ജന്നിഫറും ജസ്റ്റിനുമൊക്കെ തിരക്കിയിരുന്നു. അവർ ഫോൺ ചെയ്യാറില്ലേ എന്ന ചോദ്യത്തിന് മിലൻ ഉത്തരം പറഞ്ഞില്ല. മൊബൈൽ തന്റെ ബാഗിൽ ഉറങ്ങിക്കിടക്കുകയാണ്.

ജർമൻ ഭാഷയിൽ മമ്മ സംസാരിക്കുന്നത് കേട്ടപ്പോൾ പെട്ടെന്ന് തോന്നിയ അപരിചിതത്വം അലോസരപ്പെടുത്തി.

വിദൂരതയിൽ നിന്നും മമ്മ വേദനയോടെ പറയുന്ന വാക്കുകൾ മനസിന്റെ പടിക്കപ്പുറം നിലച്ചതുപോലെ

“മലയാളത്തിൽ പറയൂ മമ്മ.”

അവർ സ്ഫുടതയില്ലാത്ത മലയാളത്തിൽ എന്തൊക്കെയോ പറഞ്ഞു. ഫോൺ വച്ചുകഴിഞ്ഞിട്ടും ജർമനിയിൽ നിന്നും തിരിച്ചെത്താൻ മനസ്സ് കൂട്ടാക്കിയില്ല.

വീതിയുള്ള റോഡിലൂടെ ഗല്ലുവിനെ അരികിലിരുത്തി മിലൻ കാറോടിച്ചു. ഓക്ക് മരങ്ങളുടെ ഇലകൾ വെയിലേറ്റ് വെട്ടിത്തിളങ്ങി. പൂക്കൾ നിറഞ്ഞ മരങ്ങൾക്കിടയിൽ മഞ്ഞു പെയ്തു. കാറിന്റെ പിൻ സീറ്റിൽ ഗല്ലുവിന്റെ പാവകൾ ഉറങ്ങിക്കിടന്നു.

സ്കീയിങ് നടത്തി ടൂറിസ്റ്റുകളെ ആകർഷിച്ചു പണം തട്ടുമ്പോഴും അത് അതിരുകടന്ന സാഹസമാണെന്ന് താൻ മറക്കുന്നു.

സാഹസികതയെ ഇഷ്ടപ്പെടുന്നവരാണ് പണക്കാർ. ജീവിതം പണം കൊണ്ട് സ്വർഗമാക്കുന്നവർ അവരുടെ ആസ്വാദനത്തിനായി പണം വാരിയെറിയുന്നു. എനിക്കത് നേട്ടവുമാണ്.

“യു ആർ ഡെയ്ഞ്ചറസ്സ് ഗല്ലൂ.”

ഗല്ലു ചിരിക്കുന്നു. അവന്റെ കോലൻ മുടി തണുത്ത കാറ്റിൽ മഞ്ഞു പൂക്കളണിയുന്നു.

രംഗങ്ങളും വേഷങ്ങളും മാറുന്നു.

ഓപ്പറാ തിയേറ്ററിൽ നിന്നിറങ്ങുന്ന വഴി ബിയർ ഹൗസിലേക്ക് ജസ്റ്റിന്റെ തോളിൽ തൂങ്ങിക്കൊണ്ടു. മങ്ങിയ വെളിച്ചത്തിൽ ടേബിളിന് മുന്നിൽ ഗല്ലു തനിയെ. ജസ്റ്റിൻ ഇടവിട്ട് ചുബിച്ചുകൊണ്ടേയിരുന്നു. അവന്റെ ചുബനങ്ങൾക്കും സ്പർശനങ്ങൾക്കും അത്ര ലഹരിയുണ്ടായിരുന്നു. ഇരുട്ടിലും ഗല്ലുവിന്റെ നീലക്കണ്ണുകളിൽ അരുതാത്തതെന്തോ കാണുന്ന ഭാവം.

"ഹായ് ഗല്ലു. ഇന്ന് തന്റെ ഷോവൊന്നുമില്ലേ."

ജസ്റ്റിന്റെ പരിഹാസം അവൻ വകവയ്ക്കാറില്ല. ജസ്റ്റിൻ പണക്കാരനാണ്. ജീവിതം നിറഞ്ഞ ബിയർ ഗ്ലാസ് പോലെ കൈപ്പിടിയിലൊതുക്കി നുണഞ്ഞും, ആസ്വദിച്ചും തീർക്കുന്നവൻ. ഗല്ലുവിന്റെ അരികെ തന്നെ ഇരിക്കാൻ ജസ്റ്റിൻ മനസുവച്ചത് നന്നായി. വെജിറ്റബിൾസ് നിറച്ച പതുപതുത്ത റൊട്ടി അടർത്തിയെടുത്ത് ചോക്ലേറ്റ് സോസിൽ മുക്കി വായിലേക്ക് വയ്ക്കുന്നതിനിടയിൽ ഗല്ലു ഇടംകണ്ണിട്ടു തന്നെനോക്കി. ജർമനിയിലെ മറ്റു ചെറുപ്പക്കാരിൽ നിന്നും തികച്ചും വ്യത്യസ്തനാണയാൾ.

"ഗല്ലു നിന്റെ എക്സിബിഷന്റെ ഹാൾ നിശ്ചയിച്ചോ."

ഗല്ലു കണ്ണുകൾ വിടർത്തി നിർന്നിമേഷനായി നോക്കി.

"ഒന്നും തീരുമാനിച്ചില്ല. മിലനെന്തെങ്കിലും സജഷൻ."

ജസ്റ്റിൻ ഇടതുകൈകൊണ്ട് തുടയിലമർത്തിയത് അരോചകമായി. കൈ തട്ടിയെറിയാൻ മടിച്ചില്ല.

"മിണ്ടാതിരിക്കു ജസ്റ്റിൻ."

ഗല്ലുവിന്റെ ശ്രദ്ധ പതറുന്നത് കണ്ട് സന്തോഷം തോന്നി. നൈമിഷികമായ സ്നേഹം ഒന്നുമല്ലെന്ന് പറയുന്നവൻ.

ഹായ് ജസ്റ്റിൻ എന്ന് ഉറക്കെ പറഞ്ഞുകൊണ്ട് മിഷ ഓടിച്ചാടി വന്നു ജസ്റ്റിന്റെ മടിയിലിരുന്നു. അരക്കെട്ട് മറയാവുന്ന ഇറുകിയ ട്രൗസേഴ്സാണവൾ ധരിച്ചിരിക്കുന്നത്. തള്ളി നിൽക്കുന്ന മാറിടം മുക്കാലും നഗ്നം. ജസ്റ്റിൻ അവളുടെ തടിച്ച കൈവണ്ണയിൽ മുഖമുരസി. ക്ലബ് നർത്തകിയാണവൾ.

"ഹായ് മിലൻ. ഗല്ലു ഹൗ ആർ യൂ."

"ഫയിൻ."

ഗല്ലു മൃദുവായി പറഞ്ഞു. മിഷ ജസ്റ്റിന്റെ മടിയിൽ നിന്നും എത്തിവലിഞ്ഞു ഗല്ലുവിന്റെ കവിളിൽ ചുബിച്ചു.

ആ നിമിഷം തോന്നിയ ഉൾവലിയിൽ ഗല്ലുവിന്റെ കണ്ണുകളോടിടഞ്ഞു. മിഷയെയും ജസ്റ്റിനെയും തനിച്ചാക്കി ബിയറിന്റെ പാതിലഹരിയിൽ മടങ്ങുമ്പോൾ പതിയെ പറഞ്ഞു.

"മിഷയെ എനിക്കിഷ്ടമല്ല."

"ജസ്റ്റിനെ എനിക്കും." ഗല്ലു ചിരിച്ചു

ശരീരത്തിന്റെ ആവേശങ്ങളിൽ തട്ടിത്തെറിച്ചൊഴുകുന്ന ജർമനിയുടെ യൗവനത്തിമിർപ്പുകൾക്കിടയിൽ തലനീട്ടാത്ത നാമ്പുകൾ പോലെ ഗല്ലുവുമായുള്ള തണുത്ത സ്നേഹം

മിലൻ ഉറങ്ങാൻ ശ്രമിച്ചപ്പോഴൊക്കെ ഗല്ലു അവളുടെ നെറ്റിയിൽ ഉമ്മ വച്ചുണർത്തി.

"ഉണർന്നിരിക്കു മിലൻ. ഞാൻ നിന്നോടൊപ്പമുണ്ട്."

ഉറങ്ങാതിരിക്കാൻ മിലൻ കണ്ണുകൾ തുറന്നു വച്ചു.

നാല്

ഉണ്ണികൃഷ്ണന്റെ വീടിന് വലതുവശത്താണ് വാസ്വേട്ടന്റെ മില്ല്. ആ മുറ്റത്ത് കയറുമ്പോഴേ മല്ലിയുടെയും മുളകിന്റെയും ഗന്ധമുയരും. മില്ലിനോടടുപ്പിച്ച് തന്നെയാണ് വീടും. മിലൻ സച്ചിനെ കൂട്ട് പിടിച്ച് മില്ല് കാണാൻ ചെന്നപ്പോൾ വാസ്വേട്ടന്റെ ഭാര്യ ഗൗര്യേടത്തി അവളെ വീട്ടിലേക്ക് ക്ഷണിച്ചു. അവർക്ക് രണ്ട് പെൺകുട്ടികളാണ്. മൂത്ത മകൾ കണ്ണൂരിലെ പ്രൈവറ്റ് ആസ്പത്രിയിൽ നഴ്സാണ്. ഇളയ മകൾ തയ്യൽ ക്കടയിൽ പോകുന്നുണ്ട്. അവർ മിലന് നെയ്യപ്പവും ചായയും കൊടുത്തു. സ്വാദുള്ള അപ്പം കടിച്ചു തിന്നുമ്പോൾ സച്ചിൻ മില്ലിന് മുന്നിൽ കാത്തു നിൽക്കുന്നത് മിലൻ കാണുന്നുണ്ടായിരുന്നു. ഗൗര്യേടത്തി മനഃപൂർവം അവനെ തഴഞ്ഞതാണ്. അവർക്ക് ജർമനിയെക്കുറിച്ചും, പപ്പയുടെ ജീവിതത്തെക്കുറിച്ചുമൊക്കെ പലതും അറിയണമെന്നുണ്ട്. എങ്ങും തൊടാതുള്ള ഉത്തരങ്ങളിൽ അവർ സംതൃപ്തയല്ലെന്ന് മനസിലാക്കാമായിരുന്നു.

ആദീനെ ഒന്നു കാണാനാശയാവുന്നൂന്ന് അങ്ങേരെന്നും പറയും. ചെറുപ്പത്തിൽ രണ്ടാളും വല്യ കൂട്ടായിരുന്നത്രെ. ക്രിക്കറ്റ് കളിക്കൊക്കെ പോകുമ്പം അങ്ങേരാത്രെ ഒപ്പം കൂടീരുന്നത്.

മധുരം കുറഞ്ഞ കടുപ്പമില്ലാത്ത ചായ ഊതിക്കുടിച്ചുകൊണ്ട് മിലൻ എല്ലാം കേട്ടു.

"മോളിനി എന്നാ തിരിച്ചു പോകുന്നെ. അമ്മേം, അച്ചനേമൊക്കെ വിട്ടു നിക്കണത് ഇതാദ്യമാട്ടാരിക്കും ല്ലേ."

അതിന് മിലൻ ഉത്തരം പറഞ്ഞില്ല. അവൾ ഗൗര്യേടത്തിയെ നോക്കി. അവർക്കപ്പുറത്തുള്ള ഇരുട്ടിൽ എന്തോ ഒരനക്കം. സൂക്ഷിച്ചു നോക്കുമ്പോൾ തെളിയുന്ന വികൃതമായ മനുഷ്യരൂപം.

"അത് അങ്ങേരടെ അച്ചനാ. ഒന്നും കാണ്വോം, കേൾക്ക്വോമില്ല. എന്നാലും കട്ടിലീ കെടന്ന് പിറുപിറുങ്ങനെ പറേം. എന്തു കൊടുത്താലും മുക്കുമുട്ടെ തിന്നും. നൂറോ അതിലധികമോ പ്രായായി. ഇക്കാണണതൊന്ന്വല്ല മോളെ കായ്ച്ച. നല്ല പ്രായത്തിൽ വേണാടന്റൊപ്പം സകല കളീം കളിച്ചതാ."

വേണാടനോ. ആരാത്.

മുറ്റത്ത് ഉണക്കാനിട്ട നെല്ല് കോഴികൾ കൊത്തിത്തിന്നുന്നത് കണ്ട് ഒരു വടിയുമായി ഗൗര്യേടത്തി ഓടിയിറങ്ങി. കോഴികൾ കൊക്കറക്കോ എന്നു ശബ്ദമുണ്ടാക്കി ചിറകുകൾ വിടർത്തി അവരിൽ നിന്നും

ഒഴിഞ്ഞോടുന്നത് മിലനെ രസിപ്പിച്ചു. അവരുടെ തടിച്ച ശരീരം തുളുമ്പി. തിരികെ വന്നവർ മിലന്റെ കസേരയ്ക്കരികെ സിമന്റിട്ട തറയിലിരുന്നു. കോഴികൾ ഇനിയും വന്നാൽ ഓടിക്കുമെന്ന കൈ പ്രയോഗങ്ങളോടെ അവർ പറഞ്ഞു.

"ഞാനൊന്നും പെറന്നിട്ടുണ്ടാവൂല. അങ്ങേര്ടെ കാര്യം തന്നെ എനിക്കറീല്ല. തലശ്ശേരീല് വല്യ റൗഡിയായിരുന്നത്രെ വേണാടൻ. പത്തു പതിനഞ്ചാള് വന്നാലും പിടിച്ചു നിക്കാനൊക്കൂലാന്ന് പറേം. എന്താരുന്നത്രെ തണ്ടും തടീം, നല്ല ധൈര്യോം. ഹനുമാൻ സേവേം ഒണ്ടാരുന്നൂന്ന്. ഹനുമാൻ മേത്ത് കേറ്യാൽ പിന്നെ ആരിക്കെങ്കിലും പിടിച്ചാ കിട്ട്വോ. മൂപ്പരെ തറ പറ്റിക്കാൻ ചെലരൊക്കെ കൊറേ ശ്രമിച്ചതാ. അത്തോളി മലേടെ അടീലൊരു ഗുഹേണ്ട്. അതിലാരുന്നത്രെ പൂജേം സേവേം. ഒരു കാര്യോണ്ട്. മീനും, എറച്ചീം, തൊടൂല. അടീം, പിടീം, ഒക്കേണ്ടേലും നേരുള്ളോനാ. പിന്നീന്നു കുത്തി ആരേം ചതിക്കൂല. എന്നാലും നെറയെ ശത്രുക്കളാരുന്നു. അണ്ടലൂർ കാവിന്റാട തീയ്യര് ബാല്യക്കാരുണ്ടാരുന്നു. നല്ല വീറും, വാശീം ഒള്ളോര് കളരിയഭ്യാസോക്കെ പഠിച്ച് മെയ്‌വഴക്കമുള്ള പിള്ളേര്. ഓരോന്നിച്ചു ചേർന്നു പൊരുതീട്ടും വേണാടനെ ജയിക്കാൻ പറ്റൂലാന്ന് കണ്ടപ്പം കോറത്തുണി നനച്ചാ അയാളെ പിടിച്ചു കെട്ടീത്. അടിച്ചവശനാക്കേം ചെയ്തു. പിന്നെ അങ്ങേര് ഏറെക്കാലം ജീവിച്ചിരുന്നില്ലാത്രെ."

ആ അനീതിയോട് മിലന് ദേഷ്യം തോന്നി.

ഓരാളെ ഇത്രയേറെ ആളുകൾ ചേർന്ന് കെട്ടിയിട്ടടിക്കാൻ ഒട്ടും ലജ്ജയില്ലേ.

"അതങ്ങനാ മോളേ. പണ്ടത്തെ ആളോള് ഒന്നിച്ച് ചേർന്നാരേലും ദ്രോഹിക്കുന്നത് ധർമത്തിന് വേണ്ട്യാ. ഒരാപത്തിനെ ചെറുക്കാനാ കൂട്ടു ചേരുന്നെ. പക്ഷേ ഇപ്പളോ. ഒരു പത്തു പതിനേഴ് വയസുള്ള ചെക്കനെ പണിയെടുക്കുന്ന പീട്യേല് കേറി വെട്ടീം, കുത്തീം കൊന്നത് എത്രാളോള് ചേർന്നാ. നരുന്ത് പോലത്തെ കുട്ടി. അതാർന്നു ആ വീട് നോക്കീരുന്നത്. ആ അമ്മേന്റെ കണ്ണീര് പത്രങ്ങളിലും, ടീവിലുമൊക്കെ വല്യ കാഴ്ചേലങ്ങനെ കൊടുത്തിരിക്കയാ. അതുകണ്ട് സയ്ക്കാൻ പറ്റത്തില്ല."

മിലൻ ഹരിയെ ഓർത്തു. അനാഥയായ, വൃദ്ധയായ അയാളുടെ അമ്മ. അങ്ങനെ ആയിരക്കണക്കിന് അമ്മമാരുടെ കൂട്ടനിലവിളി. അവരുടെ നെഞ്ചകം പൊട്ടിയുള്ള കണ്ണീർ. ഇതൊന്നും ഒരിക്കലും അവസാനിക്കില്ലേ.

ചാറ്റൽ മഴയുള്ള സന്ധ്യയുടെ ഇരുട്ടിൽ ഭിത്തിയിലെ ആ വലിയ മുഖത്തേക്കവൾ സൂക്ഷിച്ചു നോക്കി. നീളമുള്ള കൺപീലികളുള്ള അറ്റം കൂർത്ത ആ കണ്ണുകൾ തന്റേതു തന്നെയോ. നന്നെ തുടുത്ത ചുണ്ടുകൾക്കും സമാനതയുണ്ട്. തണുത്ത, പഴകിയ കാറ്റ് ആ മുറിയിലൊന്നു വട്ടം കറങ്ങിയപ്പോൾ വലിയ കണ്ണുകൾ കൂടുതൽ വിടർത്തി മാതേയി അവളെ സൂക്ഷിച്ചുനോക്കി. മിലൻ അത്ഭുതപ്പെട്ടു നിൽക്കെ ആ ചുണ്ടുകൾ മനോഹരമായ ഒരു ചിരിയിൽ വിടർന്നു. ഇരുട്ടുള്ള ആ മുറിയിൽ

ചിരിയുടെ പ്രകാശരേണുക്കൾ നിറയുന്നു. ആ ചിത്രത്തിൽ നിന്നും ജീവൻ പൂണ്ട് അവരിറങ്ങി വന്നേക്കുമോ. എന്താവും വേഷം സാരിയോ, ചുരിദാറോ ആവില്ല. പഴയ ചിത്രങ്ങളിലെന്നതു പോലെ ബ്ലൗസിടാതെ മേൽ മുണ്ടുമായോ. ഒരു വിസ്മയ ലോകത്തിലെത്തിയ കോരിത്തരിപ്പോടെ സർവം മറന്നു നിൽക്കുമ്പോൾ ചാരിയ വാതിൽ ആരോ തുറന്നു. എല്ലാം മാഞ്ഞിരിക്കുന്നു. ഇരുട്ടിൽ മുങ്ങിയ ആ ചിത്രത്തിന്റെ മങ്ങിയ നിഴൽ മാത്രം സച്ചിമ്മയാണ്.

"നീയെന്തെടുക്കുകയാ കുട്ടീ ഇരുട്ടത്ത്."

അവർ തന്നെ സ്വിച്ച് തപ്പിയെടുത്ത് ഓൺ ചെയ്തു. കസേരകളൊക്കെ പൊടി പിടിച്ചു കിടക്കുന്നു. ഒരു പഴന്തുണികൊണ്ട് ഒരു തടിക്കസേര വൃത്തിയാക്കി സച്ചിമ്മ അതിലിരുന്നു.

"എന്തിനാ എപ്പഴും ഇവിടിങ്ങനെ വന്നിരിക്കുന്നെ. നിന്റെ പപ്പക്കുമുണ്ടായിരുന്നു ഈ ശീലോക്കെ. ചെറിയ ചിത്രം ഇത്രേം വലുതാക്കി വരച്ചത് ഓന്റെ നിർബന്ധാ. ഇപ്പോ ഒന്നും ഓർമേല്ലാതായി. എല്ലാ ബന്ധോം ഫോണിലൊതുങ്ങുകയാണല്ലോ."

മിലൻ മിണ്ടാതെ നിന്നു. ഉൾത്തരിപ്പിൽ നിന്നവൾ അപ്പോഴും മുക്തയായിരുന്നില്ല.

"ഇതിന്റാത്ത് കൊറേ നാളായി ഞാനും കേറലില്ല. വായിക്കാനൊന്നും കയ്യാതായിരിക്കുന്നു. വഹീദ് എപ്പളെങ്കിലും വന്നു മുട്ടത്തുവർക്കിന്റെ കഥകള് എടുത്തോണ്ട് പോവും. പിന്നെ ഗുണ്ടർട്ടിന്റെ കൊച്ച് പുസ്തങ്ങളുണ്ട്. ഒക്കെ ദ്രവിച്ചിരിക്കും. വഹീദ് പൊടി തട്ടി വക്കണതു കൊണ്ടാ."

സത്യത്തിൽ അദ്ദേഹവുമായി ഈ മുത്തശ്ശിക്ക് പ്രണയമായിരുന്നോ.

സച്ചിമ്മയുടെ മുഖഭാവം മിലന് വ്യക്തമായിരുന്നില്ല. എന്നാലും സംസാരിക്കാൻ അവർ താൽപ്പര്യപ്പെട്ടു

"പ്രണയംന്നൊന്നും പറയാൻ എനിക്കാവില്ല. സ്നേഹായിരുന്നു. അക്കഥ അധികാരും അറിഞ്ഞിട്ടൂല്ല. എന്നാലും ഞങ്ങള് തലമുറകളായി പഴം പാട്ട് പോലെ സൂക്ഷിച്ചിട്ടുണ്ട്. നിന്റെ അച്ചച്ചന് ഇവരുടെ കഥേൽ വല്യ താൽപ്പര്യായിരുന്നു. ഓറെഴുതിയ ഡയറിക്കുറിപ്പൊക്കെ മാറ്റിയെഴുതിയും, അച്ചടിച്ച് പുസ്തകങ്ങളാക്കിയുമൊക്കെ സൂക്ഷിച്ചിട്ടുണ്ട്."

മിലന്റെ വിടർന്ന മുഖത്തേക്കൊന്നു ഊന്നിനോക്കി സച്ചിമ്മ പറഞ്ഞു.

"ഓർക്ക് ഗുണ്ടർട്ട് സായിപ്പിനോട് ഒരു തരം ഭ്രാന്തമായ സ്നേഹായിരുന്നു. നീ പറഞ്ഞത് പൊലൊക്കെ തന്നെയാവും."

അക്കാലത്ത് ഈ തറവാട്ടിലെ പെൺകുട്ടിക്ക് ഒരു സായ്പിനോട് പ്രേമം തോന്നുകാന്നു വച്ചാൽ അതെങ്ങനെ സംഭവിച്ചു.

"അതൊരു വല്യ കഥയാ മോളെ."

മിലൻ കാത്തു നിന്നു, നിയന്ത്രിക്കാനാവാത്തത്രയും ആവേശത്തോടെ.

സായിപ്പ് ഇല്ലിക്കുന്ന് ബംഗ്ലാവില് താമസിക്കുന്ന സമയാരുന്നു. ഇപ്പഴും അത് ഗവണ്മെന്റ് നന്നായി സൂക്ഷിക്കുന്നുണ്ട്. ഗുണ്ടർട്ട് ബംഗ്ലാ

വെന്നവന്നാ പേരും. അദ്ദേഹത്തിന്റെ ഭാര്യ ജൂലിമദാമ്മയെ മലയാളം പഠിപ്പിക്കാൻ ഒരു പെൺകുട്ടിയെ അന്വേഷിക്കുന്നുണ്ടായിരുന്നു. നിന്റെ അച്ചച്ചന്റെ മുത്തശ്ശൻ അന്ന് ചെല സായിപ്പമ്മാരുമായൊക്കെ നല്ല ലോഗ്യത്തിലാരുന്നു. ഗുണ്ടർട്ടുമായും നല്ല അടുപ്പം. ബംഗ്ലാവില് സ്ഥിരമായി പോകുമാരുന്നു. അതോണ്ടാവണം സ്വന്തം പെങ്ങളെ മദാമ്മേടെ സഹായത്തിനായി ബംഗ്ലാവിലയച്ചത്. അതിനും ഒരു കാരണോണ്ട്. അക്കാലത്ത് പെണ്ണുങ്ങൾക്ക് പഠിപ്പുണ്ടാരുന്നോ, സ്വാതന്ത്ര്യോണ്ടോ, അടുക്കളേലും, നടുമുറ്റത്തുമൊക്കെയായി ജീവിതം തീർക്കണോര്ടെ കാലം. ഇംഗ്ലീഷരോടൊത്ത് നടക്കണ ആൾക്ക് വല്യ പുരോഗമന ചിന്തയാരുന്നു. ഇവിടുത്തെ പെണ്ണുങ്ങൾക്കും വിദ്യാഭ്യാസം വേണംന്നു പറഞ്ഞു പ്രസംഗിക്കുകയൊക്കെ ചെയ്യുമാരുന്നു. ആങ്ങളേടെ തൽസ്വരൂപാണ് മാതേയിയമ്മ. ഓറ് മലയാളോം സംസ്കൃതോക്കെ പഠിച്ചിരുന്നു. ഇത്തരം പുരോഗമന ചിന്തയൊക്കെ എക്കാലത്തെയും മനിശമ്മാര്ടെ മനസിലൊണ്ടാരുന്നു. ഇംഗ്ലീഷ് പഠിക്കാൻ ഓർക്കും വല്യ ആശയാരുന്നു. ബംഗ്ലാവിലാവുമ്പം പെങ്ങളും മദാമ്മമാരെ പോലെ പരിഷ്കാര്യാവുംന്ന് ചിന്തിച്ചു കാണും.

"എന്നിട്ട്."

ആ ഫോട്ടോയിലേക്ക് സൂക്ഷിച്ചു നോക്കി സച്ചമ്മ. തന്റെ പ്രണയ കഥ കാലങ്ങൾക്കിപ്പുറം വിരുന്നുകാരിയായെത്തിയ പുതു തലമുറക്കാരിയോട് പറയുന്നതിൽ അവരുടെ വികാരമെന്താവാം.

അന്ന് പത്ത് പതിനേഴ് വയസുള്ള പെൺകുട്ടിക്ക് ഒരുപാട് സവിശേഷതകളുള്ള സായിപ്പിനോട് അനുരാഗം തോന്നി. മദാമ്മേടെ ഒപ്പമുള്ളോർക്ക് അദ്ദേഹത്തെ എന്നും കാണാനും, സംസാരിക്കാനുമൊക്കെ എളുപ്പമാണ്ല്ലോ. പക്ഷേ നമ്മുടെ സദാചാരബോധവും സംസ്കാരവുമാകണം, ഒരു നോട്ടം കൊണ്ട് പോലും അവർ ഗുണ്ടർട്ടിനെ തന്റെ മൂക പ്രണയമറിയിച്ചില്ല. അന്നവർ കവിതകളെഴുതിയിരുന്നു. മലയാളത്തിലും ഇംഗ്ലീഷിലും. എല്ലാം മനസിലെ ചുട്ടുനീറുന്ന പ്രണയ കവിതകൾ.

ഗുണ്ടർട്ടിന്റെ അച്ഛൻ ലുഡ് വിഗിന് ബാഡൽ മിഷന്റെ പ്രവർത്തനങ്ങളോടുള്ള താൽപ്പര്യമായിരുന്നു മകനിലേക്കും പകർന്നത്. അതാണ് മലയാളത്തിന് ലഭിച്ച മഹാഭാഗ്യവും.

സംസാരം വഴിമാറി പോവുകയാണോ എന്ന സംശയത്തോടെ മിലൻ ചെവിയോർത്തു. അവളുടെ കണ്ണുകളിലെ ആവേശത്തിന് വല്ലാത്ത തിളക്കമായിരുന്നു.

അന്നിവിടെ ചെറ്യ പാഠശാലകളേ ഉണ്ടായിരുന്നുള്ളു. അതും വല്യ ജാതിക്കാര്ടെ കുട്ട്യോൾക്ക് പഠിക്കാൻ. കാവ്യങ്ങളും അമരകോശവും ചില്ലറ കണക്കുകളും. ഗുണ്ടർട്ടാണ് ചരിത്രവും ഭൂമിശാസ്ത്രവും പ്രത്യേകിച്ച് ഇംഗ്ലീഷും ഇവിടെ പാഠ്യവിഷയങ്ങളാക്കിയത്, അദ്ദേഹമാണ് സ്കൂളുകൾ തുടങ്ങ്യതും. കുട്ട്യോളെ പഠിപ്പിക്കുന്നതിൽപ്പരം സന്തോഷം അദ്ദേഹത്തിന് മറ്റൊന്നില്ലാരുന്നു. കൊറേ ഭാഷകള് പഠിച്ചു. ഇല്ലിക്കുന്നിലെത്ത്യേന് ശേഷാണ് മലയാളം പഠിച്ചത്. തലശ്ശേരിക്കാരിൽ ചെല

രൊക്കെ അദ്ദേഹത്തിന്റെ ഗുരുനാഥന്മാരാരുന്നു. അതില് ചൊക്ലീലെ ഈരാച്ചേരി ഗുരുക്കന്മാരാ പ്രധാനികള്. ഇംഗ്ലീഷാരുടെ മൂച്ചൊന്നും അദ്ദേഹത്തിനില്ലാരുന്നു. അങ്ങേയറ്റത്തെ ബഹുമാനത്തോടെയാ നമ്മോട് പെരുമാറീത്.

മുറിയിലെ നേർത്ത ഇരുട്ടും, പഴകിയ ഗന്ധവും വീർപ്പുമുട്ടിച്ചിട്ടാവണം സച്ചമ്മ വരാന്തയിലേക്കിറങ്ങിയത്. ഉരുളൻ തൂണുകൾക്കിടയിലെ ചൂരൽ കസേരയിലിരുന്നു ചാറ്റൽ മഴയിൽ കുതിരുന്ന ഇരുട്ടിലേക്കവർ ഉറ്റു നോക്കിയിരുന്നു. തൂണിന്റെ തണുപ്പിൽ കവിൾ ചേർത്തു വച്ച് മിലൻ അക്ഷമയായി നിന്നു.

മദാമ്മേം, സായിപ്പും ചേർന്നു അനാഥാലയങ്ങള് നടത്തീരുന്നു. പാവപ്പെട്ട പെൺകുട്ടികൾക്ക് തയ്യലും, ഇംഗ്ലീഷുമൊക്കെ മദാമ്മ പഠിപ്പിച്ചു കൊടുത്തു. മാതേയിയമ്മ ആ അന്തരീക്ഷവുമായി ഇണങ്ങിച്ചേർന്നു. ആ സമയത്തൊക്കെ അവരുടെ കല്യാണം നടത്താൻ വീട്ടാര് കൊറേ ശ്രമിച്ചതാ. സായിപ്പിന്റെ ബംഗ്ലാവിൽ പോയി വരുന്ന പെണ്ണിനെ കല്യാണം കഴിക്കാൻ നല്ല കുടുംബത്തീന്ന് ആരും വന്നതുല്ല.

നാൽപ്പത്തി ഒമ്പതിലോ മറ്റോ ഗുണ്ടർട്ട് ചിറക്കലേക്ക് താമസം മാറുമ്പഴായിരുന്നു പ്രശ്നായത്. ബംഗ്ലാവിലെ വേലക്കാരോടൊപ്പം മാതേയിയും പോവാനെറങ്ങി. തറവാട്ടിൽ വല്യ പ്രശ്നായി. ഇക്കാര്യത്തിൽ, എല്ലാറ്റിനും ഒപ്പം നിന്ന ആങ്ങളേം കൂട്ടുനിന്നില്ല. അദ്ദേഹം ചെയ്തതോർത്ത് പശ്ചാത്തപിച്ചു തുടങ്ങിയിരുന്നു.

സായിപ്പിനാണേൽ നല്ല സുഖല്ലാത്ത സമയം. ജൂലി മദാമ്മ എളേ കൊച്ചിനെ പ്രസവിച്ചതിന് ശേഷം രോഗാവസ്ഥയിലുമായി. ആരുടെ എതിർപ്പും വകവയ്ക്കാതെ മാതേയി ചിറക്കലേക്ക് പോയി. പനി മൂർഛിച്ച് ശബ്ദം നഷ്ടായ ഗുണ്ടർട്ടിന്റെ ബംഗ്ലാവിലെ വേലക്കാരികൾക്കൊപ്പം കാണാമറയത്തവരുണ്ടായിരുന്നു. മരുന്നും ഭക്ഷണവും വിശ്രമവും മാത്രമല്ല അദ്ദേഹത്തിന്റെ ഓരോ ചലനവും നോക്കി കൊറേ നാൾ പ്രാർഥനയുമായി അവിടെക്കഴിഞ്ഞു. പിന്നെ തറവാട്ടിലെ ആണുങ്ങൾ ചേർന്നു അവരെ പിടിച്ചു കൊണ്ടുപോന്നു.

അവിടെയുണ്ടായ ഏകാന്ത തടവ് അവരുടെ മാനസിക നില തകർത്തു. പിന്നീട് ഗുണ്ടർട്ടും ഭാര്യയും കോഴിക്കോട്ടേക്ക് സ്ഥലം മാറിപ്പോയ അവസരത്തിൽ ഒരു കാളവണ്ടിക്കാരന്റെ സഹായത്തോടെ മാതേയിയമ്മ തറവാട്ടിൽ നിന്നും ഒളിച്ചോടി. അന്നവിടെ വച്ച് അദ്ദേഹത്തിന്റെ കാൽക്കൽ വീണ്, തന്നെ മടക്കി അയയ്ക്കരുതെന്നപേക്ഷിച്ചത്രെ. അപ്പോഴേ ഗുണ്ടർട്ടും ഭാര്യയും കാര്യങ്ങളൊക്കെ മനസിലാക്കിയുള്ളു. അദ്ദേഹം തീർത്തും രോഗിയായിക്കഴിഞ്ഞിരുന്നു. മദാമ്മ നിസ്സഹായയുമായിരുന്നു. വീട്ടുകാർ അന്വേഷിച്ചു ചെന്നപ്പോൾ ശിഷ്ടകാലം അദ്ദേഹത്തിന്റെ കാൽക്കൽ കഴിച്ചുകൊള്ളാമെന്ന് ഒറക്കെ നിലവിളിച്ചത്രെ.

സച്ചമ്മയുടെ കണ്ണുകൾ നിറഞ്ഞുവന്നു. തൊണ്ട ഇടറിയിരുന്നു.

ഇന്നത്തെ കാലൊന്നല്ല പെങ്കുട്ട്യോള് കാരണോമ്മാർക്ക് കീഴ്പ്പൊട്ട് ജീവിക്കണംന്നല്ലേ. ഒരു പ്രാന്തത്തീനെ പോലാ ഓറെ മുറീലിട്ടടച്ചത്.

എന്തോ ബാധ കൂടിയതാന്നും പറഞ്ഞ് കൊറേ മന്ത്രവാദോം, ഹോമോം ഒക്കെ നടത്തിനോക്കി. ആ ഏകാന്തവാസത്തിലും അവർ അദ്ദേഹത്തിന്റെ പടങ്ങൾ വരച്ചു. കവിതകളെഴുതി.

ഗുണ്ടർട്ട് രക്താതിസാരം വന്നു ഗുരുതരാവസ്ഥയിലായി. ഭാര്യയെയും മോളെയും കേരളത്തിൽ വിട്ട് അദ്ദേഹം തിര്യെപ്പോയി. ചികിത്സയൊന്നും ഫലിച്ചില്ല. 1859 ഏപ്രീലിലായിരുന്നു. ഏതെങ്കിലും ഒരു പോഴനെക്കൊണ്ടെങ്കിലും കല്യാണം കഴിപ്പിക്കാൻ വീട്ടാര് കഠിനമായി ശ്രമിച്ചിട്ടും നടന്നില്ല. അത് പറയുമ്പോൾ സച്ചമ്മയടെ മുഖത്ത് അഭിമാനമായിരുന്നു. അദ്ദേഹം മരിച്ചതറിഞ്ഞ് ജൂലിമദാമ്മ കൊടുത്ത വൈരമോതിരം വിഴുങ്ങിയാ ഓര് ആത്മഹത്യ ചെയ്തെ. 1893 ഏപ്രിൽ 26 ന്

സച്ചമ്മ കണ്ണടയൂരി കണ്ണുകൾ തുടച്ചു.

അന്ന് തറവാട്ടിലെ മുതിർന്നോർക്ക് ഓറൊരു നാണക്കേടായിരുന്നു. ഇംഗ്ലീഷില് വർത്താനം പറേം, മുണ്ടും കുപ്പായോം മാറ്റി മദാമ്മേടെ പഴേ കുപ്പായോം ഇട്ടോണ്ട് നടക്കേം, കവിതകളെഴുതേം ഒക്കെ ചെയ്യുന്നത് ആരിക്കും സയിച്ചില്ല. പ്രാന്തത്തീന്നും പറഞ്ഞു കൊറേ കാലം മുറീലിട്ടടച്ചു. അവിടിരുന്നു മലയാളത്തിലും ഇംഗ്ലീഷിലും ഓറെഴുതിയ കത്തുകളും കവിതകളും ഒക്കെ ഇവിടൊണ്ടാരുന്നു. കൊറേയൊക്കെ പൊടിഞ്ഞു പോയി. ആദീന്റച്ഛൻ ഡയറീലെഴുതി കൊറച്ചൊക്കെ സൂക്ഷിച്ചിട്ടുണ്ട്.

സച്ചമ്മ പറഞ്ഞു നിർത്തി. അവർ ക്ഷീണിച്ചിരുന്നു. പതിയെ അവർ പടികളിറങ്ങി താഴേക്ക് പോയപ്പോൾ മിലൻ ലൈബ്രറിയിലേക്ക് കടന്നു ചെന്നു. അവിടെ ഫ്രോക്കിട്ട മുടി മുറിച്ച ഒരു സുന്ദരി നിൽപ്പുണ്ടായിരുന്നു. കണ്ണിലും കരളിലും പ്രണയത്തിളക്കവുമായി അവൾ നിന്നു ചിരിച്ചു.

അഞ്ച്

കോട്ടയ്ക്ക് മുന്നിലുള്ള ലൈബ്രറിക്കരികിലൂടെ ഉണ്ണിക്കൃഷ്ണൻ ധൃതിയിൽ നടന്നുവരുന്നത് കണ്ടു. വഹീദ് ബൈക്ക് നിർത്തി. ചിരിയില്ലാത്ത മുഖത്തെ, തടിച്ച പുരികങ്ങൾക്ക് കീഴെ ചുവപ്പ് പടർന്ന കണ്ണുകളിലെ ഭാവം അപരിചിതമായി തോന്നി വഹീദിന്.

പുതിയ ഷോപ്പിങ് കോംപ്ലക്സിന്റെ ടൈൽ പാകിയ മുറ്റത്ത് വണ്ടി ഒതുക്കി അയാൾ ഇറങ്ങി. വഹീദിന്റെ കുശലാന്വേഷണങ്ങൾക്കല്ല ഉണ്ണിക്കൃഷ്ണൻ മറുപടി പറഞ്ഞത്. അയാളുടെ തലയ്ക്കുള്ളിൽ ആയിരം ചിന്തകൾ തിളച്ചു തൂവുന്നുണ്ടായിരുന്നു.

"എന്താ ഉണ്ണ്യേട്ടാ ഇങ്ങനെ."

"ഓറെ രണ്ടാളേം ജാമ്യത്തിൽ വിട്ടു. സുദേവനേം, ശ്രീനിയേം. നമ്മടെ ഹരിയെ വെട്ടിനുറുക്കീറ്റ് ഓറ് ഇന്നാട്ടിലൂടെ സുകായി നടക്കണേത് ഞമ്മക്കൊന്ന് കാണണം."

വഹീദിന്റെ സിരകളിലും രക്തമിരമ്പി. കോട്ടയ്ക്ക് മുകളിൽ ആകാശം നിശ്ചലമായി തലശ്ശേരിയെ ഉറ്റു നോക്കുന്നു. കണ്ണീരിന് കാവൽക്കാ

രെന്ന പോലെ കോട്ടയ്ക്കിരുവശവും കാവൽ ഭൂതങ്ങൾ കൈയിൽ രക്തം പുരളാത്ത കുന്തവുമായി കാത്തു നിൽക്കുന്നു.

"ഞാനിന്ന് കോടതീല് പോയെടാ വഹീദേ. രണ്ടിനേം കണ്ടു. ഓനെന്ത് തെറ്റാ ചെയ്തേന്ന് ചോദിക്കണ്ടേ. അതിനൊത്തില്ല. കൊറേ യെണ്ണം വന്ന് മാലയിട്ട് ആനയിച്ച് കൊണ്ടോയി എന്തായാലും അയി റ്റ്യോള് നാട്ടിലോട്ടന്നെയല്ലേ."

"മറ്റു പ്രതികളോ ഉണ്ണ്യേട്ടാ."

"ഒക്കെ ക്വട്ടേഷനിലെ ഗുണ്ടകളാ. അക്കൂട്ടരെ നോക്കണ്ട. ഇതങ്ങ നാന്നോ. ഹരീന്റെ നെഴല് പോലെ നടന്നോരാ. ഓറോടൊന്ന് ചോയി ക്കാണ്ട് വെറുതെ നടന്നാ പറ്റോ."

"വേണ്ട ഉണ്ണ്യേട്ടാ. ചോദിച്ചും പറഞ്ഞുമാ പിന്നേം പ്രശ്നങ്ങളു ണ്ടാകുന്നെ."

ഉണ്ണികൃഷ്ണന്റെ തീയാളുന്ന മനസിലേക്ക് നോക്കി നിൽക്കെ വഹീദും പുകഞ്ഞു. ഓരോ മനസിലേക്കും കാട്ടുതീ പോലെ പക കത്തി പ്പടരുന്നു. ഊതിത്തണുപ്പിച്ച മനസ്സോടെ വഹീദ് സംസാരദിശ മാറ്റി.

"ഉണ്ണ്യേട്ടന്റെ ഓട്ടോ എവിടെ."

"ഞാനിന്നെടുത്തിറ്റില്ല. വഹീദേ. വർക്ഷോപ്പിലാ. എപ്പളും പണി യന്നെ. ആ ബ്ലേഡുകാരനിതിന്റെ പൊല്ലാപ്പൊന്നും തിരിയൂല. എന്റെ കുറ്റം കൊണ്ടാ വണ്ടിക്ക് പണി വരുന്നതെന്നാ മൂപ്പർടെ വിചാരം. ആളെ ക്കൊല്ലുന്ന വർത്താനാ. പക്ഷേ വേറൊരു വഴീം മുന്നിലില്ലല്ലോ."

വഹീദ് മിണ്ടാതെ നിന്നു കേട്ടു.

"ഓളാടയിരുന്നു പത്തു നൂറ് ബീഡി കെട്ടീറ്റെന്താ. ഓരായ്ച്ച തല നീർക്കാണ്ടിരുന്നാലും ഒരീസത്തെ പട്ടിണി മാറ്റാനൊക്കോ."

തൊട്ടടുത്ത കൊൺവെന്റ് സ്കൂളിൽ നിന്നും ആരവം കേട്ടു.

"നീ പൊരേലോട്ട് പോക്കില്ലേ വഹീദേ."

എടയ്ക്കൊന്നു പോവും. ഇക്കാന്റെ കെട്ട്യോള് ശരിയല്ല ഉണ്ണ്യേട്ടാ. ഓർക്കെന്നെ കണ്ടൂടാ. ഉമ്മ മയ്യത്തായേ പിന്നെ എപ്പങ്കിലും പോയി കു ട്ട്യോളെ കാണും. ഇക്ക നൂലിമ്മെ ജീവിക്ക്വാണ്. കാണുമ്പോളൊക്കെ സങ്കടം പറയും.

എന്ത് സങ്കടം. ജലീലിന്റെ കച്ചോടൊക്കെ ഉശാറല്ലേ. പിന്നെ പെമ്പിള്ളേടെ കൊയപ്പത്തിന് കാരണം ഓന് നട്ടെല്ലില്ലാത്തതാ.

ഓറൊരു വല്ലാത്ത സ്വഭാവാ. ഇക്കേ പ്രേമിച്ചതോണ്ട് നടന്ന നിക്കാ ഹല്ലേ. അമ്മായി ഉദ്യോഗസ്ഥ. ഓർടെ ബാപ്പ ഇക്കക്ക് തൊടങ്ങിക്കൊ ടുത്ത കച്ചോടോം. അതിന്റൊരു പവറാ. ഇക്കയാണേൽ മക്കളെ കരുതി ക്ഷമിക്കയാ. തൊട്ടേനും പിടിച്ചേനും മൊഴി ചൊല്ലുന്ന കാലൊക്കെ പോയില്ലേ.

"ഇനിക്കൊരു നിക്കാഹൊന്നു വേണ്ടേടാ. പത്തു മുപ്പത്തിനാലാ യില്ലേ. ഇനിയെപ്പളാ."

വഹീദ് നിരാശയോടെ ചിരിച്ചു.

"സച്ചമ്മേന്റെ വീട്ടിലായതോണ്ട് ഞമ്മടെ കൂട്ടര് പെണ്ണ് തരാൻ മടിക്കണ്. ആ വീട് വിട്ടാ പിന്നെ എനിക്കെന്തുണ്ട് ഉണ്ണ്യേട്ടാ."

ഫയർ സർവീസിൽ നിന്നും മണിമുഴക്കിക്കൊണ്ട് ചുവന്ന വണ്ടി പുറത്തേക്ക് പാഞ്ഞു.

ഓ എന്തപകടാണോ ആവോ.

ഉണ്ണികൃഷ്ണൻ പിറുപിറുത്തു. ഉണ്ണികൃഷ്ണനോട് യാത്ര പറഞ്ഞു പിരിയുമ്പോൾ വഹീദ് ഇക്കയെ ഓർത്തു. കണ്ണാടിയുടെ ബിസ്നസൊക്കെ താറുമാറായി കിടക്കുകയാണെന്ന് കഴിഞ്ഞ തവണയും പറഞ്ഞതാണ്. മെയിൻ റോഡിൽത്തന്നെ നാലഞ്ചു കണ്ണാടിക്കടകളുണ്ട്. മത്സരത്തിൽ എന്നും ഇക്ക തോൽക്കാറാണ് പതിവ്. ഭാര്യയുടെ ആഡംബര ശീലവും, പൊങ്ങച്ചവും, ദുർച്ചെലവും ഒന്നും നിയന്ത്രിക്കാൻ ഇക്കയ്ക്ക് കഴിയില്ല. ആ ദാമ്പത്യ ജീവിതം മനസിലുളവാക്കുന്നത് മടുപ്പാണ്. നിക്കാഹെന്ന വാക്ക് കേൾക്കുമ്പോഴേ പേടി തോന്നും. സച്ചമ്മയല്ലാതൊന്നും ജീവിതത്തിലില്ല. ഉമ്മയുടെ മരണം പോലും അന്യമനസ്കനായി നിന്നു കാണുകയായിരുന്നു. ഇക്കയും, വഹീദും വാവിട്ടു കരഞ്ഞപ്പോൾ ദൂരെ ആൾക്കൂട്ടത്തിലേക്ക് അന്യനെ പോലെ ഒതുങ്ങി നില്ക്കുകയായരുന്നു.

'പെറ്റ തള്ളേ സ്നേഹിച്ചില്ലേടാ നീ'

എന്ന് സച്ചമ്മ ചോദിച്ചപ്പോൾ സങ്കടം തോന്നി. ബന്ധങ്ങൾക്ക് രക്തത്തിന്റെ നിറച്ചാർത്തേകാൻ ഒരിക്കലും കഴിഞ്ഞിട്ടില്ല. തോൽക്കാൻ ഇക്കയെ പോലെ വഹീദും എന്നും തയാറായിരുന്നല്ലോ.

ഹരിയുടെ വീടിന് മുന്നിലെത്തിയപ്പോൾ ബൈക്ക് നിർത്തി. ഒരു കൈലിയും, കൈയില്ലാത്ത ബനിയനുമിട്ട് അവൻ ഇറയത്തിരിപ്പുണ്ടെന്നാണ് തോന്നിയത്. അകത്ത് കയറ്റുകട്ടിലിൽ ഇരുളിലാണ്ട് കിടക്കുന്ന രൂപം വഹീദിനെ കണ്ട മാത്രയിൽ നെഞ്ചു പൊട്ടി കരയാൻ തുടങ്ങി. നേർത്ത നിലവിളി, തലശ്ശേരിയിലെ അമ്മമാരുടെ കൂട്ടക്കരച്ചിലായി ആകാശച്ചെരുവുകളിൽ മറ്റൊലി കൊള്ളുകയാണ്. വഹീദ് കുനിഞ്ഞ് അവരുടെ വിറയ്ക്കുന്ന ശരീരം ഒന്നു തൊട്ടു.

"അമ്മേ."

അയാളുടെ കൈ മുറുകെപ്പിടിച്ച് ആ അമ്മ വാവിട്ടു കരഞ്ഞു.

"എന്റെ പൊന്നോനേ."

ആ ചുട്ടു പൊള്ളുന്ന നെഞ്ചിന്റെ വേവിൽ ഉരുകി. ബന്ധത്തിലുള്ളതോ, അയൽക്കാരോ ആവണം രണ്ടു സ്ത്രീകൾ അടുക്കളയിൽ നിന്നും പുറത്തുവന്നു വഹീദിനെ തുറിച്ചുനോക്കി നിന്നു. അവരുടെ കണ്ണുകളിൽ പരിഭ്രാന്തിയും അപരിചിതത്വവും നിറഞ്ഞു നിൽക്കുകയാണ്. ആരെ വിശ്വസിക്കണം ആരെ സ്നേഹിക്കണം.

മുറ്റത്ത് മഴയിൽ കുതിർന്ന ചാരക്കൂനയിലേക്കൊന്നു നോക്കി. റീത്തുകളും പൂമാലകളും നിറങ്ങളിൽ കുതിർന്നും കലർന്നും കിടക്കുന്നു, നടവഴിക്കപ്പുറത്ത് കുട്ടാപ്പോട്ടനും ജോണും. വഹീദ് ഒന്നു ചിരിക്കാൻ ശ്രമിച്ചു. പക്ഷേ, അവരുടെ മുഖങ്ങളിൽ ചിരിയില്ല. വല്ലാതെ മുറുകിയ ഭാവം, ഹൃദയങ്ങളിലേക്ക് പടരുന്ന ഈ വരിഞ്ഞുകെട്ടലിന്റെ ഭവിഷ്യത്തോർത്ത് എന്തെങ്കിലും മിണ്ടാനോ, പറയാനോ വഹീദും മടിച്ചു.

ഹരിയെ വെട്ടിയത് സുദേവനും ചേർന്നാണെന്നു വിശ്വസിക്കാൻ വയ്യ. ശ്രീനി കുട്ടിക്കാലം മുതൽ കടുപ്പക്കാരൻ തന്നെയാണ് ആരോടും വഴക്കിടും. കിട്ടിയതെടുത്ത് ആക്രമിക്കുകയും ചെയ്യും. പക്ഷേ സുദേവൻ അങ്ങനെയായിരുന്നില്ല. എന്നും ഹരിക്കൊപ്പം നടന്നിരുന്നു. കൂട്ടുകാർ തന്നെ. വെട്ടേറ്റ നിമിഷം ഹരി എങ്ങനെ പ്രതികരിച്ചിരിക്കും. വാൾത്ത ലപ്പിൽ തന്റെ രക്തം ചിന്തിയെടുത്ത കൂട്ടുകാരെ നോക്കിയ കണ്ണുകളിലെ അന്ത്യഭാവങ്ങൾ എന്തായിരിക്കും.

മഴയുടെ ശക്തി കുറഞ്ഞപ്പോൾ പൊന്നുരുക്കിയെത്തിയ വെയിൽ നോക്കി സച്ചമ്മ പറഞ്ഞു.

"ഇനി ഓണക്കാലം."

പപ്പയുടെ വാക്കുകളിലൂടെ പൊന്നോണക്കാലത്തിന്റെ പൂവിളിയും ഊഞ്ഞാൽ പാട്ടും ഓണത്തപ്പനു മൊക്കെ മനസിലുണ്ട്. പക്ഷേ കേരളത്തിന്റെ നടുമുറ്റത്ത് നിന്നിട്ടും ഒന്നും കാണാനോ കേൾക്കാനോ മിലന് കഴിഞ്ഞില്ല.

"പൂവിടാനൊക്കെ ആരുണ്ടിവിടെ. ഇപ്പോ പൂക്കളോമില്ല ഒന്നൂല്ല. തിരുവോണത്തിന് ഒരു പായസം വച്ചാലായി."

സച്ചമ്മ അലസതയോടെ പറയും. അത് പറ്റില്ല. ഞാനിവിടെ ഉണ്ടല്ലോ. ഇത്തവണത്തെ ഓണം ആഘോഷിക്കണം.

മിലൻ വാശി പിടിച്ചു.

ഓണാഘോഷങ്ങൾ ജർമനിയിലുമുണ്ട്. മലയാളികളുടെ വീടി ന്റെയും, ഫ്ളാറ്റിന്റേയും മുറ്റത്ത്, അല്ലെങ്കിൽ മലയാളി സമാജത്തിന്റെ ഓഫീസ് മുറികളിൽ ഒക്കെ അതിവിപുലമായ ഡിസൈനിങ്ങുകളോടെ തീർത്ത പൂക്കളം, പായസം അകമ്പടിയായുള്ള വെജിറ്റേറിയൻ ലഞ്ച്. രാത്രിയിൽ ഡിന്നർ ഹാളുകളിൽ ഓണപ്പാട്ടും ഓണക്കളികളും വൈവി ധ്യങ്ങളുടെ ആഘോഷം

കേരളത്തിന്റെ മണ്ണിൽ കാലൂന്നി, ഈ തനിമയുടെ ഗന്ധം. ആവാ ഹിച്ച് സ്വന്തമായൊരോണം ജീവിതത്തിലാദ്യമായി. അത്തം മുതൽ മിലൻ ഓണാഘോഷങ്ങൾക്കൊരുങ്ങി. നനവുള്ള മുറ്റത്തും, തൊടിയിലും ഓടി നടന്ന് പൂക്കൾ ശേഖരിക്കാൻ ബീനേച്ചിയുടെ മക്കളും കൂട്ടിനെത്തി. സച്ചിനും ഉത്സാഹത്തോടെ ഒപ്പമെത്തി. കൂടെ നിൽക്കുമ്പോഴൊക്കെ അവന്റെ കണ്ണുകൾ തന്റെ ദേഹത്താകെ അത്ഭുതത്തോടെ ചുറ്റിത്തിരി യുന്നത് മിലൻ ഗൂഢമായി ശ്രദ്ധിക്കുന്നുണ്ടായിരുന്നു. അറിയാത്തഭാവേന സ്പർശിക്കാനും അവൻ ശ്രമിക്കുന്നുണ്ട്. കൗമാരത്തിന്റെ കുതൂഹലത മിലൻ ആസ്വദിച്ചു. ഓണമേളയിൽ പങ്കെടുക്കാതെ അടുക്കളയിലും മുറ്റത്തുമായി ഓരോ ജോലികളിൽ മുഴുകുന്ന മാളുവിനെ ശ്രദ്ധിക്കുന്ന തും അപ്പോഴായിരുന്നു. പൂക്കളമൊരുക്കാനോ, ഊഞ്ഞാലാടാനോ ഒന്നും അവൾ കൂട്ടു ചേർന്നില്ല.

"മാളു നീയെന്തിനാ ഇങ്ങനെ ഓരോ പണീം നുള്ളിപ്പെറുക്കി ചെയ്യു ന്നെ, പോയി കൊറച്ചു നേരം കുട്ട്യോളോടൊത്ത് കളിക്ക്."

സച്ചമ്മ പറയുന്നത് കേട്ടവൾ ഒന്നും മിണ്ടാതെ നിന്നതേയുള്ളൂ.

"വാ മാളു" അപ്പു അവളെ വിളിച്ചു. ഇല്ലെന്നവൾ തലകുലുക്കുന്നത് മിലൻ കൗതുകത്തോടെ നോക്കി.

"എന്താ മാളൂ. രാധേടത്തി ഒന്നും പറയില്ല. നിനക്കിപ്പോ പണിയൊന്നുമില്ലല്ലോ വാ."

മിലൻ വിളിച്ചപ്പോൾ അവൾ വലിയ കണ്ണുകൾ വിടർത്തി പതുക്കെ പറഞ്ഞു. ആരും എന്നെ ഒന്നും പറയില്ലേച്ചീ. ഞാനീടെ പണിയെടുക്കാൻ വന്നതല്ലേ. തിന്നാനും മാസക്കൂലീമൊക്കെ ദെവസോം തരുന്നില്ലേ. കളിച്ചിരുന്നിട്ടെങ്ങനെയാ കൂലി വാങ്ങുന്നെ. നല്ലോരെ ചതിക്കുന്നതറിഞ്ഞ് ദൈവം എന്നോം ശിക്ഷിക്കും.

മിലൻ അത്ഭുതപ്പെട്ടു പോയി. നരുന്ത് പോലിരിക്കുന്ന ആ ചെറിയ രൂപത്തിൽ നിന്നിത്രയും വലിയ വാക്കുകളോ. ആ മുഖത്തും സംസാരത്തിലും നിറഞ്ഞു നിൽക്കുന്ന നിശ്ചയദാർഢ്യം അവളെ ശരിക്കും അമ്പരപ്പിച്ചു.

ഓണത്തിന്റെ ആഘോഷങ്ങൾ ടി വി യിൽ മാത്രമായിരിക്കുന്നു. എന്നു മിലൻ തിരിച്ചറിയുകയായിരുന്നു. മുതിർന്നവരും, കുട്ടികളും ടി വിക്ക് മുന്നിൽ തന്നെ. സൂപ്പർ സ്റ്റാറുകളുടെ പുതിയ സിനിമകളുടെ മത്സരങ്ങൾ. ഓണം ഓഫറുകളിൽ വിലക്കുറവോടെ മത്സരിക്കുന്ന കച്ചവടതന്ത്രങ്ങൾ. കാലം മായ്ച്ചുകളയുന്നു, മനസിലുയർത്തിയ ഓരോ ചിത്രങ്ങളും.

ലൈബ്രറിയിലിരുന്നു വഹീദിന്റെ സഹായത്തോടെ പഴയ ഡയറികൾ അവൾ പരിശോധിച്ചു. മഞ്ഞനിറമാർന്ന് തൊട്ടാൽ പൊടിഞ്ഞു പോകുന്നവ. ശ്രദ്ധയോടെ മിലൻ അതിന്റെ പേജുകൾമറിച്ചു. മലയാളം എഴുതാനോ, വായിക്കാനോ അറിയില്ലെന്നതിൽ നിരാശ തോന്നി.

"ഒന്നു വായിക്കൂ വഹീദ്."

വഹീദ് സാവധാനം വായിച്ചു. മിലൻ ശ്രദ്ധയോടെ കേട്ടു.

കണ്ണാടി ജനലിനപ്പുറം തിളങ്ങിയ നീലരത്നക്കല്ലുകൾ ആകാശസഞ്ചാരികളായ നാഗകുമാരന്മാരുടേതല്ല. വിജ്ഞാന വൈഢൂര്യങ്ങളേന്തിയ അങ്ങയുടെ കണ്ണുകളായിരുന്നു. ഇടനാഴികളിൽ പതിഞ്ഞ നനഞ്ഞ കാൽപ്പാടുകളിൽ ഞാനെന്റെ ചുണ്ടുകൾ ചേർത്തു. അങ്ങയുടെ സ്വത്വം എന്നിലേക്കാവാഹിച്ചതു പോലെ. ആ പ്രകാശരേണുക്കളിൽ ഞാനോരോ സ്പന്ദനമാത്രയും അലിഞ്ഞു ചേർന്നിട്ടും അങ്ങെന്നെ കണ്ടില്ല, അറിഞ്ഞില്ല. രാത്രികളിൽ ഞാൻ ഉറങ്ങാതിരുന്നു. രാക്കാറ്റിന്റെ കുളിരിനൊപ്പം അങ്ങയുടെ നിശ്വാസമുണ്ടെങ്കിൽ അറിയാതിരുന്നാലോ. ആകാശവും ഭൂമിയും നിറഞ്ഞു നിൽക്കുന്നവനേ പകലുകളിൽ ഞാൻ നിനക്കൊപ്പം ചലിക്കുന്നു. നിനക്കൊപ്പം വിടരുന്നു. നിനക്കൊപ്പം കൊഴിയാനും കാത്തു നിൽക്കുന്നു.

പെട്ടിക്കടിയിലിരുന്ന ഗുണ്ടർട്ടിന്റെ മരപ്രതിമ അവൾ ലൈബ്രറിയുടെ മൂലയിലിട്ട ടീപ്പോയ് തുടച്ച് അതിന്മേൽ വച്ചു. ചരിത്രസത്യത്തിന്റെ കാണാമറയത്തെ തുമ്പ് കണ്ടെത്തിയതിന്റെ ചാരിതാർത്ഥ്യമാണവൾക്കനുഭവമായത്, മാതേയി മുത്തശ്ശിക്കഭിമുഖമായി ആ പ്രതിമ നിശ്ചലം നിൽക്കുന്നത് കണ്ടവൾ മൊഴിഞ്ഞു.

ഒരനശ്വര പ്രണയം അവഗണിച്ചതിനുള്ള ശിക്ഷയാണെന്ന് കരുതിക്കൊള്ളൂ.

അവൾ മുത്തശ്ശിയുടെ മുഖത്തേക്ക് നോക്കി. അവരുടെ കണ്ണുകൾ അദ്ദേഹത്തിന് നേരെ ചലിക്കുകയും കാണെനിറയുകയും തുളുമ്പുകയും ചെയ്യുന്നതവൾ കണ്ടു. പ്രണയത്തിന്റെ നനവ് തന്റെ വിരൽത്തുമ്പിലേറ്റ് വാങ്ങാനവൾ കൈ നീട്ടി. പിന്നെ ആ നനവ് ഗുണ്ടർട്ടിന്റെ കണ്ണുകളിലിറ്റിച്ചു. വിരൽത്തുമ്പിലൂടെ വിദ്യുച്ഛക്തി പ്രവഹിച്ചതായനുഭവപ്പെട്ടവൾ കോരിത്തരിപ്പോടെ ആ മുഖത്ത് ചുണ്ടുകൾ ചേർത്തു. തന്റെ കണ്ണീരിൽ പ്രതിമ നനഞ്ഞപ്പോൾ കുറ്റബോധത്തോടെ മുത്തശ്ശിയെ നോക്കി ധൈര്യം സംഭരിച്ച് പിറുപിറുത്തു.

മുത്തശ്ശിക്ക് ഒരിക്കലും കഴിയാതെ പോയതല്ലേ. ഒരു ജന്മത്തിന്റെ മുഴുവൻ മോഹവും പ്രതീക്ഷയും ഉള്ളിലൊതുക്കി പാഴാക്കിക്കളഞ്ഞതല്ലെ. മരിച്ചുചെന്ന ലോകത്തിലും അദ്ദേഹത്തെ കണ്ടെത്തിയില്ലെന്ന് ആ കണ്ണുകളിലെ ദാഹം എന്നോട് പറയുന്നു.

വഹീദ് ആ പ്രതിമ കൈയിലെടുത്ത് തിരിച്ചും, മറിച്ചും നോക്കി.

"മാർവലസ്. ഇത് ജർമനീന്ന് മിലൻ ഈ മുത്തശ്ശിക്കുള്ള സമ്മാനമായി കൊണ്ട് വന്നതാണോ."

മിലൻ മിണ്ടിയില്ല. ഒരുനിമിഷം അവളുടെ പ്രജ്ഞ നശിച്ചതുപോലെ. നീളമുള്ള വിരൽത്തുമ്പിൽ നിന്നും മൂർച്ചയുള്ള ഉളി വീണ് അവളുടെ ഹൃദയം മുറിഞ്ഞു. ഒരു പിടച്ചിലോടെ അവൾ വഹീദിൽ നിന്നും മുഖം മറച്ചു.

ഉണ്ണിക്കൃഷ്ണൻ അസ്വസ്ഥനായിരുന്നു. മക്കളിടുന്ന പൂക്കളത്തിനരികിൽ നിശ്ശേബ്ദനായിരിക്കുന്ന ഉണ്ണ്യേട്ടന്റെ ദുഖം ശ്രദ്ധിച്ചു. ചെറിയ മട്ടിലായാലും ഒരു സദ്യക്കുള്ള ഒരുക്കം അടുക്കളയിലുണ്ട്. കുട്ടികൾ ഉത്സാഹത്തിലാണ്. ഇത്തവണ അവർക്കുള്ള ഓണക്കോടി മിലന്റെ വകയായിരുന്നു. തലശ്ശേരിയിലേക്ക് അവരെ ഒപ്പം കൊണ്ടുപോയി സിൽക്ക് പാർക്കിൽ നിന്നും പുത്തൻ ഫാഷനിലുള്ള വില കൂടിയ ഡ്രസ്സുകളാണവൾ വാങ്ങിയത്. അവർ മോഹിക്കാൻ കൂടി മടിക്കുന്നത്രയും മികവുറ്റത്. ജീവസ്സറ്റിരിക്കുന്ന ഉണ്ണ്യേട്ടനെ ബീന വിഷമത്തോടെ നോക്കി. കുറേ കടമുണ്ട്, ജീവിതം മുന്നോട്ട് നീങ്ങുന്നത് അങ്ങേയറ്റം വിഷമത്തോടെയാണ്. എന്നാലും ആ മുഖം പ്രസന്നമായിരിക്കും. ചിരിയും കളിയും നിറഞ്ഞ സ്നേഹവും ദാരിദ്ര്യദുഖത്തിന് നിവാരണമാണെന്നു പറയും.

"നല്ല മണാണല്ലോ ണേ അടുക്കളേന്നും. നല്ല ചോറും കൂട്ടാനും തിന്നിറ്റെത്ര കാലായി. സാമ്പാറില് കായം നല്ലോണം ചേർത്തോ. എളേ ചെക്കന്റെ വാറ്റ് നൊമ്പരം മാറട്ടെ."

ഉണ്ണ്യേട്ടന്റെ അമ്മ പിറുപിറുക്കുന്നത് അവൾക്ക് കേൾക്കാമായിരുന്നു. ഭക്ഷണത്തോടവർക്കെന്നും ആർത്തിയാണ്. മീൻ കറിയും കൂട്ടിയുള്ള ചോറെന്നതിലപ്പുറം സന്തോഷിക്കാൻ മറ്റൊന്നുമില്ലെന്നാണ് ഭാവം. അടുക്കള ഒരുങ്ങിയപ്പോൾ തലയിൽ എണ്ണതേച്ച് കുളിക്കാനൊരുങ്ങി. തോർത്തെടുക്കാൻ മുൻവശത്തെത്തിയപ്പോൾ ആളില്ല.

"അച്ചനോട്ത്തു മക്കളേ."

"കുട്ടാപ്പേട്ടൻ വന്നു വിളിച്ചോണ്ട് പോയി. രവിയേട്ടനും ഉണ്ടാരുന്നമ്മേ."

അപ്പു വിളിച്ചു പറഞ്ഞു.

രണ്ടു മണി കഴിഞ്ഞിട്ടും ആളെത്തിയില്ല. തള്ളയ്ക്കും, കുട്ടികൾക്കും ഊണ് വിളമ്പിക്കൊടുത്തു, ബീന കാത്തിരുന്നു. അവൾക്ക് നല്ല വിശപ്പുണ്ടായിരുന്നു. കാലങ്ങൾക്ക് ശേഷം കോഴിയിറച്ചി കുരുമുളകിട്ട് വരട്ടി വച്ചതിനോടുള്ള കൊതിയും കൂടെയായപ്പോൾ ദേഷ്യം വന്നു. മൂന്നു മണിയായപ്പോൾ ക്ഷമകെട്ടവൾ ഒറ്റയ്ക്കിരുന്നു വയർ നിറയെ കഴിച്ചു. കുട്ടികൾ സച്ചമ്മയുടെ പറമ്പിലെ മാവിൽ കെട്ടിയ ഊഞ്ഞാലിലാടാൻ പോയി. മിലനും കുട്ടികൾക്കൊപ്പമുണ്ട്. സച്ചിൻ അവരെ ചുറ്റിപ്പറ്റി നിൽക്കുന്നത് ബീന കാണുന്നുണ്ടായിരുന്നു. അവൻ വളർന്നു പോയെന്ന ഭാവത്തിൽ ഒഴിഞ്ഞുമാറി നിൽക്കുകയാണ്. അൽപ്പം കഴിഞ്ഞ് കുട്ടികൾ വിളിച്ചു കൂവുന്നതവൾ കേട്ടു. അമ്മേ ദേ അച്ചൻ.

ബീന ഉമ്മറത്തേക്കിറങ്ങും മുമ്പെ ആൾ ധൃതിയിൽ അകത്തു കയറി. ആ മുഖഭാവം അവളെ ഞെട്ടിച്ചു കളഞ്ഞു.

"എന്താ ഉണ്ണ്യേട്ടാ കുടിച്ചിട്ടുണ്ടോ നിങ്ങള്."

ഉത്തരം പറയാതെ കിടപ്പുമുറിയിലെ പലകക്കട്ടിലിൽ കൊടും കൈ കുത്തിയിരുന്നു.

ഊണ് വേണ്ടേ ഇങ്ങക്ക്. ഉച്ചക്ക് എങ്ങോട്ട് പോയതാ.

ഉത്തരമില്ല. അവൾക്ക് ഒന്നു കരയാൻ തോന്നി. നല്ലൊരു ദിവസമായിട്ടാണിങ്ങനെ. ദേഷ്യത്തോടെ അവൾ അയാളുടെ ചുമലിൽ തല്ലി.

എന്നോട് പറയാത്തതെന്തുണ്ട് ഇങ്ങക്ക്. എന്താന്നച്ചാൽ പറഞ്ഞു തൊലക്ക്.

ഉണ്ണികൃഷ്ണൻ മുഖമുയർത്തി അവളെ ഒന്നുനോക്കി ആ കണ്ണുകളിൽ പക ചോരച്ചുവപ്പാർന്നുകത്തി.

ഓനെ ഞമ്മള് കൊന്നെടീ.

ഇടിവെട്ടേറ്റപോലെ ബീന സ്തബ്ദയായി. അത് ശ്രദ്ധിക്കാതെ ഉണ്ണികൃഷ്ണൻ തുടർന്നു.

ഹരീനെ കൊന്നിറ്റ് ഓനങ്ങനെ ഓണം തിന്നണ്ട. സുദേവനെ ഞാള് വെട്ടി അരിഞ്ഞിട്ടു. മറ്റവൻ വിവരമറിഞ്ഞ് ഓടി രക്ഷപ്പെട്ടു. പൊലീസിപ്പോ വരും നീ സയിക്കണം. ഹരിക്ക് വേണ്ടീറ്റാണെന്നു വിചാരിക്കണം. ഓനിന്റെ അനിയനെ പോലാന്ന് എത്രോട്ടം നീ പറഞ്ഞിട്ടുണ്ട്.

അവൾ ചുമരിലൂടെ ഊർന്നു താഴെ തറയിലിരുന്നു. ചാഞ്ഞ വെയിൽ അവളുടെ വിളർത്ത മുഖത്ത് ചിത്രങ്ങൾ വരച്ചു. പേടി തട്ടിയ പോലെ കണ്ണുകൾ തുറിച്ചുനിന്നു.

ഉണ്ണികൃഷ്ണൻ ഒന്നും കാണുന്നുണ്ടായിരുന്നില്ല. അയാളുടെ മുന്നിൽ വെട്ടേറ്റ് പിടയുന്ന സുദേവനാണ്. അമ്മയും അച്ഛനും രണ്ടു പെങ്ങന്മാരും ഒപ്പമിരുന്ന് ഇലയിൽ വിളമ്പി കഴിക്കാൻ തുടങ്ങുകയായിരുന്നു. ഹരിയുടെ വെട്ടിപ്പിളർന്ന ദേഹമാണ് ഓർമയിലെത്തിയത്.

കുട്ടാപ്പേട്ടനാണ് ഇലയ്ക്ക് മുന്നിൽ നിന്നും വലിച്ചിഴച്ചത്. മുറിയിൽ ചോറും കറികളും ചിതറി. പെൺകുട്ടികളുടെ നിലവിളി തങ്ങളുടെ അലർച്ചയിൽ മുങ്ങിപ്പോയി. അച്ഛനും, അമ്മയും മകന്റെ ദേഹത്തു വന്നു വീണു തൊഴുകൈകളോടെ എന്തൊക്കെയോ യാചിക്കുന്നുണ്ടായിരുന്നു. ആ വൃദ്ധമുഖങ്ങൾ ഒരുനിമിഷം ചേതനയിൽ പതിഞ്ഞെങ്കിലും രവി ആദ്യത്തെ വെട്ട് സുദേവന്റെ ദേഹത്തേൽപ്പിച്ചു കഴിഞ്ഞിരുന്നു. ചോര ചിതറിത്തെറിച്ചു. അലർച്ചയും ജീവന് വേണ്ടിയുള്ള ആക്രന്തനവും ചെവി തുളയ്ക്കുന്ന നിലവിളിയും ആദ്യമായി കേൾക്കുകയായിരുന്നു. ബോധരഹിതരായി കിടക്കുന്നരുടെ ദേഹത്ത് ചവിട്ടാതെയാണ് അവിടുന്നിറങ്ങിയത്. പൊലീസ് ഉടനെത്തുമെന്നുറപ്പ്. തങ്ങളെ അറിയാത്തവരല്ല സുദേവന്റെ വീട്ടുകാർ. ശ്രീനിയുടെ വീട്ടിലേക്കും കൊലയൊരുക്കത്തോടെ പട നയിച്ചതാണ്, പക്ഷേ മുൻകൂട്ടി വിവരമറിഞ്ഞോ എന്തോ അവൻ സ്ഥലം വിട്ടിരുന്നു. വീട്ടിനുള്ളിലൊരുക്കിവച്ച ഭക്ഷണവും മറ്റു വീട്ടു സാമഗ്രികളും അടിച്ചുടയ്ക്കാൻ ആവേശമായിരുന്നു. രക്തത്തിലൂടെ ആവാഹിച്ചു കയറിയ ഒരുതരം വന്യമായ പ്രതികാരവാഞ്ഛ മാത്രമേ ഉണ്ടായിരുന്നുള്ളൂ. ആ കുടുംബത്തിന്റെ നിലവിളി നെഞ്ചിൽ കുരുങ്ങിയ ഏതോ ഒരുനിമിഷം ബീന ചോദിച്ചു.

ഞാനും ഇക്കുട്ട്യോളും ഇങ്ങൾടെ പെറ്റ തള്ളേം എന്ത് ചെയ്യും. ഞാളെങ്ങന്യാ ജീവിക്ക്വാ.

ശൂന്യത നിറഞ്ഞ കണ്ണുകളോടെ ഉണ്ണികൃഷ്ണൻ അവളെ ഒന്നു നോക്കി. എന്തോ പറയാനൊരുങ്ങിയ നാവ് നിശ്ചലമായി. ബൂട്സിന്റെ ശബ്ദം അവരുടെ വാതിലിന് മുന്നിൽ നിലച്ചു. കാക്കിയുടെ നിറം കണ്ണിൽ പെടും മുന്നെ മുഖമടച്ച് ഒരടി വീണു. പിന്നെ മിന്നൽ പിണരുകൾക്കിടയിൽ ബീനയുടെ നിലവിളി കേട്ടു. മുറ്റത്ത് മക്കളിട്ട പൂക്കളം ബൂട്സുകൾക്കിടയിൽ ഞെരിഞ്ഞമരുന്നത് ഒരു നോക്കാലെ കണ്ടു.

"അച്ഛാ"

മകളുടെ നിലവിളി. പിന്നെ ഇരുട്ടായിരുന്നു.

ജനറൽ ആസ്പത്രിയുടെ അഴുക്ക് പിടിച്ച, നനഞ്ഞ ഇടനാഴിയിലൂടെ മിലൻ വഹീദിനെ പിന്തുടർന്നു. കട്ടിലിൽ സ്ഥലമില്ലാതെ താഴെ പായും, ബഡ്ഷീറ്റും വിരിച്ചു അവശനിലയിൽ കിടക്കുന്ന മനുഷ്യരൂപങ്ങളെക്കണ്ട് അവൾ ഓരോ തവണയും ഞെട്ടി. ഇതൊരു ഹോസ്പിറ്റലാണോ ഇവിടെയാണോ രോഗങ്ങൾക്കുള്ള ചികിത്സ. ഈ അഴുക്ക് പിടിച്ച മുക്കിലും മൂലയിലും ഒളിഞ്ഞിരിക്കാത്ത രോഗാണുക്കളുണ്ടോ.

ആൾത്തിരക്കുള്ള ഒരു വലിയ ഹാളിന്റെ മൂലയിലിട്ട ഇരുമ്പ് കട്ടിലിൽ അനാഥപ്രേതം പോലെ ഹരിയുടെ അമ്മ. വഹീദ് അവരോട് സംസാരിക്കുമ്പോൾ എങ്ങും കേന്ദ്രീകരിക്കാതെ മിലന്റെ കണ്ണുകൾ ഒന്നു ചുറ്റിക്കറങ്ങി. എല്ലാ കണ്ണുകളും തന്റെ മേലാണെന്നു കണ്ട് അവളുടെ ചുണ്ടിൽ ചിരിയൂറി. ജീൻസും ടോപ്പുമിടുന്ന പെൺകുട്ടികൾ ഇവിടെങ്ങുമില്ലേ. ഈ ആസ്പത്രിയിലെങ്കിലും ചുരീദാറിടാമായിരുന്നെന്നു തോന്നി. ഒരു വൃദ്ധൻ ചുമച്ച് ചുമച്ച് വില്ല് പോലെ വളയുന്നത് കണ്ട് അയാളിപ്പോൾ

മരിച്ചു പോയേക്കുമെന്ന് മിലൻ പേടിച്ചു. പക്ഷേ അയാൾക്ക് ചുറ്റുമുള്ളവർ ആരും തന്നെ ആ ചുമയോട് പ്രതികരിക്കുന്നില്ല. അറിയപ്പെടാത്ത ലോകത്തിന്റെ വഴുവഴുപ്പാർന്ന തറയിൽ ചവുട്ടിയതുപോലെ മിലൻ ഭയപ്പെട്ടു.

ഹരിയുടെ അമ്മ ദയനീയമായി കരയുന്നുണ്ടായിരുന്നു. ആ കരച്ചിലിനിടയിൽ അവർ ശ്വാസം കഴിക്കാൻ പ്രയാസപ്പെട്ടു. ഏതോ ഒരു സ്ത്രീ അവർക്കരികിൽ പ്രതിമ പോലിരിപ്പുണ്ട്. അവരുടെ കണ്ണുകൾ തന്നിലാണെന്ന് മിലൻ കണ്ടു. ചുറ്റുമുള്ളതൊന്നും അവരെ ഒട്ടും തന്നെ ബാധിക്കുന്നില്ല. ആ പരിസരത്ത് നിന്നും ഓടിയൊളിക്കാനാണവൾക്ക് തോന്നിയത്. മൂത്രത്തിന്റെയും, മരുന്നിന്റെയും സമ്മിശ്രമായ ഗന്ധത്തിൽ അവൾക്ക് തല കറങ്ങി.

"പോകാം വഹീദ്."

അവൾ അയാളുടെ പിറകിൽ നിന്നും യാചിച്ച ശേഷം രക്ഷപ്പെടാനെന്ന പോലെ വേഗം നടന്നു.

ഗേറ്റ് കടക്കും മുന്നെ അഞ്ചാറ് ചെറുപ്പക്കാർ വഹീദിനെ വളഞ്ഞു. അവരുടെ കണ്ണുകളിൽ ആളുന്ന തീ കണ്ട് മിലൻ പിറകോട്ട് മാറി. അവരെന്തൊക്കെയോ ആക്രോശിച്ചു. വഹീദിന്റെ കണ്ണുകളിലെ ഭീതി അവളെ വിഹ്വലയാക്കി. അവരാരും മിലനെ ശ്രദ്ധിച്ചതേയില്ല. അതീവ ഗൗരവത്തോടെ അവർ തന്നെ കടന്നു പോയപ്പോൾ മിലൻ ചോദിച്ചു

"ആരാ വഹീദേ അവരൊക്കെ."

"സുദേവന്റെ ഫ്രണ്ട്സാണ്. അയാൾ ഈ ആസ്പത്രിയിലുണ്ട്. അപകടനില കടന്നു കിട്ടീട്ടില്ല. രണ്ട് കാലും ഒരു കൈയും വെട്ടി മാറ്റിയിരിക്കുന്നു."

കടന്നുകിട്ടുന്ന അപകടനില ഏതെന്ന് മിലൻ ചോദിച്ചില്ല. രണ്ടു കാലും കൈയുമില്ലാത്ത ഒരു മനുഷ്യൻ എന്നായിരിക്കും ആ സിറ്റ്വേഷനിൽ നിന്നും രക്ഷപ്പെടുന്നത്.

ആസ്പത്രിക്ക് വെളിയിൽ തിരക്കുള്ള റോഡിലെത്തിയപ്പോൾ മിലൻ ചോദിച്ചു.

"ഇവിടെ കാപ്പിക്കുരു സംസ്കരിച്ചിരുന്ന ഒരു സ്ഥലമുണ്ടെന്ന് പപ്പ പറഞ്ഞല്ലോ. അതെവിടെയാ."

വഹീദ് വലതു വശത്ത് ഉയർന്നു നിൽക്കുന്ന ഘനഗംഭീരമായ ഷോപ്പിങ് കോംപ്ലക്സ് ചൂണ്ടിക്കാട്ടി.

"അതിന്റെ പുനർജന്മമാ. അതൊക്കൊ ഇടിച്ചു കളഞ്ഞു മിലൻ. പപ്പ അറിഞ്ഞിരിക്കില്ല തലശ്ശേരിയുടെ പുതിയ ചിത്രം."

ഓർമയിൽ നിന്നെന്ന പോലെ മിലൻ പറഞ്ഞു.

"ഇവിടെ ബ്രൗൺ നിറത്തിലുള്ള ഒരു കുതിരവണ്ടീൽ കേറി തൊപ്പിയൊക്കെ വച്ചൊരാൾ ബ്രുക്ക്ബോണ്ട് ചായപ്പൊടിയുമായി വരാറുണ്ടായിരുന്നത്രെ. അന്നിവിടെ കുതിരവണ്ടിയും കാളവണ്ടിയുമായിരുന്നു കൂടുതലും. എത്ര നന്നായിരിക്കും. ഒരു പൊല്യൂഷനുമില്ലാതെ അല്ലേ വഹീദ്."

തലശ്ശേരിയുടെ ചരിത്രം ജർമനിയിൽ നിന്നും വന്ന പെൺകുട്ടി വിവരിക്കുന്നത് കേട്ട വഹീദിന് ജാള്യത തോന്നി. സ്വദേശത്ത് എല്ലാവരും അന്യ മതസ്കരാകുന്നു. കാൽക്കീഴിലെ മൺതരികൾ പോലും അന്യാധീനപ്പെടുന്നു. വിരോധാഭാസമാണ് ജീവിതത്തിന്റെ ഓരോ കാൽവയ്പ്പും.

ആറ്

ഉണ്ണിക്കൃഷ്ണൻ റിമാൻഡിലായതോടെ വീട് പട്ടിണിയായി. ബീന പകൽ നേരങ്ങളിൽ രാധേടത്തിയെ സഹായിക്കാനെത്തി. അവളുടെ കണ്ണുകൾ സദാ കലങ്ങിയും, മുഖം വാടിത്തളർന്നുമിരുന്നു.

ഞാനിപ്പിള്ളാരേം, തള്ളേം എങ്ങനെ പോറ്റും. ഓറ് ഒള്ളനാളത്രേം നയിച്ചിറ്റും കൊടല് നെറച്ചും തിന്നാമ്പറ്റീനോ. ഇനി ഞാനൊരുത്തി എന്താക്കാനാ. ചെക്കനെ ഇനി പഠിപ്പിക്കാമ്പറ്റോ. വല്യ പഠിപ്പിനൊക്കെ പണം കൊറേ വേണം. പണിക്ക് പോവ്വാംന്നാ ഓൻ പറേന്നത്. അയിന പസ്മാരള്ളതല്ലേ. പണിക്കയച്ചാല് നാട്ടാര് എന്നെയല്ലേ കുറ്റപ്പെടുത്തൂ.

അടുക്കള ജോലിക്കിടയിൽ ബീന കരയുകയും പതം പറയുകയും ചെയ്തു.

"എന്നാലും നിന്നേം, കുടുമ്മത്തിനേം മറന്ന് ഉണ്ണി ഇപ്പണി ചെയ്തല്ലോ. അച്ചെക്കൻ ചത്തില്ല. എന്നാലോ രണ്ടു കാലും ഒരു കൈയുല്ല. ഈനെക്കാളും നല്ലത് ഓനങ്ങ് ചാവ്വാരുന്നു. നിന്നെപ്പോലെ അക്കുടുമ്മോം കഷ്ടത്തിലായി."

അവളുടെ സങ്കടം അധികരിച്ചതേയുള്ളൂ.

"ആ കുട്ടാപ്പേട്ടനും മറ്റും ഓറെ കെണീ ചാടിച്ചതാ. തലേന്ന് രാത്രി എന്താരുന്നു വർത്താനോം, സ്വകാര്യം പറച്ചിലും. ഇങ്ങനൊരു കൊലച്ചതിക്കാന്ന് ഞമ്മളാരെങ്കിലും നിരീച്ചോ."

സച്ചമ്മ പറയുന്നത് അടുക്കളപ്പടിയിലിരുന്നു മിലൻ കേൾക്കുന്നുണ്ടായിരുന്നു.

"നമ്മടെ രാജ്യം ആരാന്റെ കൈയീപ്പെട്ടപ്പോ കൊച്ചുങ്ങള് പോലും മുന്നിലെറങ്ങി. ജീവനും, സമ്പത്തും കളയാൻ ഓരോരുത്തരും തയാറായത് രാജ്യത്തിന്റെ നന്മക്ക് വേണ്ടീട്ടാ. തന്നാലാവുന്നത് ചെയ്യാനാ ഒരു കൂട്ടായ്മ ഉണ്ടായത്. അന്നിവിടെ തലശ്ശേരി കടപ്പൊറത്ത് ഓർക്കെതിരെ ഒരു യോഗം നടത്തിയേനാ അബൂനേം, ചാത്തുക്കുട്ടീനേം ഇംഗ്ലീഷാര് വെടിവെച്ചു കൊന്നത്."

അങ്ങനൊരു കഥ പപ്പ പറഞ്ഞുതന്നില്ലല്ലോ സച്ചമ്മേ. അതെന്തിനാരുന്നു.

കഥ കേൾക്കാൻ മിലനെന്നും ഉത്സാഹമായിരുന്നു.

തലശ്ശേരീല് സെന്റ് ജോസഫ് ഹൈസ്ക്കൂളിന്റെ പടിഞ്ഞാറ് ഭാഗത്ത് അന്ന് കടപ്പൊറം നല്ല വിസ്താരായിരുന്നു. എന്നുവച്ചാൽ കടലിത്രേം, കരേല് കടന്നിട്ടില്ല. ജവഹർഘട്ടെന്നാ അവിടെ പറഞ്ഞിരുന്ന പേര്.

നമ്മടെ ദേശീയ പ്രസ്ഥാനത്തിന് നല്ല വീറും, വാശീമൊക്കെ ജാസ്തി യാവണകാലം. ബ്രിട്ടീഷ്വാര് ശരിക്കുമങ്ങ് പേടിച്ചു. 1939 സപ്തംബർ 3ന് ലോകമഹായുദ്ധത്തിനു ശേഷം തുടങ്ങിയതോടെ ഈ ഭീകര ഭരണ ത്തിനെതിരെ പ്രതിഷേധിക്കാൻ കെ പി സി സി ആളെ വിളിച്ചുകൂട്ടി. തൊള്ളായിരത്തി നാപ്പത് സപ്തംബർ പതിനഞ്ചിന് കേരളം ഒന്നാകെ അങ്ങ് തെളച്ചു. ഓര്ടെ നിരോധനാജ്ഞയെ വെല്ലുവിളിച്ച് ആളോള് ജവഹർഘട്ടിലേക്ക് മാർച്ച് ചെയ്തു. പൊലീസിനെ വെട്ടിച്ച് നാടിന്റെ നാനാ ഭാഗത്തുന്നും ആളോള് അവിടെ ഒന്നുചേർന്നു. പൊലീസ്വാര് വെറുതെ നിക്കോ. ഓര് ലാത്തിവീശി. ഏറ്റുമുട്ടലുണ്ടായതോടെ വെടി വെപ്പും തൊടങ്ങി. അബുമാഷും, ചാത്തുട്ടി എന്ന ബീഡിത്തൊഴിലാ ളിയും അവിടെത്തന്നെ വെടികൊണ്ട് മരിച്ചു.

കഷ്ടം

ആ കാഴ്ച കണ്ണിൽ കണ്ടതുപോലെ മിലൻ നടുങ്ങി.

മമ്പറത്തെ ഒരു പാവപ്പെട്ട മുസ്ലിം കുടുംബത്തിൽ ജനിച്ച് വളരെ കഷ്ടപ്പെട്ട് പാതിരിയാട് സ്കൂളീന്ന് എട്ടാം ക്ലാസ് പാസായി മാഷായതാ. പിന്നെ മാഷ്മ്മാരുടെ യൂണിയൻ നേതാവായി കർഷകസംഘത്തിന് വേണ്ടി അഹോരാത്രം പണിയെടുത്തു. ഒടുവിൽ നാടിനുവേണ്ടി ഇരുപ ത്തെട്ടാമത്തെ വയസിലാ അദ്ദേഹം വെടിയേറ്റ് മരിച്ചത്.

ചാത്തുട്ടി പാലയാട് ദേശത്തായിരുന്നു. അതും പാവപ്പെട്ട കുടുമ്മ ക്കാര്. ആദ്യോക്കെ സഞ്ജയൻ എന്ന പത്രവിൽപ്പനക്കാരനാരുന്നു. ഇന്ന ത്തെപ്പോലെ എല്ലാരും പത്രം വാങ്ങണ കാലൊന്നല്ല. കുടുമ്മം പോറ്റാനാ വൂലാന്ന് കണ്ട് പുത്യമ്പലത്തിന്റെടുത്തെ ഗ്രയിറ്റ് ഡർബാർ എന്ന ബീഡി ക്കമ്പനിലാരുന്നു പിന്നീട്. രാജ്യത്തിനുവേണ്ടി നെഞ്ചു പിളർക്കുമ്പം നമ്മടെ സച്ചിന്റത്രേം പ്രായം. പതിനെട്ട് വയസ്സ്. രണ്ടാൾടേം ശവകു ടീരങ്ങള് ചെറക്കുനീലൊണ്ട്.

അവരുടെ തൊണ്ട ഇടറി. കണ്ണുകൾ നിറയാതിരിക്കാൻ അവർ കണ്ണടയഴിച്ച് സാരിത്തുമ്പാൽ അമർത്തിത്തുടച്ചു.

ഞാൻ നിരീക്ക്യാ. ഈ ജാതീം മതൊക്കെ മനിശനെ നശിപ്പിക്കാ നുണ്ടാക്ക്യതാണോ. മനിശരെല്ലാരും ഒന്നാണെന്നും മതേതായാലും മനി ശൻ നന്നായി മതീന്നും പറഞ്ഞ ആ ഗുരുദേവര്യനില്ലെ. ആ മനിശനെ ഇന്നു കയ്യീക്കിട്ട്യാ ഈ പഹേരു വെറുതെ വിടോ.

മിലൻ ബീനയെനോക്കി. അവൾ തല താഴ്ത്തിയിരുന്നു തേങ്ങ ചിരവുകയാണ്. കവിൾത്തടങ്ങളിൽ നനവുണ്ട്. ഉണ്ണ്യേട്ടനെ ഓർത്താൽ അത്ഭുതാണ് തോന്നുന്നത്. അത്രയും ശാന്തമായ മുഖവും സൗമ്യമായ സംസാരവും. ഒരാളെ വെട്ടിക്കൊല്ലാൻ ശ്രമിച്ചൂന്ന് പറയുമ്പോൾ വിശ്വ സിക്കാൻ പ്രയാസം തോന്നുന്നു. അയാൾക്കതിനെങ്ങനെ കഴിഞ്ഞു.

പിടയുന്ന മീനിനെ കത്തികൊണ്ട് വെട്ടുമ്പോൾ ഗല്ലു കണ്ണുകൾ ഇറുകെ അടച്ചുകളയും, പിടച്ചിൽ കാണാനാവില്ലെന്ന്. എന്തായാലും അതൊരു ജീവനല്ലേ. അനാഥനായ ഗല്ലു എല്ലാറ്റിനെയും സ്നേഹി ച്ചിരുന്നു. ഉളികൊണ്ടും, കത്തികൊണ്ടും പോറലേൽപ്പിക്കുന്ന തടിക്ക

ഷ്ണങ്ങളെ ചിലപ്പോൾ മൃദുവായി ഉമ്മ വയ്ക്കും. അവന്റെ ചുവന്ന ചുണ്ടിൽ പറ്റിപ്പിടിച്ച മരത്തരികൾ താൻ ചുണ്ടുകൾകൊണ്ട് തുടച്ചെടുക്കും. അപ്പോൾ അവന്റെ കണ്ണുകളിലെ നിഷ്കളങ്കമായ പ്രകാശരേണുക്കൾക്ക് നിറഭേദം വരുന്നതുകണ്ട് പൊട്ടിച്ചിരിക്കും. ആ കൈയിലൊതുങ്ങിനിന്നു പറയും.

നിനക്ക് വട്ടാണ് ഗല്ലൂ.

സ്നേഹം ഭ്രാന്താണ് മിലൻ. സ്നേഹിക്കുന്നത് മനസിന്റെ ദുർബലതയാണ്. ശക്തമായ മനസിൽ സ്നേഹമില്ല. ലോലവികാരങ്ങൾ നമ്മെ നശിപ്പിക്കുന്നു. ജീവിതം മാത്രം, ഒൺലി പ്രാക്ടിക്കൽ ലൈഫ്.

നിരാശയോടെ അവൻ കൈ മലർത്തുന്നു.

"പക്ഷേ ഞാൻ നിസ്സഹായനാണ് മിലൻ. ഞാനെല്ലാറ്റിനേയും സ്നേഹിച്ചുപോകുന്നു. ഈ മഞ്ഞുമലകളെ, ഈ താഴ്വാരത്തിലെ മരത്തടികളെ എന്റെ ശിൽപ്പങ്ങളെ, പിന്നെ നിന്നെയും."

തടികൊണ്ട് പണിത ഗല്ലുവിന്റെ വീട്. കാൽ വയ്ക്കാനിടമില്ലാതെ വാരിയിട്ട ശിൽപ്പങ്ങൾക്കിടയിലൂടെ പതിയെ നടക്കുന്ന ഗല്ലുവിന്റെ ചെമ്പൻ മുടിയിൽ പറ്റിച്ചേർന്ന മരത്തൊലികൾ തട്ടിമാറ്റി അവൾ ചോദിച്ചു.

സത്യത്തിൽ നമ്മൾ പ്രണയിച്ചിരുന്നോ ഗല്ലൂ. ഒരിക്കലും വേർപിരിയില്ലെന്ന് ആഗ്രഹിച്ചിട്ടില്ല. പറഞ്ഞിട്ടില്ല. ഒരു വിരൽത്തുമ്പിൽപ്പോലും പ്രണയം നിറച്ച് നീ എന്നെ തൊട്ടില്ല. പ്രണയം കലരാത്ത യൗവനം തീക്ഷ്ണമായിരുന്നോ. യുവത്വത്തിന്റെ തുടിപ്പില്ലാത്ത സ്നേഹം ഉദാത്തമായിരുന്നോ.

ജർമനിയുടെ ലോകം മറ്റൊന്നായിരുന്നോ. ഇടകലരാതെ പാഞ്ഞൊഴുകുന്ന നീർച്ചാലുകൾ പോലെ ഓരോ ജീവിതവും

ഇവിടെ ഈ തലശ്ശേരി ഒക്കെ മാറ്റിമറിക്കുന്നു. ഇവിടെ ബന്ധങ്ങൾ കെട്ട് പിണഞ്ഞു വലിച്ചു മുറുക്കുന്നു, ചോര ചിന്തുന്നത്രയും മൃഗീയമായി. ജീവന്റെ തുടിപ്പുകളാണ് ഓരോ സ്നേഹബന്ധങ്ങൾക്കും.

മിലനിൽ വലിച്ചുമുറുക്കുന്ന മറ്റൊരു പ്രാണഞരമ്പ് പിടയുന്നുണ്ടായിരുന്നു. ആരോടും ചോദിക്കാതുള്ള യാത്രയുടെ തുടക്കവും അതായിരുന്നു.

റെയിൽപ്പാളത്തിന്റെ ഓരം ചേർന്ന റോഡിലൂടെ ഓട്ടോ പാഞ്ഞു. പാളങ്ങൾക്കപ്പുറം കുയ്യാലിപ്പുഴയുടെ ഹൃദയരക്തം വറ്റിച്ചെടുത്ത ഹൗസിങ് കോളനിയുടെ സുന്ദരമായ ദൃശ്യം, പ്രകൃതിയുടെ ഞരമ്പുകൾ മുറിച്ചെടുത്തും, രക്തമൂറ്റിയും ആധുനിക ലോകത്തിന്റെ വക്താക്കളാകുന്നവർ, നാളെയെക്കുറിച്ചെന്തേ ചിന്തിക്കാതെ പോകുന്നു. പരിസ്ഥിതിയെക്കുറിച്ച് പപ്പ നടത്തിയ പഠനക്കുറിപ്പുകൾ തമ്മിൽ ചർച്ച ചെയ്തതാണ്. സ്വന്തം വേരിലേക്കും പടർന്നു കയറിയ ചിതൽപ്പുറ്റ് പപ്പയറിയാതെ പോകുന്നല്ലോ. ചെറിയ റോഡ് നാനാ വിധമായിരിക്കുന്നു. ഈ തലശ്ശേരിയിൽ ടാറിങ്ങൊന്നും പതിവില്ലേ. ഓട്ടോറിക്ഷയുടെ കുലുക്കത്തിനനുസരിച്ച് ദേഹമാകെ ഇളകിമറിയുന്നു. ഇരുവശവും പഴയതും പുതിയതുമായ വീടുകൾ. വീട്ടുപേരേ അറിയൂ. ഡ്രൈവറോട് പറഞ്ഞ

പ്പോൾ 'സീതട്ടീച്ചറുടേതല്ലേ'എന്നു ചോദിച്ചു. വീടിന് മുന്നിൽ ഓട്ടോ നിന്നു. ഡ്രൈവർ മര്യാദയോടെ ചിരിച്ചു. വന്നു കുറച്ചുനാൾക്കകം തന്നെ മനസിലായിക്കഴിഞ്ഞു. ഇവിടെ ഓട്ടോ ഡ്രൈവേഴ്സൊക്കെ മാന്യന്മാരാണ്. പലഘട്ടങ്ങളിലും ലാഭേച്ഛയില്ലാതെ എന്തു സഹായത്തിനും തയാറാവുകയും ചെയ്യും.

പഴക്കം ചെന്ന ഒരു ചെറിയ വീടായിരുന്നു അത്. വരാന്ത ഗ്രില്ലിട്ടിരുന്നു. ഇലകൾ കൊഴിഞ്ഞ മുറ്റം. ചെടികൾ വളർന്ന് അച്ചടക്കമില്ലാത്ത പറമ്പ്. നിഗൂഢമായ നിശ്ശബ്ദത മനസിലെ ആവേശമാകെ തല്ലിയണച്ചതു പോലെ. തുരുമ്പിച്ച ചെറിയ ഗേറ്റ് തുറക്കുന്ന ശബ്ദം കേട്ടാവണം പ്രായമായ ഒരു സ്ത്രീ ഗ്രില്ലിന് പിന്നിൽ പ്രത്യക്ഷയായി. മുഖത്ത് കണ്ണടയും കൈയിലൊരു പുസ്തകവുമുണ്ട്. വായനയായിരിക്കും.

"ആരാ."

ഞാൻ എന്തു പറയണമെന്നറിയില്ല. എങ്ങനെ പരിചയപ്പെടുത്തും. ചിന്തിച്ചു നിൽക്കും മുന്നെ അവർക്ക് പിറകിൽ നക്ഷത്രങ്ങൾ പോലെ രണ്ട് കണ്ണുകൾ കണ്ടു. അവർ മുന്നോട്ട് വന്നു ഗ്രില്ല് തുറന്നു. വരൂ മിലൻ നീ വന്നൂന്ന് വഹീദ് പറഞ്ഞിരുന്നു.

സസ്പെൻസ് പൊളിഞ്ഞതോർത്ത് വഹീദിനോട് ദേഷ്യം തോന്നി.

ഇത് മിലനാണ് എളേമ്മോട് ഞാൻ പറഞ്ഞതല്ലേ. സീത പ്രായമായ സ്ത്രീയോട് പറഞ്ഞു. അവർ കണ്ണടയ്ക്കുള്ളിലൂടെ തീക്ഷ്ണമായി അടിമുടി നോക്കി. ഇരുൾ നിറഞ്ഞ അകം മുറിയിലെ സെറ്റിയിൽ ഇരുന്നപ്പോൾ അവളുടെ ശിരസിൽ വലതുകൈ വച്ച് സീത പതിയെ പറഞ്ഞു. മോൾക്ക് കുടിക്കാനെന്തു വേണം.

വേറൊന്നും ചോദിക്കാനില്ലേ എന്നു മിലൻ മനസിൽ അവരെ ശാസിച്ചു.

മധുരം അധികം ചേർക്കാത്തതെന്തും അവർ അടുക്കളയിലേക്ക് പോയപ്പോൾ മിലൻ ചുറ്റും നോക്കി. ചുവരുകളിൽ ഇ എം എസിന്റെയും എ കെ ജിയുടെയും തിളങ്ങുന്ന കണ്ണുകൾ ചുവരിലെ ചിത്രങ്ങളിൽ നോക്കിയിരിക്കെ സീത പാലുമായി വന്നത് അവർ അറിഞ്ഞില്ല. സീത മധുരം തീരെ ചേർക്കാത്ത പാലാണവൾക്ക് കൊടുത്തത്. ഇഷ്ടക്കേടോടെ മിലനത് ഒറ്റവലിക്ക് കുടിച്ചുതീർത്തു. അവരെ അവൾ കണ്ണെടുക്കാതെ നോക്കി. നല്ല നിറവും ശരീരവടിവും. മുഖസൗന്ദര്യത്തിലും അവരെ കവച്ചു വയ്ക്കാൻ മറ്റാരുമില്ലെന്നു തോന്നി. പപ്പ ഇവരെയാണോ, ഇവർ പപ്പയെയാണോ വേണ്ടെന്നു വച്ചത്.

മിലന് ഈ നാടിഷ്ടമായോ അവളുടെ കൈകളിൽ മൃദുവായി തഴുകി അവർ ചോദിച്ചു.

"ഇല്ല. വെറുപ്പോടെ അവൾ പറഞ്ഞു. പപ്പ പറഞ്ഞു തന്നിട്ടുള്ള ദൈവത്തിന്റെ നാടല്ല ഞാനിവിടെ കണ്ടത്. തമ്മിലടിച്ചും കൊന്നും മത്സരിച്ചും ജീവിക്കുന്ന ഒരുപറ്റം ശത്രുക്കളെയാണ്." സീത അവളുടെ മുഖത്തേക്കുറ്റുനോക്കി. ഹൃദയത്തിലുള്ളതെല്ലാം കൊത്തിയെടുക്കാനെന്ന പോലെ.

ഞാനെന്താ വിളിക്കേണ്ടത്. 'ആന്റി എന്നാവാം അല്ലേ'. ഉത്തരം പറയാതെ വിടർത്തിയ കണ്ണുകളിലെ തിരിച്ചറിയാത്ത വികാരങ്ങളിലേക്ക് മിലൻ അത്ഭുതത്തോടെ നോക്കി. മിലൻ ജർമനിയെക്കുറിച്ച് സംസാരിച്ചു. തന്റെ സുഹൃത്തുക്കളെക്കുറിച്ചും തലശ്ശേരിക്ക് നഷ്ടമായ നാടിന്റെ സന്മനോഭാവത്തെക്കുറിച്ചും സ്നേഹത്തെക്കുറിച്ചും സംസാരിച്ചു. കൂട്ടത്തിൽ മിരാൻഡ എന്ന തന്റെ പ്രിയപ്പെട്ട മമ്മയെക്കുറിച്ചും ആദിത്യൻ എന്ന പപ്പയെക്കുറിച്ചു മാത്രം പറഞ്ഞില്ല. എന്തെങ്കിലും അവർ ചോദിച്ചേക്കുമെന്ന പ്രതീക്ഷയും വിഫലമായി. യാത്ര ചോദിച്ചെഴുന്നേൽക്കാൻ ഭാവിച്ചപ്പോൾ അവളുടെ മൂർധാവിൽ അവർ ചുണ്ടുകളമർത്തി. ഈ സമയമിരുന്നിട്ടും അവർ ഒന്നും പറയുകയോ, ചോദിക്കുകയോ ചെയ്യുന്നില്ലെന്നവൾ ശ്രദ്ധിച്ചു. എന്നാലും അവരെ ഇനിയും കാണണം, ഒരുപാട് സമയം ഒരുമിച്ചിരിക്കണമെന്ന വാശിയോടെ നാണം കെട്ട് മിലൻ ചോദിച്ചു.

ഞാനിനീം വരട്ടെ. അവർ ഒന്നു മന്ദഹസിച്ചു. അതിൽ സമ്മതമോ, വിസമ്മതമോ ദൃശ്യമായില്ല. മധുരമിടാത്ത ഒരു ഗ്ലാസ് പാലല്ലാതെ ആദ്യ ഭർത്താവിന്റെ മകൾക്ക് കൊടുക്കാൻ മറ്റൊന്നുമില്ലേ എന്ന ശുണ്ഠിയോടെയാണവൾ പടിയിറങ്ങിയതും ഗേറ്റ് കടക്കുമ്പോൾ അവർ പിറകിലുണ്ടാവില്ലെന്ന ധൈര്യത്തിൽ അവൾ തിരിഞ്ഞുനോക്കി . ഗ്രിൽസിൽ ചാരി കനകപ്രതിമപോലെ നിൽക്കുന്നത് കണ്ടു.

നിരത്ത് ശൂന്യമായിരുന്നു. വാഹനങ്ങളൊന്നുമില്ല. ഇത്രയും വീതി കുറഞ്ഞറോഡുകൾ ജർമനിയിലില്ല. ഒരേ ദിശയിലൂടെ നിശ്ചിതസ്പീഡിൽ ചീറിപ്പായുന്ന വാഹനങ്ങൾക്കിടയിൽ അവൾ ലിനറ്റിനെയും ഗല്ലുവിനെയും ജസ്റ്റിനെയും കണ്ടു. പ്രഭാതങ്ങളിലെ ഒരുമിച്ചുള്ള സൈക്കിൾ യാത്ര. ജർമനിയിൽ ബാല്യംമുതലെ സൈക്കിൾ സന്തതസഹചാരിയാവുന്നു. വളർത്തു പട്ടികൾക്കൊപ്പം മഞ്ഞും, മഴയും അവഗണിച്ചുള്ള സൈക്കിൾ യജ്ഞമാവാം ജർമനിയുടെ പുതുതലമുറയുടെ ആരോഗ്യരഹസ്യം. ഏതാനും ആഴ്ചകൾക്ക് മുന്നെ സ്വന്തമായിരുന്നതെല്ലാം ഓർമകൾക്കൊപ്പമെത്തിയപ്പോൾ ജർമനിയിലേക്ക് പറക്കണമെന്നു തോന്നി.

ഫോൺ ചെയ്തപ്പോൾ പപ്പ ഞാനിന്ന് സീതാന്റിയെ കണ്ടു എന്നു പറഞ്ഞിട്ടും പ്രതികരണമുണ്ടായില്ല. അവരെപ്പോയി കണ്ടതിൽ വഴക്കിടുമെന്നു കരുതിയെങ്കിലും പപ്പ പെട്ടെന്നാണ് മൂകനായത്. മമ്മ ഒറ്റവാക്കിൽ പറഞ്ഞു. നന്നായി മോളേ. അവരുടെ അനുഗ്രഹം വാങ്ങണം.

കൂടുതൽ വിശദീകരിക്കാനുള്ള ശ്രമം മമ്മ പരാജയപ്പെടുത്തി. നിരാശ തോന്നി. പോയത് പറയാതിരിക്കാമായിരുന്നു. പാഴായിപ്പോകുന്ന വാക്കുകളോർത്ത് എന്നും ഓരോരുത്തരും മനസ്താപപ്പെട്ടിരിക്കാം. പറയാത്തവയ്ക്കായിരിക്കാം ഉപയോഗിച്ചതിനേക്കാൾ മേന്മ.

അത്താഴം കഴിഞ്ഞാൽ ലൈബ്രറിയിൽ പോകുന്നത് പതിവാക്കിയിരിക്കുന്നു. ഓരോ ദിവസത്തേയും അനുഭവങ്ങൾ അവൾ മാതേയി അമ്മയോട് പറഞ്ഞു. തനിച്ചിരുന്ന് സംസാരിക്കുന്നതിനിടയിൽ രഹസ്യമായി കരുതിയത് അൽപ്പാൽപ്പമായി വായിലൊഴിച്ച് ഒടുവിലായി അവരുടെ

ഗൂഢമായ മോഹങ്ങളും മോഹഭംഗങ്ങളും കേട്ടിരിക്കും. തന്നിലൂടെ പുതുജന്മത്തിലേക്കവർ ഇരച്ചുകയറി, ദേഹസാഫല്യത്തിനായി ശ്രമിക്കുന്നത് ലഹരിയോടെ മിലൻ അനുഭവിക്കുകയായിരുന്നു.

അവരുടെ ഓരോ അനുഭവങ്ങളും വഹീദിലൂടെ മനഃപാഠമാക്കിയത് ആ ഇരുണ്ട ഏകാന്തവേളകളിൽ പുനഃസൃഷ്ടിയേകാൻ മിലൻ ശ്രമിക്കുകയായിരുന്നു.

ചെമ്പകം പൂത്തുലഞ്ഞ ഇല്ലിക്കുന്ന് ബംഗ്ലാവിന്റെ മുറ്റത്ത് വിടർന്ന റോസാപ്പൂവിറുത്ത്, ഫ്രോക്കിട്ട മലയാളിപ്പെൺകുട്ടി ഗുണ്ടർട്ടിന്റെ സ്വകാര്യമുറിയിലേക്ക് നടന്നു. ശൂന്യമായ മുറിയിലെ വാടിയ പൂക്കൾക്ക് പകരം ആ ചുവന്നുതുടുത്ത പുഷ്പം ഹൃദയമിറുത്തു നൽകുന്ന വികാരവായ്പ്പോടെ നിക്ഷേപിക്കുന്നു. അവളുടെ മുഖം ആ പൂവിനേക്കാൾ സുഗന്ധമാർന്ന പ്രണയത്തിൽ പൂക്കുന്നു.

പ്രിയനേ ഇത് നിനക്കുള്ളതാണ്. എന്റെ പ്രണയത്തിന്റെ നിറവും സുഗന്ധവും നിന്റെ ഉൾപ്പുളകങ്ങളെ എന്റെ ശ്വാസനിശ്വാസങ്ങൾ ജന്മാന്തരങ്ങൾ കഴിഞ്ഞാലും കോരിത്തരിപ്പിക്കട്ടെ.

മിലൻ കണ്ണുകളടച്ചു. ഇരുട്ട് നിറഞ്ഞ മുറിയിലേക്ക് വെളുത്ത കാലടികൾ പതിയെ അടുത്തുവന്നു. അവളുടെ വിയർത്തനെറ്റിയിൽ മൃദുലതയാർന്ന ചുണ്ടുകളുടെ സ്പർശനം. ജന്മാന്തരങ്ങൾ കാത്തുനിന്ന അമൂല്യസ്പർശന മാത്രയിൽ കാലങ്ങൾ വിറങ്ങലിച്ചു.

"മാതേയീ" ഗുണ്ടർട്ട് വിളിച്ചു. വാടിയ മാല പോലെ അവൾ ആ ചുമലിലേക്ക് മുഖം ചായ്ച്ചു. എന്തോ കേൾക്കാൻ കൊതിച്ച് അവളുടെ ഹൃദയം കാതോർത്തു.

ഞാനറിഞ്ഞിരുന്നു. എല്ലാം എല്ലാം അറിഞ്ഞിരുന്നു കാത്തുനിന്നതാണ്. കാലങ്ങളുടെ പെരുവഴിയിൽ.

"മൈ ലോഡ്. മൈ സ്വീറ്റ് ലോഡ്."

അവളുടെ ചുണ്ടുകൾ പിറുപിറുത്തു. അദ്ദേഹത്തിന്റെ വെളുത്ത നീണ്ട വിരലുകളിൽ അവൾ ചുംബിച്ചു. ഓരോ മാത്രയിലും തുടിക്കുന്ന ജീവസ്സ് പോലെ ആ മുറിയിലവൾ ജ്വലിച്ചു.

ലോഗൻസ് റോഡിനിരുവശവും പഴയ കെട്ടിടങ്ങൾ പൊളിച്ചു പുതിയതും മനോഹരമായ ഡിസൈനിങ്ങുകളോടെ തല ഉയർത്തി വരികയാണ്. നോക്കി നിൽക്കെ തലശ്ശേരിയുടെ മുഖച്ഛായ മാറുകയാണ്. ചരിത്രശേഷിപ്പ് പോലൊതുങ്ങി നിന്ന തലശ്ശേരിയിന്ന് മയന്റെ കൈയിലെ ഇന്ദ്രപ്രസ്ഥം പോലെ തേജോമയമായിരിക്കുകയാണ്. കാണെക്കാണെ കൈയിലെ മായക്കണ്ണാടിയിൽ തെളിയുന്ന സ്വർഗിയാരാമം പോലെ. എന്നിട്ടും ഈ നാടിന്റെ മാറിൽ രക്തച്ചാലുകളൊഴുക്കുന്നതാരാണ്?

പുതിയ കെട്ടിടത്തിന്റെ പണിക്കാർക്കിടയിൽ സുനിതയെ കണ്ട് വഹീദ് അമ്പരന്നു. സുദേവന്റെ പെങ്ങളാണ്. സുനിതയുടെ കല്യാണത്തെക്കുറിച്ചുള്ള സ്വപ്നങ്ങൾ സുദേവൻ തന്നോടും, ഹരിയോടും പറയാറുള്ളതാണ്. പ്രീഡിഗ്രി തോറ്റതുകൊണ്ടാണ് നല്ല ആലോചനകളൊന്നും നടക്കാത്തതെന്നവൻ വിഷമിക്കാറുണ്ട്. തമാശ പോലെ ഹരി ഒരിക്കൽ സ്വകാര്യമായി തന്നോട് പറഞ്ഞതാണ്.

സുനിതയെ ഞാൻ കല്യാണം കഴിച്ചേനെ. ഒരു പണി കിട്ടി ഓളെ പോറ്റാനുള്ള കഴിവുണ്ടായിരുന്നേൽ.

എന്താ നിനക്കവളോട്.

തമാശ പോലെ അവൻ ചിരിച്ചു കളഞ്ഞു. എങ്കിലും ഹരി ഒന്നും വെറുതെ പറയാറില്ലെന്നറിയാം. അവന്റെ ഹൃദയത്തിലും പ്രണയമുദ്ര പതിഞ്ഞിരിക്കാം. വഹീദിനെ കണ്ട് സുനിത അടുത്തുവന്നു. അവളുടെ മുഖത്തും ദേഹത്തും വിയർപ്പും മണ്ണും കുഴഞ്ഞുകിടന്നിരുന്നു.

"വീട്ടിലെ കാര്യോക്കെ വല്യ കഷ്ടത്തിലാ ഇക്കാ. പാർട്ടിക്കാരുടെ സഹായംകൊണ്ടാണ് തളരാതെ നിൽക്കുന്നത്. അമ്മയും ഏട്ടനൊപ്പം കെടപ്പിലായതാ. അന്നത്തെ അക്കാഴ്ച കണ്ടേ പിന്നെ ഏതുനേരോം നെലവിളിയന്നെയാ. പേടീം, കരച്ചിലും മിക്കവാറും സമനെല തെറ്റിയ പോലെ. ചികിത്സിക്കാൻ കൊറേ പണം വേണം. അച്ഛന് പ്രഷറും വാതോം. അനിമോള് പഠിക്കുന്നു. എനിക്ക് വേറൊരു പണീം അറിയില്ലിക്കാ." അവളുടെ വിയർപ്പിലൂടെ കണ്ണീർ ചാലിട്ടൊഴുകി.

ഇവിടെ കൊലേം, പകരം വീട്ടലും മൊറക്ക് നടക്കുമ്പോ വീട്ടിലിരിക്കണെ വയസായ അല്ലനമ്മമാരേം, ഭാര്യേം, പെങ്ങമ്മാരേം എല്ലാരും മറക്കുന്നു. കൊറച്ച് പണം കൊണ്ട് തീരോ ഞങ്ങടെ തീരാനഷ്ടങ്ങള്.

വഹീദ് നിസ്സഹായനായി നിന്നു.

"ഏട്ടൻ ചെയ്തേന് എല്ലാർക്കും ഞങ്ങളോട് ദേഷ്യാണിക്കാ. ഇക്കാക്ക് പോലും ഉള്ളില് എന്താന്ന് എനിക്കറ്യാം. എന്തിനാ എനിക്ക് പോലും എന്റേട്ടനായി പോയില്ലേ. ചാടിക്കളയാൻ പറ്റ്വോ. ഹരിയേട്ടനെ."

എന്താണവൾ പറയാൻ പോകുന്നതെന്നറിയാൻ കഴിഞ്ഞില്ല. ആ വാക്ക് ഉച്ചരിച്ചപ്പോഴേക്കും പൊട്ടിക്കരഞ്ഞുപോയി. കൂടെ പണിയെടുക്കുന്നവരുടെ ശ്രദ്ധ അവളിൽത്തന്നെ. പറഞ്ഞാശ്വസിപ്പിക്കാൻ വാക്കുകൾ നഷ്ടപ്പെട്ടവർക്കിടയിലൊരാളായി മാറി വഹീദ്. കരച്ചിൽ നിർത്താതെ, മുഖമുയർത്താതെ സുനിത തരിച്ചുപോയി. ഭാരമുള്ള കല്ലുയർത്തി തലയിൽ വച്ചവൾ ആയാസപ്പെട്ടു നടക്കുന്നതുനോക്കി വഹീദ് അതേ നിൽപ്പ് നിന്നു.

ഏഴ്

വാർപ്പ് പണിക്ക് രാജൻ മേസ്തിരിയുടെ കീഴിലായിരുന്നു ബീന. ആരുടെയും സഹായം വേണ്ടെന്ന നിലപാടെടുക്കാൻ അധികമൊന്നും അവൾക്കാലോചിക്കേണ്ടി വന്നില്ല. ആ സഹായം ഉണ്ണ്യേട്ടന്റെ സുഹൃത്തുക്കളിൽ നിന്നാവാം. ഭാര്യയെയും അമ്മയെയും മക്കളെയും മറന്നവന്റെ ഒരു സഹായവും തനിക്കിനി ആവശ്യമില്ല. ഏത് പകയുടെയോ, സ്നേഹത്തിന്റെയോ പേരിലായാലും തങ്ങളെ അനാഥരാക്കാൻ യാതൊരു മടിയും കാണിക്കാത്ത ഭർത്താവിനെ തനിക്കും മക്കൾക്കും ആശ്രയിക്കേണ്ടി വരരുത്

സച്ചിമ്മയുടെ വീട്ടിൽ രാധേടത്തിക്കും, മാളുവിനും എടുക്കാവുന്ന ജോലികളേയുള്ളൂ. ഇത്തിൾക്കണ്ണിപോലെ അവിടെ പറ്റിച്ചേർന്നു നിൽക്കുന്നത് ശരിയല്ലെന്നവൾക്ക് തോന്നിത്തുടങ്ങിയിട്ട് ദിവസങ്ങളേറെയായി. ഉണ്ണ്യേട്ടൻ എന്ന് പുറത്തു വരുമെന്നറിയില്ല. കഴിഞ്ഞ തവണയും ജാമ്യം കിട്ടിയില്ല. നാട്ടിൽ വീണ്ടുമൊരു സംഘർഷത്തിനുള്ള സാധ്യതയുണ്ടെന്നാണ് കണ്ടെത്തൽ. സുദേവന്റെ കൂട്ടുകാർ വെറുതെയിരിക്കില്ല. ആ ജയിലഴിക്കുള്ളിൽ അയാൾ സുരക്ഷിതനാണല്ലോ എന്നതാണൊരാശ്വാസം. എങ്കിലും തനിച്ചാണെന്ന തോന്നൽ ബീനയെ ശ്വാസം മുട്ടിച്ചു. എല്ലാ ഭാരവും താങ്ങാനൊരാൾ. എത്രയേറെ ആശ്വാസകരമാണെന്നത് ഒറ്റപ്പെട്ടപ്പോഴാണറിയുന്നത്.

പണിസ്ഥലത്ത് സുനിതയെ കണ്ട് ബീനയ്ക്ക് വല്ലായ്മ തോന്നി. സുനിത കാണാത്ത മട്ടിൽ തന്റെ ജോലി തുടരുകയാണ്. പരിചയമില്ലാത്ത ജോലിയിൽ വ്യാപൃതയായപ്പോൾ ബീന പെട്ടെന്ന് തളർന്നു. അവളുടെ അവശത കണ്ട് ലളിതേടത്തി ഉറക്കെ പറഞ്ഞു.

സ്വന്തമായിട്ട് മോഹല്ലായിട്ടാണോ. അതെല്ലാം മറന്ന് അന്യനു വേണ്ടി ജീവിക്കാൻ തോന്ന്യ ഒരു മനസ്സ്. ആ മനസ്സ് ഉണ്ടായിപ്പോയതോണ്ടല്ലേ, തലശ്ശേരീലെ നല്ല ചെറുപ്പക്കാര് കൊല്ലപ്പെട്ടത്.

രാജൻ മേസ്തിരി ശാസിച്ചു. പെണ്ണുങ്ങൾ അടക്കിച്ചിരിക്കുന്നത് കലിയോടെ അയാൾ നോക്കിനിന്നു. ഉച്ചയൊഴിവിലാണ് സുനിതയെ അരികെ കിട്ടിയത്.

തനിച്ചിരിക്കുന്ന സുനിതയ്ക്കരികിൽ ചോറുപൊതിയുമായി ബീനയിരുന്നു. അവളുടെ കൈവെള്ളകൾ ചുവന്നു വീർത്തിരുന്നു. സുനിത അതു നോക്കി. തന്റെ കൈയിലെ തഴമ്പിലേക്കവൾ വിരലുകളമർത്തിപ്പിടിച്ചു.

"ഇഞ്ഞി ചോറ് കൊണ്ടേന്നിറ്റില്ലേ."

സുനിത ഒന്നും മിണ്ടിയില്ല. ഏട്ടനെ തലങ്ങും വിലങ്ങും വെട്ടുന്ന ഉണ്ണികൃഷ്ണനെ അവൾ കൺമുന്നിൽ കണ്ടു. അയാളുടെ പകയാളുന്ന കണ്ണുകൾ അവളുടെ നെഞ്ചിലിരുന്നു കത്തിപ്പടർന്നു.

"സുനിതേ ഇഞ്ഞിയെന്തിനാണേ എന്നോട് മീട് വീർപ്പിക്കുന്നെ. ആണുങ്ങള് ഓരോ കൊള്ളാത്തത് ചെയ്തേന് ഞാളെന്ത് ചെയ്യാനാ."

സുനിത ഉച്ചപ്പൊതിയഴിച്ച് ചോറ് വാരി വായിലിട്ടു. എന്തെങ്കിലും പറയാൻ കണ്ണീരനുവദിച്ചുമില്ല. ആ മൗനത്തിൽ പകയായിരിക്കുമെന്നോർത്ത് ബീന വേദനിച്ചു.

സുനിത പുറം കൈ കൊണ്ട് നനഞ്ഞ കണ്ണുകൾ തുടച്ചു.

"എനിക്കെന്തിനാ ബീനേച്ചീ ദേഷ്യം. എന്റേട്ടൻ ചെയ്തേന്റെ കൂലി തന്നല്ലേ. ഇപ്പോ അനുഭവിക്കുമ്പം എല്ലാരുംകൂടാന്ന് മാത്രം. ഇപ്പണിയൊന്നും ചെയ്തു ശീലല്ല. മൂന്നാൾടെ ചെലവ് ഏട്ടന്റെ ചികിത്സ, എല്ലാർക്കുംകൂടങ്ങ് ചത്തു കളയാന്നാ ആദ്യം നിരീച്ചത്. പിന്നതിനുള്ള ധൈര്യോണ്ടായില്ല."

അവർ അടുപ്പത്തോടെ സംസാരിക്കുന്നത് കൂടെയുള്ളവർ അകന്നു നിന്നു നോക്കി ചിരിച്ചു. അവർ കമന്റടിക്കുകയും തെറിപറയുകയും

ചെയ്തു. പരിദേവനങ്ങൾക്കിടയിൽ സുനിതയോ ബീനയോ അതറിഞ്ഞില്ല.

"വീട്ടീ ചെന്നു കേറാൻ തോന്നൂല്ലാ. ഏട്ടന് രാത്രി മുഴുവനും ഒറക്കോല്ല. വേദനേം, കരച്ചിലുമാ. വെശപ്പ് സഹിക്കാണ്ടാവുമ്പോ കുട്ട്യോളെപ്പോലെ അമ്മയും കരയും. എല്ലാം കടിച്ചുപിടിക്കണ അച്ഛനെ കാണുമ്പോഴാ നെഞ്ചുരുകുന്നെ."

തന്നേക്കാളേറെ വേദനിക്കുന്ന മറ്റൊരു ഹൃദയത്തെ നെഞ്ചോടണച്ചു ആശ്വസിപ്പിക്കാനുള്ള വെമ്പലായിരുന്നു ബീനയുടെ മനസിൽ. പക്ഷേ ഒരു വാക്കുപോലും നാവിലില്ലെന്ന് അപകർഷതയോടെ അവളോർത്തു. വൈകിട്ട് ഒരുമിച്ചാണ് മടങ്ങിയത്. പകയും ദേഷ്യവുമില്ലാത്ത ഹൃദയങ്ങളിൽ കണ്ണീർ കടലായിരുന്നു.

സുനിതയുടെ വീട്ടുമുറ്റത്ത് അലക്കുകല്ലിൽ മ്ലാനമായ മുഖത്തോടെ അനിത വഴിക്കണ്ണുമായി നിൽപ്പുണ്ടായിരുന്നു.

"വെശന്നിട്ട് കയീന്നില്ല. എന്തേലും ണ്ടോ."

"തരി വാങ്ങീറ്റ്ണ്ട്. ഇഞ്ഞി കൊറച്ച് ഉപ്പുമാവുണ്ടാക്ക്."

"ഇന്നും ചോറില്ല. അവളുടെ മുഖത്ത് ദയനീയതയും ദേഷ്യവും കത്തിക്കാളുന്ന വിശപ്പും പിടഞ്ഞു."

"മരുന്ന് കയിഞ്ഞതോർമേല്ലേ. അയിന് തെകഞ്ഞില്ല."

"എനിക്കീ പുഴുത്ത തരീന്റെ ഉപ്പുമാവ് തിന്നിറ്റ് ഛർദിക്കാൻ വരുന്നു. ഞാനേടെങ്കിലും പോവാണ്."

വെയിൽ ചാഞ്ഞ മണ്ണിൽ അവൾ കാൽവിരൽകൊണ്ട് കോപാക്രാന്തയായി കീറിവരച്ചു.

"ഇദിപ്പോ വീടാന്നോ എന്തെങ്കിലും പഠിക്കാൻ കഴീന്നുണ്ടോ. ഏട്ടന്റെ വേദനേം, പെടച്ചിലും അമ്മയാന്നേലെപ്പഴും നെലവിളി. എനിക്ക് മടുത്തു."

ആ മടുപ്പ് തന്നിലേക്ക് പടർന്നു കയറിയിട്ട് നാളേറെയായെന്ന് സുനിത പറഞ്ഞില്ല. കേൾക്കാനാരുമില്ല. സഹതപിക്കാനോ, സഹായിക്കാനോ ഒരാളും ദയ കാട്ടുകയുമില്ല.

നേർത്ത ഞരക്കം കേട്ടുകൊണ്ടാണ് സുനിത അകത്തേക്ക് കടന്നത്. താടിമുടികൾ വളർന്ന വികൃതരുപത്തിന്റെ ഞരക്കവും കരച്ചിലും സഹിയാതെ സുനിത അലറി.

"ചത്തൂടാരുന്നോ. ഇങ്ങനെ കെടന്നു നരകിക്കുന്നതിലും നല്ലത് അവമ്മാര് ആ നെഞ്ചും കൂടെ വെട്ടിക്കീറുന്നതാരുന്നില്ലെ. എല്ലാ സൊല്ലേം എന്റെ നെടുമ്പുറത്താന്നല്ലോ ന്റെ ഭഗവാനേ."

ആ പ്രാക്കോ, ദേഷ്യമോ ശ്രദ്ധിക്കാതെ. സുദേവൻ കേണു.

"വേദനേന്റെ മരുന്ന് താണേ. സഹിക്കാൻ പറ്റുന്നില്ല. മുട്ടിന് മേലോട്ടും പഴുപ്പ് കേരുന്നൂന്നാ തോന്നുന്നെ. ഒന്നു ചത്തുകിട്ടാൻ നീ കൊറച്ച് വെഷം വാങ്ങിക്കൊണ്ടുവാ."

സുനിത ഗുളികയും വെള്ളവും വായിലൊഴിച്ചു കൊടുത്തു.

"വെശക്കുന്നു മോളെ എന്തെങ്കിലും തര്വോ."

അയാളുടെ ഇരുകണ്ണിലൂടേയും നീർച്ചാലുകളൊഴുകി. സദാ അതങ്ങനെ ഒഴുകിക്കൊണ്ടിരിക്കും. നെഞ്ച് പിടയുന്ന വേദനയോടെ അടുക്കളയിലേക്ക് നടക്കുമ്പോൾ.

"മോളെ നീ എന്തേലും കൊണ്ടുവന്നിനോ. കൊറച്ച് കഞ്ഞികിട്ടീരുന്നേലീ തീയൊന്ന് കെട്ടടങ്ങ്വേനെ."

അച്ഛനാണ്. ഇരുകൈയാലും ചെവിപൊത്തി സുനിത ഓടി അടുക്കളയിലെത്തി. അനിത സഹായിക്കാനെത്തി.

"ഞാനൊന്നു കുളിച്ചുവരട്ടെ. നീയീ അടുപ്പൊന്ന് കത്തിക്ക് മേലപ്പടി ചേറും ചളീമാ."

"അപ്പളക്കും വെശന്നിറ്റ് എല്ലാരും ചാവും. ഏച്ചി എന്നിറ്റ് കുളിച്ചാമതി."

കുളി ഉപേക്ഷിച്ച് സുനിത അടുക്കളയിലെ അടുപ്പിലൊതുങ്ങി. ഉപ്പുമാവ് സ്പൂൺകൊണ്ട് കോരി സുദേവന്റെ വായിലിട്ടുകൊടുക്കുമ്പോൾ അയാൾ ചോദിച്ചു.

"ശ്രീനിന്റെ വെവരം വല്ലതുണ്ടോണേ."

സുനിത പൊട്ടിത്തെറിച്ചു.

എന്തിനാ ഇനീം ആരേങ്കിലും വെട്ടാനോ കൊല്ലാനോ പ്ലാനിടാനൊ. ചെയ്തതും അനുഭവിച്ചതുമൊന്നും മതിയായില്ലെ. ഒന്നിനുല്ലാത്ത ആ പാവത്തിനെ വെട്ടിക്കീറിക്കൊന്നിട്ട്. ഈ ജന്മം ഈ കെടപ്പ് കെടന്നാൽ വീട്ടിത്തീർക്കാൻ പറ്റ്വോ. ഞാന്തന്നെ ചൊമക്ക്വോം വേണം ല്ലോ ന്റെ ഈശ്വരാ – ഇദെന്ത് വിധി.

അവളുടെ കണ്ണീരിന്റെ ചൂടിൽ ജീവച്ഛവമായി അയാൾ കിടന്നു. ശാപവാക്കുകളോടെ അവൾ കോരി വായിലിടുന്ന ഉപ്പുമാവ് കണ്ണീരിന്റെ നനവോടെ അയാൾ വിഴുങ്ങി. സുനിത ഏതോ ഓർമയിൽ വിമ്മിക്കരയുന്നതും അരിശം കൊള്ളുന്നതും അയാൾ വിങ്ങലോടെ നോക്കിക്കിടന്നു. ഹരിയുടെ മുഖം മുന്നിൽ തെളിഞ്ഞുവന്നു. വീട്ടിലെ വിഷമതകളല്ല, നാടിന്റെ പ്രയാസങ്ങളായിരുന്നു അവനെ അലട്ടിയത്. അമ്മയുടെ പട്ടിണിയേക്കാൾ അമ്മമാരുടെ വിശക്കുന്ന വയറുകളോർത്ത് വേദനിക്കുമായിരുന്ന ഹരിയെ ഇഷ്ടമായിരുന്നു. എന്നിട്ടും എന്തായിരുന്നു തലയ്ക്കകത്ത്. ഒരു പുകമറയ്ക്കുള്ളിൽ അരങ്ങേറിയ ക്രൂരതയുടെ നാടകരംഗങ്ങൾ ഓർത്തെടുക്കാൻ സുദേവൻ പ്രയാസപ്പെട്ടു. ഹരിയുടെ ശാന്തമായ മുഖം നിലാവ് പോലെ തെളിഞ്ഞുവന്നു. സ്നേഹവും ദയയും മാത്രം സ്ഫുരിക്കുന്ന വെള്ളിത്തളിക പോലുള്ള ആ കണ്ണുകൾകൊണ്ട് ഒടുവിൽ നോക്കിയ നോട്ടം.

എന്റെ പ്രാണസുഹൃത്തേ നീയോ.

എന്ന ചോദ്യം ആ നോട്ടത്തിൽ ബാക്കിനിന്നത് വേട്ടയാടുന്നു. ജീവിച്ചിരിക്കുന്ന ഓരോ നിമിഷത്തിലും ഒന്നു മാപ്പ് പറയാനായെങ്കിലും നിന്നിലെ ജീവൻ ഞാൻ ബാക്കിവച്ചില്ലല്ലോടാ. ആരോടാണ് മാപ്പ് പറയുന്നത്. ഹരിയുടെ അമ്മയെ ഒന്നുകാണാൻ ആരാണനുവദിക്കുന്നത്. എന്താണാ അമ്മയോട് പറയുന്നത്

അമ്മയുടെ മകനെ ഞാൻ വെട്ടിക്കീറി കൊന്നു. എന്നെ ശപിക്കരുത് മാപ്പ് തരണം എന്നോ.

പിന്നെ തെളിയുന്ന മുഖം വഹീദിന്റെതാണ്. ഹരിക്ക് അമ്മകഴിഞ്ഞാലുള്ള ഉറ്റസുഹൃത്ത്. കൊച്ചുനാൾ മുതൽ ഒറ്റ ഹൃദയവുമായി നടന്നവർ. ഹരി കരയുമ്പോൾ കൂടെ കരയാറുള്ളവൻ. അവന് തന്നോട് ക്ഷമിക്കാനാവുമോ. വേണ്ട. ഒരു മനസും ഒരു നിയമവും ക്ഷമിക്കാതിരിക്കട്ടെ.

വരാന്തയിൽ പ്രതിമ പോലിരിക്കുന്ന സുനിതയെ അക മുറിയിൽക്കിടന്ന സുദേവന് കാണാമായിരുന്നു. ഇരുട്ടിലൂടെ കാറ്റ് അവളുടെ മുടിയിഴകളെ ദയവില്ലാതെ കോർത്തു വലിക്കുന്നുണ്ടായിരുന്നു. അവളുടെ വിവാഹം സ്വപ്നമായിരുന്നു. ഇപ്പോൾ ആ പഴകിയ സ്വപ്നത്തിന് കഠാര മുനയുടെ മൂർച്ചയാണ്. അമ്മ അകാരണമായും നെഞ്ച് പൊട്ടി കരയുന്നത് കേൾക്കാം.

എന്റെ മോനെ കൊല്ലല്ലേ.

എന്ന നിലവിളി ഇടയ്ക്കിടെ ഉയരും. പിന്നെശ്വാസം ഏങ്ങി വലിച്ച് മണിക്കൂറുകളോളം ജീവനോട് മല്ലിടും. അച്ഛൻ തൊട്ടടുത്തൂടെ പോയാലും തന്റെ നേരെ നോക്കാറില്ല. ആ കണ്ണുകളിൽ സദാസമയവും എരിയുന്ന ഒരഗ്നികുണ്ഡമുണ്ടെന്ന് തോന്നും. ഒരു സുഹൃത്തും തന്നെ കാണാൻ അച്ഛനനുവദിക്കില്ല.

ആരുടെ സഹായവും വേണ്ടെന്നു പറഞ്ഞ് വാതിലടച്ചു കളയും. ശേഷിക്കുന്നത് രണ്ട് പെൺകുട്ടികളും അവരുടെ മാനവുമാണ്. ഇനി ഒരു ബന്ധങ്ങളും വെണ്ടെന്ന് പറഞ്ഞ് പുറന്തിരിഞ്ഞിരിക്കുമ്പോൾ ദുരന്തത്തിന്റെ തുരുത്തിൽ ഒറ്റപ്പെട്ട് നിൽക്കുന്നതാണ് ആശ്വാസമെന്ന് തോന്നാറുണ്ട്. വന്നവഴിയിലൂടെ തിരിച്ചു നടന്നു, ചെയ്തതൊന്നും തിരുത്താനാവില്ലെന്ന കുറ്റബോധം അയാളുടെ ചെന്നിയിലൂടെ നദിപോലെ കുതിച്ചൊഴുകി. കൈയെത്തി ഒന്നു തുടച്ചുമാറ്റുവാൻ പോലുമാവാതെ സുദേവൻ നീറി.

അടുത്ത തവണ മിലനെ കണ്ടപ്പോൾ സീതയുടെ മുഖത്തെ നിർവികാരത മാഞ്ഞിരുന്നു. ആ മുഖത്ത് സ്നേഹവും വാത്സല്യവും തുടിച്ചു നിന്നിരുന്നു.

"എന്തു സുന്ദരിയാണാന്റി."

എന്നു മിലൻ പറഞ്ഞപ്പോൾ അവളെ തോളിലൂടെ കൈയിട്ട് ചേർത്തു നിർത്തി. ആ നിൽപ്പ് വളരെ സുഖകരമായി മിലന് തോന്നി. അന്ന് മധുരമിടാത്ത പാല് കൊടുക്കാതെ, സ്വാദുള്ള ഒരുണ് കിട്ടിയതിൽ മിലൻ സംതൃപ്തയായിരുന്നു. സ്വാദുള്ള മൂക്കാത്ത പച്ചക്കായ കൊണ്ടുള്ള മെഴുക് പുരട്ടി അവൾക്കിഷ്ടമായി. മിലൻ അന്ന് ഏറെ സംസാരിച്ചു. സംസാരിക്കുമ്പോൾ തങ്ങൾക്കിടയിൽ ഒട്ടും അകലമില്ലെന്ന് തോന്നി. മനസിൽ വിങ്ങിയ ഒരു ചോദ്യം ചോദിക്കാതിരിക്കാനും അവൾക്കായില്ല.

"എന്തിനാ ആന്റി പപ്പയുമായി പിരിഞ്ഞത്"

"അവരുടെ പ്രസന്നത മാഞ്ഞു മുഖം മുറുകി."

"മോളീച്ചോദ്യം പപ്പയോട് ചോദിച്ചില്ലേ?"

ചോദിച്ചതാ ഉത്തരം കിട്ടിയില്ല.

അവൾ നിർബന്ധിച്ചപ്പോൾ മാത്രമാണ് കല്യാണത്തിന്റെ ആൽബം കാണിച്ചു കൊടുത്തത്.

"വാഹ് മെയ്ഡ് ഫോർ ഈച്ചദർ. സത്യം പറയട്ടെ. എന്റെ മമ്മ പപ്പയ്ക്ക് ഒട്ടും മാച്ചല്ല. എന്റെ പപ്പ എത്ര സുന്ദരനാണ്. ആന്റിയെപ്പോലെ."

സീത അവളുടെ നേരെ നോക്കിയതേയില്ല. അവരുടെ ഇളയമ്മ ഇടയ്ക്കിടെ വന്നു മിലനെ അതൃപ്തിയോടെ നോക്കി. അവർ ഏതൊക്കെയോ പുസ്തകങ്ങൾക്കിടയിൽ തല പൂഴ്ത്തി ഇരിപ്പാണ്. മിലനോട് ഒന്നും ചോദിച്ചില്ല. ആ മൗനം പപ്പയോടുള്ള ദേഷ്യമാണെന്ന് മിലന് തോന്നി. അതവളെ വിഷമിപ്പിച്ചില്ല ഈ ആന്റിയെ വേണ്ടെന്ന് വയ്ക്കാൻ പപ്പയ്ക്കെങ്ങനെ കഴിഞ്ഞു എന്നാണാലോചിച്ചത്.

അന്നു രാത്രി മിലൻ മാതേയി അമ്മയോട് പറഞ്ഞു. "സീതാന്റി എനിക്ക് നല്ലൊരുണ് തന്നു. അവരെ എനിക്കൊരുപാടിഷ്ടമായി. ഈ മുത്തശ്ശിയെപ്പോലെ."

ആ തുടുത്ത ചുണ്ടിൽ ചിരിയൂറുന്നതുകണ്ട് അവൾക്ക് സന്തോഷമായി. ഗുണ്ടർട്ടിന്റെ പ്രതിമയെടുത്ത് മടിയിൽ വച്ചവൾ പറഞ്ഞു.

കണ്ടില്ലേ ചിരിക്കുന്നത്. ഈ ചിരിയുടെ ഭംഗി കാണാൻ എന്തേ അന്ന് കഴിയാതെ പോയി. ആളൊരു മൊരടനാ അല്ലേ. ഈ ഭാഷകളൊക്കെ പഠിക്കാനുള്ള ബുദ്ധിയേ മരത്തലേലുള്ളൂ. എന്തേ ഒരു പെണ്ണിന്റെ ഹൃദയം കണ്ടില്ല.

അവൾ മാതേയിയുടെ നെഞ്ചിലേക്ക് തല ചേർത്തു വച്ചു. പ്രതിമയെ സ്വന്തം നെഞ്ചിലേക്കും അണച്ചു പിടിച്ചു.

കേൾക്കുന്നില്ലേ സ്പന്ദനം ജന്മാന്തരങ്ങളായി ആലപിക്കുന്ന പ്രണയസൂക്തങ്ങൾ കേൾക്കുന്നില്ലേ.

നെഞ്ചിലിരുന്ന പ്രതിമ ഒന്നു തുടിച്ചോ. മാറിടം വിങ്ങുന്നതുപോലെ മിലൻ ഒന്നു പുളഞ്ഞു.

കരഞ്ഞ മുഖത്തോടെ ഒരു പെൺകുട്ടി വഹീദിനോട് യാചനയോടെ സംസാരിക്കുന്നത് കണ്ട് സച്ചാമ്മ വരാന്തയിലേക്കിറങ്ങി വന്നു. ആ പുരികം ചുളിഞ്ഞു. ചോദ്യഭാവം കണ്ട് വഹീദ് വല്ലായ്മയോടെ പറഞ്ഞു.

"സുദേവന്റെ പെങ്ങളാ."

അവരുടെ കണ്ണടയ്ക്കുള്ളിൽ കണ്ണുകൾ രൂക്ഷമായി.

"നമ്മടെ ഹരീനെ കൊന്നോന്റെ പെങ്ങളോ. എന്താ വഹീദേ ഓക്കിവിടെ വേണ്ടത്."

വഹീദ് പറയാനറച്ചു. സുനിത വിക്കി വിക്കി കൈ കൂപ്പിക്കൊണ്ടു പറഞ്ഞു.

"ഏട്ടൻ നിക്കപ്പൊറുതി തരുന്നില്ല. വഹീദ്ക്കയെ ഒന്ന് കാണണംന്ന്."

അവളുടെ ദയനീയ ഭാവമൊന്നും സച്ചാമ്മയെ അലിയിച്ചില്ല

"ഓനെ കൊല്ലാനാ അനിയത്തിയെ പറഞ്ഞയച്ചിരിക്കുന്നെ."

സുനിതയുടെ കണ്ണുകൾ നിറഞ്ഞു. കവിളിൽ അപമാനത്തിന്റെ നിഴൽപ്പാടുകളുണ്ടായി.

“പോട്. ഓൻ വരൂല്ല. ഇങ്ങളെയൊന്നും കണികണ്ടാൽ വെള്ളം കിട്ടൂല. എത്ര പാവാരുന്നു ഹരി. ഓനെ വെട്ടിക്കൊന്നിറ്റ് ഓന്റെ ചങ്ങാത്യേ തന്നെ കൂട്ടിന് വിളിക്യാണോ. ഇഞ്ഞിയൊന്നും ഈ പടിക്കിപ്രം കടക്കര്തേ.”

അവളുടെ മുഖവും കണ്ണീരും മിലനെ അലിയിച്ചു കളഞ്ഞു.

“എന്താ സച്ചിമ്മേയിത്. സുനിത എന്തു ചെയ്തിട്ടാ. അവളോടി ങ്ങനൊന്നും പറയരുത്. സുനിത നീ കയറി വാ.”

മിലൻ ക്ഷണിച്ചിട്ടും തല ഉയർത്താതെ അവൾ നിന്നതേയുള്ളൂ. സച്ചിമ്മ സ്വരമുയർത്തി തന്നെയാണ് പറയുന്നത്.

“ഹരീനെ ഒരിക്കൽ പരിചയപ്പെട്ടോർക്കാർക്കും ഓനെ മറക്കാനോ ഓനെ കൊന്നോരോട് പൊറുക്കാനോ കയ്യൂല. നീ പോ പെണ്ണേ. വഹീദിനെ അങ്ങനിപ്പം ആരും കാണണ്ട.”

സച്ചിമ്മ അവസാനവാക്ക് പറഞ്ഞു. സുനിത തലതാഴ്ത്തി ഇറങ്ങിപ്പോകുന്നത് നോക്കി അരിശത്തോടെ മിലൻ പറഞ്ഞു.

“ഇതാണോ തലശ്ശേരിക്കാർടെ കൾച്ചർ. വീട്ടിൽ കേറി വര്ന്നോര് ശത്രുക്കളായാലും കിണ്ടീൽ വെള്ളം കൊട്ത്ത് സ്വീകരിക്കുംന്നാണല്ലോ പപ്പ പറഞ്ഞത്. ഇതിപ്പോ ആ പാവത്തിനെ ഇൻസൽട്ട് ചെയ്തില്ലേ. അവളാണോ ഹരിയെ കൊന്നത്. തെറ്റ് ചെയ്തോർക്ക് പോലും ശിക്ഷ കിട്ടുന്നില്ല. എന്നിട്ടാ ഒരു തെറ്റും ചെയ്യാത്തവർക്ക്.”

മിലൻ കയർത്ത് സംസാരിക്കുന്നത് ഇഷ്ടപ്പെടാതെ സച്ചിമ്മ അവളെ ഒന്നമർത്തി നോക്കിയശേഷം അകത്തേക്ക് കയറിപ്പോയി. നിസ്സഹായനായി നിൽക്കുന്ന വഹീദിന്റെ അടുത്തുവന്നു മിലൻ.

സുനിതയോട് കാട്ടിയത് വലിയ തെറ്റായിപ്പോയി വഹീദ്. സുദേവനിപ്പോ ഏറെക്കുറെ മരിച്ചു കഴിഞ്ഞ മനുഷ്യനാണ്.

“സച്ചിമ്മയെ എതിർത്തോണ്ട്.” വഹീദ് പതിയെ പറഞ്ഞു. അയാൾക്കൊരു വളർത്തുനായയുടെ ഛായയുണ്ടെന്ന് മിലന് തോന്നി.

കഷ്ടം വഹീദ് നിങ്ങളൊരു പുരുഷനല്ലേ. തെറ്റും ശരിയും വേർതിരിച്ചു നോക്കാതെ അനുസരിക്കുന്നതാണോ സ്നേഹം. വഹീദ് സുദേവനെ കാണാൻ പോകണം. തെറ്റ് ചെയ്തവർക്കും പറയാൻ എന്തെങ്കിലുമുണ്ടോന്ന് കേൾക്കണം. ഞാനും വരാം. എനിക്കും അയാളെ കാണണം.

വഹീദ് ഒന്നും മിണ്ടിയില്ല.

ചെറിയ കൈക്കോട്ടെടുത്ത് പുല്ലുകൾ ചെത്തി മുറ്റം വൃത്തിയാക്കുകയാണ് മാളു. മിലനും അവളെ സഹായിക്കാനൊപ്പം ചേർന്നു. ഒരു നിമിഷം മിണ്ടാതിരുന്ന ശീലമില്ല. മാളുവിന് പത്തു പന്ത്രണ്ട് വയസുണ്ടെങ്കിലും ശരീരത്തിന് ഒട്ടും വളർച്ചയില്ല. ഡ്രസ്സ് അളവെടുത്തു തയ്പിച്ചാലും ശരീരത്തിന് യോജിക്കാത്തതുപോലെ. മാളുവിന്റെ വീട്ടിൽ രോഗിയായ അമ്മയും വളർച്ച മുരടിച്ച അനിയനും ഒരനിയത്തിയുമാണുള്ളത്.

അച്ഛൻ തെങ്ങിൽ നിന്നും വീണു മരിച്ചപ്പോൾ മുതൽ മാളുവാണ് ഗൃഹനാഥ. കഴിക്കുന്ന ഭക്ഷണത്തിനും വാങ്ങുന്ന കൂലിക്കും അധികമായി ജോലി ചെയ്യാനാണവൾ ശ്രമിക്കുന്നത്. കഷ്ടം തോന്നി. രാധേടത്തി അവൾക്ക് കനത്ത ജോലികളൊന്നും കൊടുക്കില്ല. മിക്സിയും വാഷിങ് മെഷീനും വന്നതോടെ അടുക്കളയിൽ ജോലിയൊന്നുമില്ലെന്ന് രാധേടത്തി പറയാറുണ്ട്. മാളുവിന്റെ കഷ്ടതയോർത്ത് അവളെ അവിടെ നിർത്തുന്നു എന്നേയുള്ളു. മാളുവിന്റെ വീട്ടിൽ ഒരുതവണ മിലൻ പോയിരുന്നു. അങ്ങനൊരു വീട് മിലൻ കണ്ടിട്ടേയില്ലായിരുന്നു. ഇടിഞ്ഞുവീഴാറായ, ചോർന്നൊലിക്കുന്ന ഒരു മൺകുടിൽ. കിതച്ചും ചുമച്ചും ചുമരിൽ പിടിച്ചുനടക്കുന്ന അകാല വാർധക്യം പിടിച്ച മാളുവിന്റെ അമ്മ. കിടക്കപ്പായയിൽ എല്ലാം നിർവഹിക്കുന്ന മുരടിച്ച ഒരു വികൃതരൂപമായിരുന്നു അവളുടെ അനിയൻ. എല്ലുന്തി ശോഷിച്ച് അനിയത്തി. ചെളിയും ചിതലും ചേർന്നു ദുർഗന്ധം വമിക്കുന്ന വഴുക്കലുള്ള മുറിയിൽ മിലൻ ശ്വാസമടക്കിപ്പിടിച്ചാണ് നിന്നത്. മാളു പ്രയാസപ്പെട്ട് ഇട്ടുതന്ന കട്ടൻകാപ്പി കഴിക്കാൻ എത്രത്തോളം ശ്രമിച്ചിട്ടും മിലന് കഴിഞ്ഞില്ല. പഴകിയ സ്റ്റീൽ ഗ്ലാസിന് ഓക്കാനം വരുത്തുന്ന ഗന്ധമുണ്ടായിരുന്നു. അവളെയും ആ നരകിക്കുന്ന കുടുംബത്തെയും രക്ഷിക്കാൻ ആരുമില്ലേ എന്നൊരു മുറവിളി മിലന്റെ നെഞ്ചിലിരുന്നു പിടഞ്ഞു.

രാധേടത്തി വിശദീകരിച്ചു. നാട്ടുകാർ അവരെ സഹായിക്കുന്നുണ്ട്. വല്ലപ്പോഴും മാത്രം, അകന്നുനിന്നുള്ള ഒരു കൈനീട്ടം. ആ കുടുംബത്തെ രക്ഷിക്കാൻ മുൻകൈയെടുക്കാനുള്ള ധൈര്യം ആർക്കുമില്ല. കിടപ്പിലായ കുട്ടിയുടെ ചികിത്സ തന്നെ ഒരു വലിയ ഭാരമാണ്. മരുന്നും ആഹാരവും മറ്റും ചില ക്ലബുകളും സന്മനസ്സുള്ള പണക്കാരും നൽകുന്നുണ്ട്. എന്നാലും മാളുവിന്റെ ഭാരമൊഴിയുന്നില്ല. ആ വീടിന്റെ പട്ടിണിയും വേദനയും അനുദിനം വർധിക്കുന്നതേയുള്ളൂ.

മാളുവിനോട് പാലങ്കലിൽ എല്ലാവരും സ്നേഹത്തോടെയും സഹതാപത്തോടെയുമാണ് പെരുമാറുന്നത്. നല്ല ഭക്ഷണവും വസ്ത്രങ്ങളും അവളർഹിക്കുന്നതിൽ കൂടുതൽ പണവും നൽകുന്നുണ്ട്. മാളുവിന്റെ വിടർന്ന വലിയ കണ്ണുകളിൽ തളംകെട്ടി നിൽക്കുന്ന കൊടിയ വിഷാദത്തേക്കാൾ അഗാധമായതും, മുറിവേൽപ്പിക്കുന്നതുമായ മറ്റൊന്നും ഭൂമിയിലില്ലെന്നാണ് മിലന് തോന്നിയത്.

പുല്ല് ചെത്തുന്നതിനിടയിൽ മാളു ചോദിച്ചു.

ഓര് ഇനീം വരോ ഏച്ചീ.

അവൾ ആരെയാണുദ്ദേശിക്കുന്നതെന്നറിയാം. ശിശുക്ഷേമ സംരക്ഷണം എന്നു പറഞ്ഞു മൂന്നാല് പേർ ഒരാഴ്ച മുന്നെ പാലങ്കലിൽ എത്തിയിരുന്നു. പന്ത്രണ്ട് വയസ്സ് പോലും തികയാത്ത കുട്ടിയെ വേലക്കാരിയായി നിർത്തുന്നത് നിയമ വിരുദ്ധമാണെന്നാണവർ വാദിച്ചത്. അവൾ സ്കൂളിൽ പോകേണ്ട പ്രായമാണ്. പഠിക്കാൻ അനുവദിക്കണം. നിങ്ങളുടെ വീട്ടുവേല ചെയ്താണവൾ ഇങ്ങനെ ആരോഗ്യമില്ലാതിരിക്കുന്നത്. സച്ചിമ്മയെ അവഹേളിക്കുംവിധം അവർ കുറ്റപ്പെടുത്തി. നിങ്ങൾക്കും

കുട്ടികളില്ലേ. അവരെക്കൊണ്ട് ഇത്രയും വേലകൾ ചെയ്യിക്കാമോ. സച്ചിമ്മ ഒന്നിനും ഉത്തരം പറഞ്ഞില്ല. വഹീദ് മാളുവിന്റെ കുടുംബസാഹചര്യങ്ങൾ വിവരിച്ചെങ്കിലും അവളെ ഇത്രയേറെ ഉപദ്രവിക്കരുത്, വേറെ വേലക്കാരെ നിർത്തണമെന്നാണവർ ആവശ്യപ്പെട്ടത്. ചില സന്നദ്ധ സംഘടനകൾ മാളുവിനെ ഏറ്റെടുത്തേക്കും. നാളെ നാടിന്റെ ചുക്കാൻ പിടിക്കുന്ന കൈകളാവാം ഏതൊരു കുട്ടിയുടേതും. അവരെ ഹിംസിക്കുന്നവർക്കെതിരെ നടപടിയെടുക്കാൻ വൈകില്ലെന്ന ഭീഷണിയോടെയാണവർ ഇറങ്ങിപ്പോയത്. അതൊക്കെ കേട്ടു വിരണ്ടു മാളു കൈകൂപ്പി കരഞ്ഞു.

"എന്നെ ഈടന്നു എങ്ങോട്ടും അയയ്ക്കല്ലേ. പഷ്ണികൊണ്ട് ഞാള് ചത്തു പോവും."

രാധേടത്തിയുടെ കണ്ണുകൾ നിറഞ്ഞുപോയി. മാളുവിന്റെ അന്നത്തെ മുഖമോർത്ത് പിന്നീട് പലപ്പോഴും മിലന്റെ കണ്ണുകൾ നിറഞ്ഞിരുന്നു.

എട്ട്

സുദേവന്റെ വീട്ടിലേക്ക് വഹീദിനൊപ്പം വരേണ്ടായിരുന്നെന്ന് മിലന് തോന്നി. ഗല്ലു തടിയിൽ വെട്ടിയെടുക്കാറുള്ള ശിൽപ്പങ്ങളിൽ അംഗഭംഗം വന്നവ മാറ്റിയിട്ടു കത്തിക്കാറുള്ളതാണ് ഓർമയിലെത്തിയത്. കൈകാലുകളില്ലാത്ത പാവകളെ അടുപ്പിൽ തിരുകി ഗല്ലു പറയും.

പൂർണാരോഗ്യമില്ലാത്ത ജീവിതങ്ങൾ ഇതാ ഇങ്ങനെ സദാ തീയിലെരിഞ്ഞു കൊണ്ടേയിരിക്കും.

സുദേവനെക്കണ്ട് വഹീദ് സ്തംഭിച്ചു നിൽക്കുകയാണ്. സുനിത കൊണ്ടുവച്ച സ്റ്റൂളുകളൊന്നിൽ മിലൻ ശ്രദ്ധയോടെ ഇരുന്നു. ഇരുട്ടും നിശ്ശബ്ദതയും ദുർഗന്ധവും മത്സരിച്ച് കീഴടങ്ങി.

"ആദിത്യേട്ടന്റെ മോളാ ല്ലേ. അച്ഛനും അമ്മേമൊക്കെ ഇങ്ങനൊരാളെ ക്കുറിച്ചു പറഞ്ഞു. വരാൻ തോന്നീല്ലോ."

സുദേവന്റെ ശബ്ദം പതറിപ്പതറി പുറത്തേക്കുതെറിച്ചു. വീണ്ടും വിറങ്ങലിക്കുന്ന നിശ്ശബ്ദതയിലേക്ക് അൽപ്പം വളവുള്ള മെലിഞ്ഞൊരു വൃദ്ധൻ ഇറങ്ങിവന്നു.

"സച്ചിമ്മ സുനിതേ കൂട്ടംകൂടി പായ്ച്ചൂന്ന് പറഞ്ഞു. ഓറെ കുറ്റം പറയണില്ല. ഒരു വീട്ടിലേക്കും കേരിച്ചെല്ലാനുള്ള യോഗ്യത ഇല്ലാണ്ടായല്ലോ. ആദീന്റെ മോളല്ലെ. എന്താ കുട്ടീന്റെ പേര്?"

മിലൻ എഴുന്നേറ്റ് നിന്ന് ഉത്തരം പറഞ്ഞപ്പോൾ

കുട്ടി ഇരുന്നോള്. ഗുരുത്തോണ്ട് എന്നു പറഞ്ഞു ഉമ്മറത്തേക്കിറങ്ങി. ജനാലയിലൂടെ ശുഷ്കിച്ച ശരീരത്തിന്റെ പിൻകാഴ്ച മിലനെ അസ്വസ്ഥനാക്കി.

എന്തോ പറയാനുള്ള വ്യഗ്രതയിൽ വഹീദ് അസ്വസ്ഥനാകുന്നത് കണ്ണടയ്ക്കാതെ മിലൻ നോക്കിനിന്നു.

“ക്ഷമിക്കണംന്ന് പറയാൻ പറ്റോ. എന്നാലും വഹീദേ ഭ്രാന്ത് പിടിച്ചൊരു നിമിഷത്തിൽ ഞാൻ നമ്മുടെ ഹരിയെ.”

ആ ഭ്രാന്ത് തന്നിലേക്ക് പാഞ്ഞു കയറുംപോലെ വഹീദിനെ ഒരു വിറയൽ ബാധിച്ചു. അയാൾ ചാടിയെഴുന്നേറ്റ് സുദേവന്റെ കഴുത്തിൽ കുത്തിപ്പിടിച്ചു.

“നിന്നേയും ഞാൻ കൊല്ലുമെടാ. നീയെന്റെ ഹരിയെ മഹാപാപി.”

മിലൻ വഹീദിനെ ബലമായി പിറകോട്ടു വലിച്ചു.

“എന്താത് തനിക്ക് ഭ്രാന്തായോ.”

വഹീദ് പിടിവിട്ടപ്പോൾ സുദേവൻ കിതയ്ക്കുകയും ചുമയ്ക്കുകയും ചെയ്തു. അയാളുടെ ഇരു ചെന്നിയിലൂടേയും കണ്ണീരൊഴുകി. വഹീദ് സമനിലയിലെത്താൻ പണിപ്പെട്ടു. വികാരാവേശത്താൽ ആ ദേഹമാകെ ഉലയുകയും കണ്ണുകളും ചെവിയും മൂക്കിൻ തുമ്പും ചുവക്കുകയും ചെയ്തു. സുദേവന്റെ കണ്ണീർ, അഴുക്ക് നിറഞ്ഞ് ചെവിയിലേക്കൊലിച്ചു താഴുന്നത് മിലൻ സസൂക്ഷ്മം നോക്കി. അതുകണ്ട് അടങ്ങാതെ വഹീദ് ശബ്ദമുയർത്തി.

“നീ കരയണം സുദേവാ ജീവിതകാലം മുഴ്വോൻ നീ പശ്ചാത്തപിക്കണം. തെറ്റുകൾ ചെയ്യുമ്പോൾ എന്നേം നിന്നേം തിരുത്തിയോനല്ലേ ഹരി. ഒരു പൂച്ചേ കല്ലെറീമ്പം നമ്മുടെ കൈക്ക് കേറിപ്പിടിക്കുന്നോനല്ലെ. നിനക്കെങ്ങനെ തോന്നിയെടാ.”

സുദേവൻ തല വിലങ്ങനെ ആട്ടിക്കൊണ്ടിരുന്നു. പാപഭാരത്താൽ ആ കണ്ണീരിന്റെ ഒഴുക്കിന് ശക്തിയേറുകയാണ്.

“എന്റെ തെറ്റ്. തെറ്റ് മാപ്പില്ലാത്ത തെറ്റ്.”

അയാൾ പുലമ്പിക്കൊണ്ടിരുന്നു. പല്ല് കടിച്ച് സ്വയം ശിക്ഷിക്കുന്ന വഹീദ് സുദേവനെ ഇനിയും ദ്രോഹിച്ചേക്കാമെന്ന് മിലൻ ഭയന്നു. മുട്ടിന് കീഴെ ശൂന്യമായ പുതപ്പിലേക്ക് അവൾ നോക്കി. ആ പുതപ്പ് നീക്കി നോക്കണമെന്ന ആഗ്രഹത്തെ അവൾ ഒതുക്കുകയായിരുന്നു. ഒടുവിൽ സുദേവൻ അഭ്യർഥിച്ചു.

“ഞാൻ പറേന്നതൊന്ന് കേൾക്ക് വഹീദേ. എന്നിറ്റ് നീയെന്നെ തല്ലോ, കൊല്ലോ എന്താന്ന്ച്ചാൽ ചെയ്യ്. ആരും നിന്നെ തടയൂല്ല. എല്ലാർക്കും ഞാനൊന്നവസാനിച്ചുകിട്ടണേന്നേയുള്ളു.”

വഹീദ് കടിച്ചിറക്കുന്നത് നോക്കി സുദേവ് തുടർന്നു

അയാളുടെ നിർത്താതുള്ള സംസാരത്തിലോ, വികാരാവേശത്തിലോ വല്ലാതെ കിതയ്ക്കുന്നുണ്ടായിരുന്നു. കൺമുന്നിൽ പേടിപ്പെടുത്തുന്ന രംഗങ്ങൾ വീണ്ടും മറനീക്കിയതു പോലെ അയാൾ കേൾക്കുന്നുണ്ടായിരുന്നു.

ഒരു കൊല നടത്തുന്നോര് പിന്നെത്ര രാത്രീല് മരിച്ചോരേക്കാൾ വേദനിച്ചിട്ടുണ്ടാവൂന്ന് ഞാനറിഞ്ഞതാ. കണ്ണടയ്ക്കുമ്പോഴെക്കും ഹരി എന്റെ കൺമുന്നില്. നീ എന്നോടിത് ചെയ്തല്ലോടാന്ന് ഓൻ ചോദിക്കുമ്പം ഒന്ന് പെടഞ്ഞെണീക്കാൻ പോലും കഴിയാണ്ട് ഞാൻ ഞെട്ടി വെറക്കും. ഒച്ചയെടുത്ത് കരഞ്ഞാല് എല്ലാരും കൂടെന്നെ ശപിച്ചും,

പ്രാകീം പുണ്ണിൻ കത്തിയിറക്കും. എനിക്കൊന്നു മരിക്കാൻ പോലും കഴിന്നില്ലല്ലോ വഹീദേ.

ഉറക്കെ ഉറക്കെ സുദേവൻ കരഞ്ഞപ്പോൾ അകമുറിയുടെ മൂലകളിൽ നിന്നും അടക്കിയ തേങ്ങലുകൾ കേട്ടു. സ്വന്തം കൈവെള്ളയിലേക്ക് നോക്കി മൂകനായിരിക്കുന്ന വഹീദിനേയും, അറവ് മാടിനെപ്പോലെ കരയുന്ന സുദേവനേയും മിലൻ മാറി മാറി നോക്കി. ഏത് വാക്ക് പറഞ്ഞാണാശ്വസിപ്പിക്കുക എന്ന് മിലൻ ഉള്ളിലേക്ക് ഒന്നു തിരഞ്ഞുനോക്കി

ഒരക്ഷരം മിണ്ടാതെയാണവർ പടിയിറങ്ങിയത്. വിലപിക്കുന്ന ഒരു കുടുംബത്തിന്റെ നിസ്സഹായവസ്ഥ മിലനെ വേദനിപ്പിച്ചു.

"സുദേവൻ പശ്ചാത്തപിക്കുന്നുണ്ട് വഹീദ്."

തിരിച്ച് നടക്കുമ്പോൾ മിലൻ പറഞ്ഞു. അതുകേട്ടയാളുടെ മുഖം മുറുകി. അയാളുടെ പശ്ചാത്താപം കൊണ്ട് ആർക്കെന്ത് നേട്ടം ഇനിയുമൊരു കുറ്റകൃത്യം ചെയ്യില്ലെന്ന് പറയാനുള്ള അവസരം പോലും അയാൾക്കില്ല. ഒക്കെ വെറുതെ എല്ലാം വെറുതെ.

സത്യമാണ് വഹീദ് പറയുന്നത്. ഓരോ ചെയ്തികളും ഓരോ തെറ്റും വെറുതെയാവുന്നു. തലശ്ശേരിയിൽ ഇപ്പോൾ സംഭവിക്കുന്നതും നാളെയൊരുകാലം ആവർത്തിച്ചു പറഞ്ഞേക്കാം ഒക്കെ വെറുതെയായിരുന്നെന്ന്.

തുലാമഴയുടെ ഇടിമുഴക്കത്തിൽ നടുങ്ങിയ സന്ധ്യ. ഇരുട്ട് വീഴും മുന്നെ സച്ചിൻ പതുങ്ങിയെത്തി. അവളുടെ കൈയിൽ പൊതിയും ബാക്കി പൈസയും കൊടുത്തപ്പോൾ അവന്റെ നനഞ്ഞ കൈത്തലം അവളുടെ തുടുത്ത വിരലുകളിൽ സ്പർശിച്ചു അവന്റെ കണ്ണുകളിലെ പരിഭ്രമം കണ്ട് അവൾ കൈയുയർത്തി അവന്റെ കവിളിൽ ഒന്നു തലോടി. വല്ലാത്ത വിറയലോടെ സച്ചിൻ ചുറ്റും നോക്കി.

"ഞാനീ കൈയേലൊന്നു ഉമ്മവച്ചോട്ടെ."

വിവശമായ ചോദ്യം കേട്ട് അവൾ പൊട്ടിച്ചിരിച്ചു പോയി. നിഷ്കളങ്കമായ കണ്ണുകളിൽ ആഗ്രഹവും പേടിയും കൂടിക്കലർന്നപ്പോൾ അവൾ അവന്റെ ചുണ്ടിൽ തന്റെ കൈപ്പടമമർത്തി. പക്ഷേ സച്ചിൻഞെട്ടി പിന്മാറുകയാണുണ്ടായത്. ചിരിയോടെ മിലൻ മഴയിലൂടെ അവൻ നടന്നുപോകുന്നത് നോക്കിനിന്നു.

മിന്നൽപ്പിണരുകൾക്കിടയിലൂടെ വെള്ളിമഴ ഒഴുകിപ്പരന്ന രാത്രി. തണുത്ത രാത്രിയുടെ ഭീതിജന്യമായ തടവറയിലെന്നപോലെ ലൈബ്രറിയുടെ ഏകാന്തതയിൽ മിലൻ തന്നെ തളച്ചിട്ടു. അവളുടെ കയിലെ ഗ്ലാസ് പതഞ്ഞൊഴുകി. നുരകൾക്കിടയിൽ മാതേയിഅമ്മയുടെ ആയിരകണക്കിന് കണ്ണുകൾ വെട്ടിത്തിളങ്ങി. മഴയുടെ ഹുങ്കാരം റോപ് വേയിലൂടെന്നപോലെ മനസിനെ പിടിച്ചെടുത്തുകൊണ്ട് പോകുന്നു. ലൈബ്രറിയുടെ വാതിൽ തുറന്നു ഗല്ലു അകത്തേക്ക് വന്നു. സ്വർണരോമങ്ങളുള്ള വെളുത്ത കൈ നീട്ടി. വാത്സല്യത്തോടെ അവളാകൈയിൽ ചുംബിച്ചു. ആ കൈ പിടിച്ച് മിലൻ നടന്നു. ഇരുട്ടിലൂടെ വെളിച്ചത്തിലേക്ക്.

ആൽപ്സിന്റെ ഉയർന്ന പർവത നിരകളുടെ തടിപ്പാലത്തിൽ വച്ച് ഗല്ലു അവളെ ചേർത്തു പിടിച്ചു. പാലത്തിന്റെ രണ്ടറ്റവും കൂട്ടി ഘടിപ്പിച്ചി

രിക്കുന്നത് പർവതങ്ങളുടെ മാറിടങ്ങൾ തുളച്ചാണ്. ഭീമാകാരങ്ങളായ രാക്ഷസന്മാരെപ്പോലെ ഇരുട്ട് പുതച്ച് നിൽക്കുന്നു. താഴെ അഗാധതയിൽ ഭയാനകമായ താഴ്വാരം. മുൻവശത്ത് അതിലേറെ ഭീതി ഉളവാക്കുന്ന വൻമലനിര. മഞ്ഞുമലയുടെ ഒരു വശത്തൂടെ അലറി കുതിച്ചെത്തി തടിപ്പാലത്തിനടിയിലെ കൊക്കയിലേക്ക് ഹുങ്കാരത്തോടെ ചാടിവീഴുന്ന കനത്ത വെള്ളച്ചാട്ടം. വെള്ളത്തുള്ളികൾ മുഖത്തേക്ക് തെറിക്കുമ്പോൾ ഗല്ലുവിന്റെ അരയിലുള്ള പിടിത്തം മുറുകി.

എനിക്ക് ശരിക്കും പേടിയാവുന്നു ഗല്ലൂ തലകറങ്ങും പോലെ.

വെള്ളച്ചാട്ടത്തിന്റെ ആരവം, മൂന്നുപർവതങ്ങളും ഏറ്റുവാങ്ങി ഇരട്ടി ശബ്ദത്തോടെ തിരിച്ചയയ്ക്കുന്നു. മറ്റൊന്നും കാണാനില്ല കേൾക്കാനില്ല. ആത്മാവിന്റെ ഓരോ കണികയിൽ പോലും അലറിക്കുതിക്കുന്ന വെള്ള ച്ചാട്ടം. ഗല്ലുവിന്റെ കൈകളിൽ തളർന്നവശയായി നിന്നു.

ഇത്രയും ഭയാനകമായത് കാണാനാണോ മനുഷ്യൻ തള്ളിക്കുതി ച്ചെത്തുന്നത്. എന്തും, ഏതും മനസിലേക്കാവാഹിച്ചെടുക്കാൻ മിടുക്കരാ ണല്ലോ മനുഷ്യജന്മങ്ങൾ.

മലയ്ക്കപ്പുറത്തുള്ള കൊട്ടാരത്തിലേക്ക് ഗല്ലു വിരലുകൾ ചൂണ്ടി.

അതാ നോക്കൂ മിലൻ. പ്രണയിക്കാത്ത ഭ്രാന്തൻ രാജാവിന്റെ കൊട്ടാരമാണത്.

വെയിലേറ്റു കരുവാളിച്ച പഴയകൊട്ടാരം പ്രണയശൂന്യമായ കണ്ണു കളോടെ അവരെ നോക്കി.

എന്നെപ്പോലെ പ്രണയമില്ലാത്ത ഭ്രാന്തൻ രാജാവ്. ലുഡ് വിങ്ങിന്റെ ഭാവനാശൂന്യമായ കൊട്ടാരം.

കൊട്ടാരമുറ്റത്ത് നിന്നു നോക്കുമ്പോൾ അതിസുന്ദരദൃശ്യങ്ങൾ. ഗ്രാമങ്ങളും മലകളും തടാകങ്ങളും അങ്ങ് താഴെ. സ്വർഗത്തിലെ മട്ടുപ്പാ വിലിരുന്ന് ഇതുവരെ ജീവിച്ചുപോന്ന ഭൂമിയെ നോക്കുംപോലെ. പ്രണ യിച്ച് തീരാത്ത ലോകത്തേക്ക് പറന്നടുക്കും പോലെ.

"നമുക്കാ കൊട്ടാരത്തിന്റെ പടികളിലൂടെ സ്വർഗത്തേക്ക് കയറാം. വരൂ മിലൻ."

"ഞാനില്ല ഗല്ലൂ. ഈ അന്തരീക്ഷത്തിലെ ഓരോ കണികയും എന്നെ ഭയപ്പെടുത്തുന്നു. ഇവിടെ ഒന്നിലും ഞാൻ സൗന്ദര്യം കാണുന്നില്ല. ഭീകരതയാണ് മുന്നിട്ട് നിൽക്കുന്നത്. പപ്പ പറഞ്ഞു തന്നിട്ടുള്ള കഥക ളിലെ പോത്തിൻ പുറത്തേറിയ കാലന്റെ കാലടിപ്പാടുകൾ നിറഞ്ഞു നിക്കും പോലെ. എനിക്ക് പേടിയാകുന്നു."

"വെറും പ്രാക്കളെപ്പോലെ ജീവിച്ചു മരിക്കുന്നതിൽ എന്തുണ്ട് മിലൻ. സിംഹമായി ജീവിക്കണം. ഒരുദിവസം മതി. പോട്ടെ. ഒൺലി എ സെക്കന്റ്. ഓരോ ജന്മവും നൈമിഷികമായിരിക്കെ നമ്മളെന്താണ് പേടി ക്കുന്നത്."

നാളെ എന്ന വാക്കുപോലും അതാ ആ ചക്രവാളത്തിനപ്പുറം മറഞ്ഞു നിൽക്കുകയാണ്. നമ്മുടെ കൈക്കുടന്നയിലുള്ള ഇന്ന് മാത്രം മതി. ഇന്നാണ് ജീവിതം. നാളെ വെറും മിഥ്യ.

ഗല്ലു തന്നെ കൂടാതെ ഗ്ലൈഡറിൽ കയറുന്നു. അത് താണും ചരിഞ്ഞു പൊങ്ങിയും പറക്കുമ്പോൾ നെഞ്ചുരുകുന്നു. ഭീതിയോടെ കണ്ണടച്ചിരിക്കെ ഗല്ലു വിജയിയായി തൊട്ടുമുന്നിൽ. നെറ്റിയിൽ ഐസ് പോലെ മരവിച്ച ഒരു ചുംബനം. സാഹസികത നിറഞ്ഞ ഉത്സാഹത്തുമ്പികൾ പറക്കുന്ന കണ്ണുകൾ.

നിന്റെ ചുംബനത്തിന് ജസ്റ്റിന്റേതുപോലെ ചൂടും, ഗന്ധവുമില്ല ഗല്ലു. ഐസ് പോലെ നിറവും മണവുമില്ലാത്ത ഈ സ്പർശനം എന്റെ മനസും മരവിപ്പിക്കുന്നു.

പ്രണയമില്ലാത്ത ചുംബനങ്ങൾക്ക് മരവിപ്പേ നൽകാനാവൂ മിലൻ. എന്നിൽ പ്രണയമില്ല. സ്നേഹം മാത്രം. പ്രണയം ഫൂളിഷ്നസാണ് മിലൻ. സ്വാർഥതയാണ്. മനുഷ്യന്റെ കുതിച്ചുചാടാൻ വെമ്പുന്ന മനസിനെ, ശരീരത്തെ തലച്ചോറിനെ ഒക്കെ നാലക്ഷരത്തിൻ കുരുക്കിയിടാനുള്ള അൺലക്കി വേഡ് ലവ് ഐ ഹേറ്റ് ഇറ്റ്.

കൊട്ടാരത്തിലെ തടാകത്തിൽ വലിയ അരയന്നങ്ങൾ. തൂവെള്ള നിറവും മഞ്ഞ ചുണ്ടുകളുമുള്ള അതിമനോഹരമായ ഇണകൾ. അവ തമ്മിലുമ്മ വയ്ക്കുന്നു. സ്നേഹിക്കുന്നു. പിണങ്ങുന്നു. ഇര തേടുന്നു.

നോക്കൂ ഗല്ലു പ്രണയം എത്ര സുന്ദരമാണെന്ന്. ഈ ഇണയരയന്നങ്ങൾ നമ്മെ കാട്ടിത്തരുന്നു. എത്ര ഉദാത്തമാണ് അവയുടെ ഓരോ ചലനവും.

മേഘങ്ങളില്ലാത്ത ആകാശത്തിന് കീഴെ നീലനിറമുള്ള തടാകക്കാഴ്ചയിൽ മനസ്സ് തരളിതമാവുന്നു. ഗല്ലുവിന്റെ കഴുത്തിലൂടെ കൈ ചുറ്റി മുഖം നെഞ്ചിലണച്ചു.

ഈ നിൽപ്പിലില്ലേ പ്രണയം. നമ്മുടെ ഹൃദയം തുടിക്കുന്നതെന്തുകൊണ്ടെന്ന് നീയറിയാതെ പോകുന്നല്ലോ.

ചുമലിൽ തഴുകി തലയിൽ മുകർന്ന ഗല്ലു മന്ത്രിക്കുന്നു.

നിനക്ക് ജസ്റ്റിനാണ് ചേരുന്നത്. ഞാനല്ല. ഹി ഈസ് റിച്ച്, എജുക്കേറ്റഡ്, ഹാൻഡ്സം. നോട്ട് ഐ.

കണ്ണുകൾ നിറയുന്നു.

ഗല്ലു എന്തേ എന്നെ അറിയുന്നില്ല. ഈ നിമിഷങ്ങൾ ഉപേക്ഷിക്കാൻ വയ്യ, മനസിലും, ഓർമയിലും ഞാൻ കുറിച്ചിടുന്നു.

വിത് യു ഐ ആം ഇൻ എ വണ്ടർ വേൾഡ്.

ഗല്ലു ബലമായി പിടിച്ചകറ്റി മുറികിയ മുഖത്തോടെ.

ബന്ധങ്ങൾ വേർതിരിക്കുന്നത് എനിക്കിഷ്ടല്ല മിലൻ. നിന്നെ ഞാനെന്റെ മനസിൽ സൂക്ഷിച്ചിട്ടുണ്ട് ആ ഒറ്റവാക്ക് സേ സ്റ്റാച്യൂ. ഞാൻ ചെത്തി മിനുക്കി സുന്ദരമാക്കിയ പൂജാവിഗ്രഹം.

കാടുകൾക്ക് നടുവിലൂടെ കാറോടുന്നു. ഒരു ചുഴലിക്കാറ്റ് കടന്നുപോയപ്പോൾ പിഴുതെറിഞ്ഞ മരങ്ങൾ റോഡരികിലേക്ക് മാറ്റിയിട്ടിരിക്കുന്നു. കാടുകളെ നശിപ്പിക്കാൻ പ്രകൃതി തന്നെ മുന്നോട്ടാഞ്ഞപ്പോഴും അവയെ സംരക്ഷിക്കാൻ തയാറാവുന്ന ജർമനിയുടെ മക്കൾ. പ്രകൃതിയുടെ മനോഹാരിതയ്ക്ക് ഭംഗം വരുത്താതെ, അതിന്റെ നെഞ്ചിൽ മുറി

വേൽപ്പിക്കാതെ പുതുതായി പണിതുയർത്തുന്ന ആധുനികതയെ നോക്കി കോരിത്തരിക്കുന്ന ആകാശം

നടുക്കുന്ന ഇടിനാദം. മിലൻ കണ്ണു തുറന്നപ്പോൾ കറണ്ടില്ലായിരുന്നു. ഇടയ്ക്കിടെയുള്ള മിന്നൽ വെളിച്ചത്തിൻ മാതേയിയുടെ ഭംഗിയുള്ള കണ്ണുകൾ തന്നെ ഉറ്റു നോക്കുന്നതവൾ കണ്ടു. ശക്തമായ ഒരു കാറ്റിൽ ആ കൺപീലികൾ ചലിച്ചു. ഗുണ്ടർട്ടിന്റെ പ്രതിമ ഒന്നുലഞ്ഞു. ഇരുട്ടിൽ ആരുടെയോ നിശ്വാസം നടന്നടുക്കുന്ന പതിഞ്ഞ കാൽവയ്പുകൾ പ്രതിമയ്ക്കടുത്തവസാനിച്ചു. നേർത്ത ഒരു ചുംബനത്തിന്റെ, ആലിംഗനത്തിന്റെ ആസ്വാദ്യതയിൽ മാതേയിയുടെ ഹൃദയമുലഞ്ഞതിന്റെ മിടിപ്പുകൾ മിലന് അനുഭവപ്പെട്ടു. ഇരുട്ടിലേക്കവൾ കൈകളാൽ തുഴഞ്ഞു. പ്രതിമയിൽ തടഞ്ഞ വിരലുകൾ അഭയത്തിനെന്നോണം അതിനെ അടുപ്പിക്കാനുള്ള ശ്രമങ്ങൾ പരാജയപ്പെട്ടു. മറ്റാരോ അതിനെ ബലമായി ചേർത്തു പിടിച്ചിരിക്കുംപോലെ, ആരോ തനിക്കെതിരെ മത്സരിക്കുന്നതുപോലെ അനുഭവപ്പെട്ടപ്പോൾ മിലന് പേടിതോന്നി. ആ മുറിയിൽ താൻ തനിച്ചല്ല. ഈ പ്രതിമ ഇവിടെത്തിയ നിമിഷം മുതൽ ഈ മുറിയിൽ രണ്ടാത്മാക്കളുടെ സ്പന്ദനമുണ്ടെന്നു തോന്നിയിട്ടുണ്ട്. കൈകാലുകൾ തണുത്തുറഞ്ഞിരിക്കുന്നു. മാസ്മരികമായ ഒരു മൃദുസ്പർശനത്തിന്റെ നേർത്ത ചീളുകൾ ദേഹമാകെ പടർന്നുകയറുന്നു. ഒരു തളർച്ചയുടെ ഐസ് പെട്ടിയിൽ ചലനമറ്റതു പോലെ മിലൻ.

"മിലൻ നീയെവിടാ."

രാധേടത്തി കത്തുന്ന എമർജൻസി ലാമ്പുമായി പടികൾ കയറി വന്നു. ഇരുട്ടിൽ പ്രതിമ പോലിരിക്കുന്ന മിലനെ കണ്ടവർ ഞെട്ടി.

"നീയെന്തിനാ കുട്ടീ ഇതിന്റാത്ത് കേറിയിരിക്കുന്നെ. ഒരു വല്ലാത്ത മുറിയാണിത്. ആശതീരാതെ മരിച്ചോരാ മാതേയി മുത്തശ്ശി. ഓറെ ആത്മാവീടെ തന്നേണ്ട് കുട്ടീ."

അവരുടെ മുഖത്ത് പേടി നിറഞ്ഞു.

"ആദ്യം ചെറിയ ഫോട്ടോ ആയിരുന്നു. കുട്ടീടെ അച്ഛച്ഛനാ ഇത്രേം വല്യതാക്കീത്. ഒരു ചൊമരിന്റത്രേം വണ്ണത്തില് ഇങ്ങനൊരു മുഖം കണ്ടാ പേടിയാകുന്ന് ഓററിഞ്ഞിട്ടുണ്ടാവൂല. എന്തായാലും ഇതിന്റാത്ത് കേറുമ്പളേ എനിക്ക് പേട്യാവും. എന്തൊരു നോട്ടാത്. ആർത്തി തീരാത്ത കണ്ണുകളാ ഓർക്ക്."

ഒരിടിനാദത്തിൽ രാധേടത്തി നടുങ്ങി വിറച്ചു. അവളുടെ ആ ഇരിപ്പിൽ അവർക്ക് അപാകത തോന്നി.

"വേഗം വാ മോളെ. സച്ചാമ്മ തിന്നാനുള്ളതും വച്ച് കാത്തിരിക്യാ. ഇന്നിനി കറന്റ് വരുംന്ന് തോന്നുന്നില്ല. ഏതെങ്കിലും ലൈൻ കത്തിക്കാണും. നീയെന്താ മോളെ ഒന്നും മിണ്ടാത്തത്."

അവർ വെളിച്ചം അവൾക്ക് നേരെ നീട്ടി. അവളുടെ തുറിച്ച കണ്ണുകൾ കണ്ട് അവർ ഭയന്നു.

"ഞാനന്നേ പറഞ്ഞതാ. ഈ മുറീലിരുന്നുള്ള കളി വേണ്ടാ വേണ്ടാന്ന്. എന്റെ മുത്തപ്പാ ഇക്കുട്ടിക്കെന്തു പറ്റി."

മഞ്ഞ് നിരയിലൂടെ ബാലൻസ് ചെയ്തു വരുന്ന ഗല്ലു. റോപ് വേയിലൂടെ, ഗ്ലൈഡറിലൂടെ, കൊട്ടാരത്തിന്റെ നടപ്പാതയിലൂടെ അയാളുടെ കൈയിൽ തൂങ്ങി ആൽപ്സിന്റെ കാണാത്ത താഴ്‌വാരങ്ങളിലേക്ക് ഊർന്നിറങ്ങുന്ന തണുപ്പും, ഇരുട്ടും.

"ഇവളെന്തോ കണ്ട് പേടിച്ചതാ സച്ചമ്മേ."

ഗല്ലുവിന്റെ ശബ്ദമല്ലത്. ആരോ മന്ത്രമോതുന്നു. വൃദ്ധസ്വരം ഇരുട്ടിൽ അവരുടെ ചുളിഞ്ഞ മുഖം എമർജൻസിയുടെ കണ്ണിൽ തറയ്ക്കുന്ന വെളിച്ചത്തിൽ മന്ത്രവാദിനിയെപ്പോലെ. കണ്ണടയ്ക്കുള്ളിൽ ഭീമാകാരമായ കണ്ണുകൾ മുങ്ങയുടേതെന്ന പോലെ വട്ടം ചുഴറ്റുന്നു.

മിലൻ ഉറക്കെ നിലവിളിച്ചു. അവൾ ഗല്ലുവിനോടൊത്തായിരുന്നു. കണ്ണടച്ചവൾ അയാളുടെ ചിറകിന്മേൽ ആകാശത്തേക്ക് പറന്നു സച്ചമ്മയുടെ തളർന്ന മുഖം കണ്ട് വഹീദ് ആശങ്കപ്പെട്ടു.

"അവളെന്തോ കണ്ട് പേടിച്ചതാ സച്ചമ്മേ. രാധേടത്തി സച്ചമ്മേ താഴേക്ക് കൊണ്ട് പോയ്ക്കോ. ക്ഷീണം വന്നിട്ടുണ്ട്. ബി പി യുടെ ഗുളിക കൊടുത്തേക്കണം."

രാധേടത്തിയുടെ കൈ പിടിച്ച് സച്ചമ്മ പതുക്കെ നടന്നുപോയി. മിലൻ സ്വപ്നത്തിലെന്ന പോലെ ചിരിക്കുകയും, കരയുകയും ചെയ്തു. ഏതോ ഒരു നിമിഷത്തിൽ അവൾ ഞെട്ടി വിറച്ചു.

"നോ ഗല്ലൂ നോ."

എന്നലറി. വഹീദ് അവളുടെ വിറയ്ക്കുന്ന തണുത്ത കൈകൾ കൂട്ടിപ്പിടിച്ചു. മിലൻ കണ്ണുതുറന്നു.

ഓ ഗല്ലൂ യൂ ആ സ്വീറ്റ്. വെരി സ്വീറ്റ് അവൾ വഹീദിനെ കെട്ടിപ്പിടിച്ചു. അയാൾ വേവലാതിയോടെ അവളുടെ കൈവിടുവിക്കാൻ ശ്രമിച്ചു. മിലൻ ഇരുകൈകളും നീട്ടി അയാളെ നെഞ്ചോടണച്ചു. വഹീദ് ഇരുട്ടിൽ നിന്നും തെന്നിമാറുന്ന മിന്നൽപ്പിണരിന്റെ വേഗതയിൽ അവളിൽ നിന്നകന്നു. നേർത്ത വെളിച്ചത്തിൻ അയാളുടെ നിഴലിൽ മാതേയിയമ്മയുടെ കണ്ണുകളിലെ താക്കീത് വഹീദിനെ ഞെട്ടിച്ചു. മിലൻ എന്തോ പറയുകയും കരയുകയും ചെയ്തു. തളത്തിലെ ഇരുട്ടിലേക്ക് മാറിനിന്ന വഹീദ് ഞെട്ടുകയും വിയർക്കുകയും ചെയ്തു. തണുത്ത കാറ്റും മഴയുമുള്ള രാത്രിയിൽ അയാൾ കണ്ണടയ്ക്കാതെ മിലന്റെ മുറിക്ക് വെളിയിൽ കാവലിരിന്നു.

ഒമ്പത്

കണ്ണാടിയലമാരയിൽ തേങ്ങയടർന്ന അഞ്ചാറ് കഷ്ണം പുട്ടും, വെറുങ്ങലിച്ച കുറച്ച് എണ്ണപ്പലഹാരങ്ങളും മാത്രം കരിയടുപ്പിന്റെയും സമോവറിന്റെയുമൊക്കെ കാലം കഴിഞ്ഞിരിക്കുന്നു. ഗ്യാസ് സ്റ്റൗവാണിപ്പോൾ കുമാരേട്ടൻ ഉപയോഗിക്കുന്നത്. ആവശ്യക്കാർക്ക് അപ്പപ്പോൾ ചായയോ കാപ്പിയോ ഇട്ടു കൊടുക്കും പലഹാരങ്ങൾ ഭാര്യയും മകളും ചേർന്ന് അതിവെളുപ്പിനെഴുന്നേറ്റ് പാകം ചെയ്തു ചായക്കടയിലെത്തിക്കും. ഊണ് കൊടുക്കലൊക്കെ എന്നേ നിർത്തിയിരിക്കുന്നു.

ഒരുകാലത്ത് നല്ല രീതിയിൽ നടന്ന ഹോട്ടലായിരുന്നു കുമാരൻസ്. ഹോട്ടലിലെ ഉച്ചയൂണിന് എന്നും തിരക്ക്. അവിടത്തെ മീൻകറിയും സാമ്പാറുമൊക്കെ ഏറെ പ്രസിദ്ധം. രാവിലെ പുട്ടും വെള്ളപ്പവും ദോശയുമൊക്കെയാവുമ്പോൾ വൈകീട്ട് സ്വാദുള്ള എണ്ണപലഹാരങ്ങളായിരുന്നു. കാലം കടന്നുപോകെ ഹോട്ടൽ വെറും ചായക്കടയായി മാറി. പതിവായി വാചകമടിച്ചിരിക്കുന്നവരാരെങ്കിലും വന്നെങ്കിലായി. തലശ്ശേരിയിലെ വലിയ ഹോട്ടലുകളാണ് എല്ലാവരുടെയും ലക്ഷ്യം. പൊറോട്ടയും, ചിക്കനുമല്ലാതെ തലശ്ശേരിക്കാർക്ക് ഒരുദിവസം അവസാനിപ്പിക്കാനാവില്ലെന്ന് തോന്നിപ്പോകും. രാവിലെ വെറും വയറോടെ വീട്ടിൽ നിന്നിറങ്ങുന്ന ആണുങ്ങൾ തലശ്ശേരിയിലെ പാരീസ് പോലുള്ള ഹോട്ടലുകളിൽ കയറി മൂക്കുമുട്ടെ പൊറോട്ടയും കറിയും കഴിക്കും. ഉച്ചനേരങ്ങളിൽ ബിര്യാണിക്കാണ് കൂടുതൽ ചെലവെന്ന് കുമാരേട്ടൻ കേൾക്കാറുണ്ട്. ഡാൽഡയിൽ കുഴച്ചെടുത്ത പൊറോട്ടയും മസാല ചേർത്ത ബിര്യാണിയും കഴിച്ച് നാട്ടുകാർ മൊത്തം രോഗികളായേക്കുമെന്ന് കുമാരേട്ടൻ സുദേവന്റെ അച്ഛൻ ചാത്തുട്ടിയോട് പറയും.

ഇമ്മാതിരി തീറ്റയാ രോഗം വർത്തണതെന്ന് ഓറാരേലും ആലോയിക്കേ. ഇവിടെ ഏതാശുപത്രീലാ തെരക്കില്ലാത്തെ. കൊടല് നന്നായാല് ഒര് രോഗോം വരുല്ല.

ചാത്തുട്ടി പഴയപോലെ സംസാരിക്കാറില്ല, സുദേവന്റെ ദുരന്തം കണ്ടുന്നിലായിരുന്നു. അതോടെ തളർന്നുപോയിരിക്കുന്നു. എന്നാലും പഴയ ചങ്ങാതിയുടെ കടയിൽ അൽപ്പനേരമെങ്കിലും ചെന്നിരിക്കാൻ അയാൾ മറക്കാറില്ല. മനസിനെ കാർന്നുതിന്നുന്ന ഞെട്ടിപ്പിക്കുന്ന ഓർമകൾക്ക് കടിഞ്ഞാണിടാൻ ആ ഒരു സാന്നിധ്യം കൂടിയേ തീരൂ. ചാത്തുട്ടിയുടെ മ്ലാനത അകറ്റാനാണ് കുമാരേട്ടൻ നിർത്താതെ സംസാരിക്കുന്നത്. അയാളുടെ മകൻ ശ്രീജൻ ബാങ്കിലെ പ്യൂണാണ്. ഭാര്യക്ക് കോടതിയിൽ ക്ലാർക്കായി ജോലിയുണ്ട്. കുടുംബകാര്യങ്ങളും നാട്ടുകാര്യങ്ങളും പങ്കുവയ്ക്കുന്നവർക്കിപ്പോൾ സന്തോഷമുണ്ടാക്കുന്നതൊന്നും പറയാനില്ല. കയ്പുരസമുള്ള വാക്കുകൾ ചവച്ചു തുപ്പുമ്പോൾ ദീർഘനിശ്വാസങ്ങൾ മാത്രമാണ് കൂട്ടിനെത്തുന്നത്.

"ശ്രീജന്റെ കാര്യോക്കെ എങ്ങനാ കുമാരാ. ഇന്നലെ തലശ്ശേരി സ്റ്റാന്റില്വെച്ച് ആരോടോ ഒടക്കീന്ന് കേട്ടു. ഇന്നാട്ടിലെ ചെറുപ്പക്കാർക്കിതെന്ത് പറ്റിയെടോ."

"ശ്രീജന്റെ കാര്യോന്നും പറയാണ്ടിരിക്ക്യാ നല്ലത് ചാത്തുട്ടീ. എന്തിനും ചാടിക്കയറ്റോം, വഴക്കും. ഓന്റെ രമണിക്കും നാക്കിന് നീളം ജാസ്ത്യാ. രണ്ടും വീട്ടീക്കെടന്ന് തമ്മിലടിപിടിയും. മക്കളെ വളർത്തുമ്പോൾ പെടാപ്പാട് പെടുന്നേനിടയിൽ സന്തോഷിക്കാനുള്ള കാലം വരുമെന്ന് നിനച്ചതേ തെറ്റ്."

"നല്ല കാലമെല്ലാം കഴിഞ്ഞുപോയി എന്നു നിനയ്ക്കണ്ട, കുമാരാ, നല്ല നാളേക്കുവേണ്ടി മരിച്ചവരുടെ സ്വപ്നങ്ങളൊന്നും വെറുതെയാവും എന്നു കരുതണ്ട. ജാതീം മതോം നോക്കാതെ മനുഷ്യരെ ഒന്നായി

ക്കാണുന്ന ഒരു ലോകം സ്വപ്നം കണ്ടതിനല്ലെ, പല ചെറുപ്പക്കാർക്കും ജീവൻപോയത്."

വാസേട്ടനും മില്ലിലെ പണിക്കാരനും ചായക്കടയിലേക്ക് കയറി വന്നു.

പുട്ടിന് കറിയെന്താ കുമാരാ.

"കടലക്കറിയുണ്ടെടാ. ഇങ്ങളിരിക്ക് ഞാനെടുത്തേരാം."

പുട്ടും, കടലയും, ചായയും മുന്നിൽ വച്ച് കുമാരേട്ടൻ പറഞ്ഞു.

"വാസൂനെ ഞാനിപ്പോ ഓർമിച്ചതേയുള്ളൂ."

"അതെന്താ കുമാരാ എന്നെക്കൊണ്ടൊരാലോചന. വല്ല കത്തിയോ കഠാരയോ കരുതീട്ടുണ്ടോ."

തമാശ കേട്ടതു പോലെ മൂവരും തലയറഞ്ഞു ചിരിച്ചു. ചാത്തൂട്ട്യേട്ടൻ ചിരി നിർത്തി മുറുകിയ മുഖത്തോടെ പറഞ്ഞു.

"ഇനി അങ്ങനേം നടന്നൂടാന്നില്ല വാസ്വേ. ഇന്ന് നടക്കണെ മത്സരോം, സ്ഥാനമോഹോം കാണുമ്പം വെറുപ്പ് തോന്ന്വാണ്. ഇങ്ങനെ പോയാലി തെവിടെ ചെന്നെത്തും. തമ്മീ പൊരുത്വാന്ന്. കൊല്ലേം, രക്ഷിക്കാൻ പുത്യ അവതാരങ്ങള് തന്നെ വേണ്ടി വരും."

വാസേട്ടൻ കൈ കഴുകിവന്ന് ഒരു സിഗററ്റെടുത്തു കത്തിച്ചു. പണിക്കാരൻ മുണ്ട് മാടിക്കെട്ടി വഴിയിലേക്കിറങ്ങി. പഴയ കാര്യങ്ങളും മറ്റും സംസാരിച്ചിരിക്കെ ശ്രീജൻ മുണ്ട് മടക്കിക്കുത്തി ചായക്കടയിലേക്ക് കയറി വന്നു. കുമാരേട്ടനോടയാൾ ശബ്ദമടക്കി പറഞ്ഞു.

"ആ വടക്കെ പറമ്പിന് ഒരാളുണ്ട്. വെലയൊക്കെ ഒത്തുകിട്ടിയതാ. അതങ്ങ് കൊടുത്തേച്ചാൽ വീടൊന്നു പുതുക്കാം. അച്ഛന്റെ സമ്മതേ വേണ്ടൂ."

നീ എന്താന്ന്ച്ചാൽ ചെയ്തോ. പക്ഷേ അതെന്റെ കാലശേഷം മതി. ഇപ്പോ പറമ്പ് വിറ്റ് വീട് പുതുക്കേണ്ട കാര്യോണ്ടെന്ന് എനിക്ക് തോന്നുന്നില്ല. സ്വന്തായ എന്തേലുമൊന്ന് ഉണ്ടാക്കിയെടുക്കാൻ നോക്ക്. അല്ലാതെ വിറ്റ് തൊലക്കല്ല വേണ്ടത്.

ശ്രീജന്റെ കണ്ണെരിയുന്നതും ഉള്ളിലെ എതിർപ്പ് പല്ലുകൾക്കിടയിൽ ഞെരിഞ്ഞമരുന്നതും കുമാരേട്ടൻ കാണാത്ത ഭാവം നടിച്ചു. അയാളുടെ കണ്ണുകൾ അച്ഛന്റെ സുഹൃത്തിലാണ് ഉടക്കിനിന്നത്. മുഷ്ടി ചുരുട്ടി അയാൾ ചാത്തൂട്ടിയുടെനേർക്ക് തിരിഞ്ഞു.

"സുദേവന് കിട്ടീത് കൊറഞ്ഞുപോയി കേട്ടോ. ഓനെ മാത്രോല്ല ശ്രീനിയേം ഒപ്പോളള്ളോരേം ഞമ്മടെ കൈയീകിട്ടും. ഹരീനെ കൊന്നോരെ ഞമ്മള് വെറുതെ വിടൂല."

അവന്റെ അലർച്ചയിൽ മൂന്ന് വൃദ്ധഹൃദയങ്ങളും ഒന്നു നടുങ്ങി

കുമാരേട്ടന്റെ കണ്ണുകളിൽ തീയെരിഞ്ഞു.

സീതയെ തൊട്ടു മുന്നിൽ അപ്രതീക്ഷിതമായി കണ്ടപ്പോൾ സച്ചമ്മ അത്ഭുതപ്പെട്ടു. നീല സാരിയിൽ, തിളങ്ങുന്ന കണ്ണുകളോടെ സച്ചമ്മേന്ന് വിളിച്ചപ്പോൾ കാലങ്ങൾ അവൾക്ക് മേലെ കടന്ന് പോയെന്നു വിശ്വസിക്കാനായില്ല. അവർ അവളെ ചേർത്തു പിടിച്ചു.

നീ ഈ പടി കടന്ന് വരുംന്ന് ഞാൻ വിചാരിച്ചതേയില്ല. സച്ചിമ്മക്ക് പഴേപോലെ അങ്ങട്ട് വന്നു കാണാനും വയ്യല്ലോ മോളെ.

അവർ അവളെ കണ്ണു നിറയെ കാണുകയായിരുന്നു, ഓരോ അണുവിലും തുളുമ്പുന്ന സ്നേഹത്തോടെ. രാധേടത്തിയുടെ നിറഞ്ഞ കണ്ണുകളാണ് സീതയെ എതിരേറ്റത്. പാവാടയിട്ട ഒരു പെൺകുട്ടി മോഹിക്കുന്ന കണ്ണുകളോടെ ആദിത്യനെ നോക്കാറുള്ളതോർമിച്ചു പോയി അവർ.

വടക്കെ തൊടിയിൽ സീതയെ ചേർത്തു പിടിച്ചുമ്മ വയ്ക്കുന്ന ആദിത്യനെന്ന ചെറുപ്പക്കാരൻ. കണ്ടുവന്ന രാധേടത്തിയുടെ മുഖത്തായിരുന്നു നാണം. പിറകെവന്നു ആരോടും പറയല്ലേന്ന് കൊഞ്ചുന്ന മുഖത്ത് നിറഞ്ഞ പരിഭ്രമവും നാണവും. ഇന്നലെ കഴിഞ്ഞതുപോലെ.

വേണ്ടാത്തതൊന്നും കളിക്കാതെ നീ ഓക്കൊരു താലി കെട്ട് എന്നു ചിരിയോടെ പറഞ്ഞപ്പോൾ ആ മുഖത്ത് മിന്നിയ വെളിച്ചം കണ്ണിലടിച്ചതു പോലെ രാധേടത്തിയുടെ ഹൃദയം ഒന്നു മിന്നി.

സച്ചിമ്മയോട് സംസാരിച്ചിരുന്നു സീത. പരിഭവമോ, പരാതികളോ, സങ്കടങ്ങളോ ഇല്ല. തന്റെ സ്കൂൾ, കുട്ടികൾ, നാടിന്റെ കണ്ണീർക്കണങ്ങൾ. ഹരിയുടെ കൊലപാതകം. മിലൻ അവരെ കണ്ണെടുക്കാതെ നോക്കിക്കൊണ്ടു അരികെയിരുന്നു.

അവരുടെ സംസാരമൊന്നു കഴിഞ്ഞുകിട്ടാൻ കാത്തിരിക്കുകയായിരുന്നു അവൾ. ഒരൊഴിവ് കിട്ടിയപ്പോൾ മിലൻ സീതയെ ചേർത്തു പിടിച്ചു. വായനാമുറിയിലേക്ക് കൊണ്ടുപോയി ഉദ്വേഗത്തോടെ അവൾ ചോദിച്ചു.

ഈ മാതേയിമുത്തശ്ശി എന്നെ പോലിരിക്കുന്നില്ലേ ആന്റി.

സീത മറുപടി പറയാതെ ആ ചിത്രത്തിലേക്ക് കണ്ണെടുക്കാതെ നോക്കി നിന്നു. ആ മൗനം അവളെ നിരാശപ്പെടുത്തി. ഗുണ്ടർട്ടിന്റെ പ്രതിമ കൈയിലെടുത്ത് അവർ ആ ചിത്രത്തിലേക്ക് വീണ്ടും നോക്കി. തന്റെ കൈയിലിരിക്കുന്ന മര പ്രതിമയ്ക്ക് ജീവന്റെ തുടിപ്പുണ്ടോ? ആ വലിയ ചിത്രത്തിലെ കണ്ണുകൾ ഒന്നനങ്ങിയോ – സീതയുടെ നെഞ്ചിലെന്തോ വിറയാർന്നു. അവൾ ആ കുഞ്ഞു ശരീരത്തിൽ കണ്ണോടിച്ചു

വളരെ നന്നായിരിക്കുന്നല്ലോ ജർമനീന്നാണോ എന്നു ചോദിച്ചു.

അതെ.

എന്നു മാത്രമേ മിലൻ പറഞ്ഞുള്ളൂ. ഇന്ത്യയിലെത്തിയപ്പോൾ മുതൽ ഗല്ലുവിനെക്കുറിച്ച് കൂടുതലായി താൻ ചിന്തിക്കുകയാണെന്ന് അവൾ ഓർത്തു ആക്രമിച്ചു കീഴടക്കാൻ മിടുക്കനാണവൻ. പർവതങ്ങളെ ചവുട്ടി മെതിച്ചവൻ. ഉയരങ്ങളും താഴ്ചകളും തന്റെ കാൽക്കീഴെ ഒന്നുപോലെന്ന ഗർവ് നടിച്ചവൻ.

ഈ ഗുണ്ടർട്ട് കഥകളൊക്കെ ആരാ പറഞ്ഞു തന്നത് മിലന്.

ഇവിടെ വന്നശേഷം അറിഞ്ഞ കഥകൾ മാത്രം. പപ്പപറഞ്ഞു തന്നിട്ടുള്ള തലശ്ശേരിക്കഥകളിലോ, തറവാട്ടുകഥകളിലോ ഇങ്ങനൊരു പ്രണയനായിക ഉണ്ടായിരുന്നില്ല. ജർമനീല് ജീവിക്കുന്നയാൾ ഗുണ്ടർട്ടിന്റെ ആരുമറിയാത്ത ഈ പ്രണയകാവ്യത്തെ മറന്നുകൂടാത്തതാണ്. പക്ഷേ, പപ്പ എന്നോടൊന്ന് സൂചിപ്പിച്ചതു പോലുമില്ല.

സീതയുടെ ചുണ്ടിലൊരു പരിഹാസച്ചിരി മരിച്ചു കിടന്നു. പപ്പ മറന്നതല്ല, പറയാനുള്ള ഉൾഭയം കൊണ്ടാണെന്ന് സീത പറഞ്ഞില്ല. മാതേയി എന്ന കാമുകിയുടെ പ്രണയാർദ്രമായ കവിതകൾ, ആദിത്യന്റെ കൈപ്പടയിലുള്ളത് ഇന്നും തന്റെ മേശയിലുണ്ട്. അത് വായിച്ച് കണ്ണു നിറഞ്ഞപ്പോൾ ചേർത്തു പിടിച്ച്

ആ പ്രണയം നമ്മളിലൂടെ പുനർജനിക്കും എന്ന് പറഞ്ഞയാൾ.

സീതയുടെ കണ്ണുകളിലിരുന്നു മാതേയി ചിരിക്കുകയും തുളുമ്പുകയും ചെയ്തു. തറവാട്ട് കെട്ടിനുള്ളിൽ ഊഞ്ഞാലാടി നടന്ന പെൺകുട്ടിയുടെ ഭ്രാന്തൻ സ്വപ്നങ്ങൾ. ജ്ഞാനദേവന്റെ വിരൽത്തുമ്പിലൂടെ സ്വന്തം ജീവിതമോഹങ്ങൾ. ഊർത്തെടുക്കാൻ വെമ്പിയ വിഡ്ഢി. തീവ്രപ്രണയത്തിന്റെ കാണാക്കയങ്ങളിലേക്കവൾ മുങ്ങിത്താഴുന്നു. ആ കാലടിക്കീഴെ ഞെരിഞ്ഞമർന്ന മൺതരികൾക്ക് നെറ്റിയിലണിയുന്ന ഭസ്മത്തെക്കാൾ വിലകൽപ്പിച്ചവൾ. വിലപ്പെട്ട ഒരു ജന്മത്തെ നിർമാല്യമാക്കി ആ സവിധത്തിൽ അർപ്പിക്കാൻ കൊതിച്ചവൾ.

ആ വലിയ ചിത്രത്തിലെ ജീവനുള്ള കണ്ണുകളിലേക്ക് നോക്കിയിരിക്കേ ആ അഭൗമ പ്രേമത്തിന് കാലാന്തരങ്ങൾക്കപ്പുറവും അന്ത്യമില്ലെന്ന് തോന്നി.

ആന്റി ഇന്നു പോകരുത്.

മിലന്റെ നിർബന്ധം. സീതയുടെ മനസിടറി. ഒരാളിന്റെ മാത്രം സ്വന്തമായി ജീവിച്ചവൾ. വേർപെട്ട നാൾ തൊട്ടീ പടികയറിയിട്ടില്ല. ഈ അകത്തളങ്ങളിൽ നഷ്ടപ്പെട്ടതിന്റെയൊക്കെ പ്രേതങ്ങൾ ആർത്തട്ടഹസിച്ച് തനിക്ക് നേരെ കൈവീശും. ആ തേറ്റപ്പല്ലുകളാൽ കാർന്നുതിന്നും. പേടിയോടെ അകന്നുനിന്നു കാണാനുള്ള ആഗ്രഹത്തോടെ സച്ചിമ്മ വരുമ്പോൾ കരയാനും ചിരിക്കാനും മറന്ന സ്തൂപം പോലെ നിന്നു.

നിന്നെ എനിക്ക് മനസിലാകുന്നില്ലല്ലോ മോളേ.

എന്നവർ കേണപ്പോൾ നെഞ്ചോടണച്ച് രാധേടത്തി പറഞ്ഞു.

എനിക്കറിയാം കുട്ടീ നിന്റെ ഉള്ളിലെരിയുന്ന ചിത അണയുന്നില്ലെന്ന് എനിക്കറിയാം.

പക്ഷേ, മിലന്റെ നിർബന്ധം. അതിലേറെ ആ വീട്ടിൽ ഒരു രാത്രി കൂടിയെങ്കിലും കഴിയാനുള്ള കൊതി. ചെമ്പകം പൂത്തമണമുള്ള, നിലാവുള്ള രാത്രികൾ, തൊടിയിലെ ഇലഞ്ഞിപ്പൂക്കളെ നിദ്രയിലെത്തിക്കുന്ന തണുത്ത കാറ്റ്. ആദിത്യേട്ടന്റെ ചുംബനങ്ങളിലെ, സ്പർശനങ്ങളിലെ വാത്സല്യം.

നീയെന്റെ പൊന്നുമോളല്ലേ.

നേർത്ത കൊഞ്ചലുകൾ. സീതയുടെ നിശ്ശബ്ദതയിൽ സച്ചിമ്മ ഉത്സാഹിതയായി.

എളേമ്മ തനിച്ചല്ലേ. സച്ചിമ്മേ.

കൗസൂന് നീയൊന്നു ഫോൺ ചെയ്യ് മോളേ. അപ്രത്തെ മോഹനന്റെ മക്കളാരെങ്കിലും രാത്രി വന്നു നിന്നോളും.

എതിർക്കാനാകാത്തൊരു അന്തർസമ്മർദത്തിൽ സീത വലഞ്ഞു. മിലന്റെ കോട്ടൺ മാക്സിയണിഞ്ഞപ്പോൾ അവൾ മിലനോളം പ്രായമുള്ള ഒരു കുട്ടിയാണെന്ന് സച്ചിമ്മക്ക് തോന്നി. അവരുടെ കണ്ണിൽ നഷ്ടബോധം പിടഞ്ഞു.

മാപ്പ് കുട്ടീ. എന്റെ മോന് വേണ്ടി ജന്മങ്ങളോളം നിന്നോട് ഞാൻ മാപ്പിരക്കും.

സച്ചിമ്മയുടെ മനസ്സ് കേണു.

സീതയെ കണ്ട് വഹീദിന് അത്ഭുതവും സന്തോഷവും തോന്നി.

സീതേച്ചിയെ കണ്ടിട്ട് തിരിഞ്ഞില്ല. മാക്സിയിട്ട് കണ്ടിട്ടേയില്ല.

വഹീദിപ്പോഴും ഒറ്റയാനാണല്ലോ സച്ചിമ്മേ. ഇവനൊരു നിക്കാഹൊന്നും വേണ്ടേ.

സീത കളിയായും കാര്യമായും പറഞ്ഞപ്പോൾ വഹീദിന്റെ മുഖം വാടി.

"ഞാനീ ഡ്രസ്സൊന്ന് മാറീട്ട് വരാം, സീതേച്ചീ."

ആ നനഞ്ഞ പോക്ക് നോക്കി സച്ചിമ്മ പറഞ്ഞു.

"ഓന്റെ കൂട്ടര് പെണ്ണ് കൊടുക്കുന്നില്ല. ഓന്റെ താമസം മാറ്റാംന്ന്ച്ചിട്ട് ഒരു വീട് ഞാൻ നോക്കിവച്ചതാ. ഓനത് സമ്മതല്ല. കംപ്യൂട്ടർ പീട്യേന്ന് കിട്ടുന്ന വരുമാനം ഒരു ചില്ലിക്കാശെടുക്കാണ്ട് എന്റെ കൈയീത്തരും. ഞാനത് ഓന്റെ പേരില് തന്നെ ബേങ്കിലിടുന്നുണ്ട്. നാളെ ഞാനില്ലാതായാലും ഓൻ കഷ്ടപ്പെടരുത്. ഒരേട്ടനുള്ളത് നട്ടെല്ലില്ലാത്തോനാ. ബീവിന്റെ ചേലത്തുമ്പിലാ ആ ജീവിതം. നാളെ ആദിയോ, സുധയോ വന്നു കണക്ക് പറയുമ്പം ഓന് ഒന്നൂല്ലാണ്ടാവരുത്. എന്നാലോ സച്ചിമ്മേ വിട്ടു പോവൂല്ലാന്ന് ഒറ്റപിടുത്തം."

അവരുടെ കണ്ണുകൾ കലങ്ങി.

സത്യം പറയാച്ചാല് ഓൻ വീട്ടിന്റാത്ത് വന്നാലേ എനിക്കൊറക്ക് വരൂ.

വഹീദിനെക്കുറിച്ചുള്ള സംസാരം കേട്ട് മിലന് ചിരി വന്നു. തലശ്ശേരിക്കാർക്ക് സെന്റിമെന്റ്സ് കൂടുതലാണ്. ആവശ്യമില്ലാതെ ബന്ധങ്ങളുടെ ഊടും, പാവും വർണിച്ച് കണ്ണു നിറയ്ക്കുന്നു. പഴകിയാലും പുതുമമായാതെ സ്നേഹത്തിന്റെ കണ്ണാടി തേച്ച് മിനുക്കി ഹൃദയം ചേർത്ത് വയ്ക്കുന്നു. തലശ്ശേരിയെക്കുറിച്ച് പറയുമ്പോൾ പപ്പയുടെ മുഖവും നെഞ്ചും ഒന്നു പോലെ തുടിക്കുന്നു. കേരളീയർക്കെല്ലാം ഒറ്റ ഹൃദയമെന്ന് പപ്പ വാദിച്ചപ്പോൾ കണ്ട് മുട്ടിയവർക്കെല്ലാം വ്യത്യസ്ത ഭാവങ്ങളായിരുന്നു. ലിനറ്റിന്റെ ഒപ്പമുള്ള ലൂസി തൃശൂർക്കാരിയാണ്. നാടിനെക്കുറിച്ച് ചോദിക്കുമ്പോൾ അവൾ മുഖം ചുളിക്കും.

കേരളത്തിലോട്ടിനി ഞാനില്ല. കുശുമ്പും കുന്നായ്മേം നിറഞ്ഞ നാട്. ഫ്രീഡം എന്നൊന്ന് അവിടില്ല.

മനുഷ്യൻ സ്വാതന്ത്ര്യം ആഗ്രഹിക്കുന്നു. എവിടെയും എപ്പോഴും അവർ ചങ്ങലകളെ വെറുക്കുന്നു. വരിഞ്ഞ് മുറുക്കിയ ചങ്ങല പൊട്ടിച്ചെറിയാനാവാതെ വഹീദിന്റെ ജീവിതം ശ്വാസം മുട്ടുന്നു. അതയാൾക്ക്

തിരിച്ചറിയാനാവുന്നില്ലെന്ന് മാത്രം. എവിടെയും ചിലർ അസ്വഭാവികതയുടെ ഭാരങ്ങളാവുന്നു. ഏത് മണൽത്തരികളിലും വേറിട്ട് നിൽക്കുന്നു.

രാത്രി മിലൻ സീതയെ കെട്ടിപ്പിടിച്ചു കിടന്നു കഥകൾ പറഞ്ഞു. അവരുടെ ഗന്ധം അവളെ കോരിത്തരിപ്പിച്ചു. അവളുടെ കൈത്തണ്ടയിലും കവിളിലും തലമുടിയിലും തലോടവെ സീതയുടെ കണ്ണുകൾ പലതവണ നിറഞ്ഞു കവിഞ്ഞത് മിലനറിഞ്ഞില്ല. അവൾ ലിനറ്റിനെക്കുറിച്ചും ലൂസിയെക്കുറിച്ചും പറഞ്ഞു. ശേഷാദ്രിയെ കൊന്ന് ജയിലിലായ ജാക്കിനെക്കുറിച്ചും, സ്ട്രീറ്റിലെ യാചിക്കുന്ന പാട്ടുകാരനായ കോമാളിയെക്കുറിച്ചും വരെ വാതോരാതെ പറഞ്ഞു. പറയാതെ വച്ചത് ഗല്ലുവിനെക്കുറിച്ചു മാത്രം. പപ്പയെക്കുറിച്ചും മമ്മയെക്കുറിച്ചും അവൾ വാചാലയായി. പപ്പയെക്കാളിഷ്ടം മമ്മയോടാണെന്ന് പറഞ്ഞപ്പോൾ സീതയിൽ നിന്നറിയാതെ ഉയർന്ന നെടുവീർപ്പ് മിലനെ വേദനിപ്പിച്ചു. ചില വാക്കുകൾ നമ്മളറിയാതെയാണ് മുള്ളുകളാകുന്നത്.

കുന്നിൻ ചരിവിലെ ഹെവൻ എന്ന വീടിനെക്കുറിച്ച് പറഞ്ഞപ്പോൾ സീതയുടെ നെഞ്ച് ഒന്നു ചിറകൊതുക്കി, പിന്നീടത് വിടർന്ന് വന്നു. കുന്നിടിച്ചു കളയാതെ തട്ടുകളായി തന്നെ ഒരുക്കിയ ആ സ്വർഗം ഇരുട്ടിലൂടെ അവളെ തേടിവന്നു. വെണ്മയിൽ തീർത്ത വെണ്ണക്കൽ കൊട്ടാരം.

ഞാനെന്റെ സീതയ്ക്ക് പണിത പ്രേമകുടീരം.

മുറ്റത്തെ പുൽത്തകിടിക്കിരുവശവും നട്ടുപിടിപ്പിച്ച വെള്ളപ്പൂക്കൾ നിറഞ്ഞ ചെടികൾ. വെള്ളയും ചുവപ്പും ബോഗൻവില്ലകൾ ഗേറ്റിനിരുവശവും പൂത്തുലഞ്ഞു കിടക്കും. 'എ റിയൽ ഹെവൻ'എന്ന് മിസ്സിസ് ഡഗ്ലസ് വിശേഷിപ്പിച്ചത് മറന്നിട്ടില്ല. തണുത്തുറഞ്ഞ വീഥികളിലൂടെ കോട്ടും തൊപ്പിയും സ്വറ്ററുമായി രണ്ടു മഞ്ഞുമനുഷ്യരായി നടന്ന ദിവസങ്ങൾ. സിൽവർ നിറമുള്ള ഓക്ക് മരങ്ങൾക്കിടയിലൂടെ ഇണക്കുരുവികളായി പറന്നുനടന്ന മധുവിധുകാലം. മാതേയി അമ്മയെ ജയിച്ചവളെന്ന് അഹങ്കരിച്ചുപോയ സീത എന്ന പാവം പെണ്ണ്. പ്രണയിച്ചവനെ സ്വന്തമാക്കുന്നതിനെക്കാൾ ഒരു നേട്ടവും ജീവിതത്തിലില്ലെന്ന് എഴുതിക്കുറിച്ചിട്ട മനസ്സ്.

ജർമനിയിൽ ചെന്നിറങ്ങിയത് വിഷമകരമായ കാലാവസ്ഥയിലായിരുന്നു. കാറ്റും മഴയും മഞ്ഞും തണുപ്പും ഇടകലർന്നു, പ്രകൃതി പല്ലും നഖവും കൂർപ്പിച്ചുവച്ച സമയം. വിറച്ചു കുനിപ്പുതച്ചിരിക്കുന്ന ഒരു മുത്തശ്ശിയുടെ മടിയിലേക്കാണ് കാലെടുത്തു വച്ചത്. കാലാവസ്ഥയോട് പൊരുതിത്തോറ്റ് അസുഖമായിക്കിടന്ന ദിവസങ്ങളിൽ പ്രിയപ്പെട്ടവന്റെ ശുശ്രൂഷ ശരിക്കും ആസ്വദിച്ചു. കണ്ണാടി ജനലിനപ്പുറത്തെ പുൽത്തകിടിക്ക് വെള്ളനിറമായിരുന്നു. മഞ്ഞിന്റെ വെണ്മ വെയിലേറ്റാൽ ഉരുകി, ഇടയ്ക്കിടെ തെളിയുന്ന പച്ചപ്പ് കലണ്ടറിലും മറ്റും മാത്രം കണ്ട് ശീലിച്ച സീനറീസ് പോലെ. പല വർണങ്ങളിലും, തരങ്ങളിലുമുള്ള പക്ഷിക്കൂട്ടങ്ങൾ അതിലൊരെണ്ണം പോലും താനൊരിക്കലും കണ്ടിട്ടില്ലാത്തവ.

എന്നാലും ജർമനിയെ സ്നേഹിക്കാൻ വൈകിയിരുന്നു. വസന്തം വന്നെത്തുംവരെ.

ഇലകളില്ലാതെ ഉണങ്ങി നിൽക്കുന്ന മരങ്ങൾ ശ്മശാനത്തെയായിരുന്നു പ്രതിബിംബിപ്പിച്ചത്. അവയുടെ പ്രതീക്ഷാനിർഭരമായ കാത്തുനിൽപ്പിൽ വരാൻ വൈകുന്ന വസന്തത്തിന്റെ ക്രൂരതയാണ് ദർശിച്ചത്. മനസിലെ കുരുന്നിലകൾ പോലും പൊഴിഞ്ഞു ഗൃഹാതുരത്വം വേട്ടയാടിക്കൊണ്ടിരുന്നു. ഒരുനാൾ പൊട്ടിവിരിയുന്ന വസന്തം. തളിരിലകളും, പൂക്കളും ഞെട്ടിയുണർന്ന മരങ്ങൾ ഇടകലർന്ന വർണപ്പൂക്കൾ ചൂടി. ചിലതിൽ തിളങ്ങുന്ന ചെമ്പൻ ഇലകൾക്കിടയിൽ വെളുപ്പും ചുവപ്പും കലർന്ന പൂക്കൾ. പച്ചപ്പുൽപ്പരപ്പിലും നിറയെ പലവർണ പൂക്കൾ തലയുയർത്തി. മഞ്ഞിൽ ഉറങ്ങാനിരുന്ന അപ്സരസുകൾ പെട്ടെന്നുണർന്നു വർണാഭ ചൂടി നൃത്തം വയ്ക്കുന്നതുപോലെ ഇളംകാറ്റിൽ അവ ഊയലാടി. വീഥികൾ നിറയെ പൂക്കച്ചവടക്കാർ നിരന്നു. അവർക്ക് മുന്നിൽ പൂക്കളും ചെടികളും വിത്തുകളും നിരന്നു. വലിയ പൂക്കൾ — കടും നിറങ്ങൾ - വണ്ടുകളും പൂമ്പാറ്റകളും. ഉത്സവത്തിനെത്തിയ കുഞ്ഞുങ്ങളെപ്പോലെ മദിച്ചു രസിച്ചു.

പരസ്പരം കൈ കോർത്തും ചേർത്തു പിടിച്ചും വീഥികളിലൂടെ മണിക്കൂറുകളോളം അലഞ്ഞുനടക്കുന്നു. എട്ട് മണിക്ക് ശേഷവും സൂര്യൻ അസ്തമിക്കാൻ മടിച്ചു നിൽക്കുന്നത് ഈ അത്ഭുതലോകം കണ്ട് കൊതി തീരാത്തതിനാലാവാം. ആറ് മണിക്ക് ഇരുണ്ടരാത്രി കടന്നുവരുന്ന കേരളീയരുടെ മനസിലേക്ക് ജർമനിയുടെ രാത്രികൾ അഴകും വെളിച്ചവും ഉണർവും നൽകി. ഏറെ സംസാരിക്കാനുണ്ടെന്നു പറഞ്ഞ മിലൻ ഉറങ്ങിക്കഴിഞ്ഞിരുന്നു. സീത നേർത്ത വെളിച്ചത്തിൽ അവളുടെ ശാന്തമായ മുഖം നോക്കിക്കിടന്നു. കണ്ണും പുരികവുമൊക്കെ അച്ഛന്റേതു തന്നെ. ആദിത്യന്റെ മുഖവും സംസാരവും ചിരിയും അനേകം രാത്രികൾക്ക് ശേഷം സീതയെ തേടി വന്നു. കൈ നീട്ടിയാൽ വിരിയുന്ന പൂമൊട്ട് പോലെ നെഞ്ചിൽ ചേർത്തുവെച്ച ഓർമകൾ. മാതേയി മുത്തശ്ശിയുടെ കവിതകളിൽ, കുറിപ്പുകളിൽ ഹൃദിസ്ഥമാക്കിയതൊക്കെ ഓർത്തെടുക്കുന്ന ചില നിമിഷങ്ങൾ.

നിന്റെ വഴിയിൽ നിഴൽ വിഴാതിരിക്കാൻ
എന്റെ ഹൃദയത്തെ ഞാൻ ചെപ്പിലടച്ചു
നിന്റെ കണ്ണുകളെന്നെ തൊടാതിരിക്കാൻ
എന്റെ പ്രണയത്തെ ഞാൻ നെഞ്ചിലൊളിച്ചു.

പത്ത്

ഹരിയുടെ അമ്മയ്ക്ക് സുഖമില്ലെന്ന് ശ്രീജൻ പറഞ്ഞപ്പോൾ ഒന്നു ചെന്നു കാണാനുള്ള ത്വരയായിരുന്നു മനസിൽ. ശ്രീജന്റെ മുഖത്ത് കലി മാത്രമായിരുന്നു. ഓറെ കാണുമ്പം നെഞ്ഞ് വേവ്വാണ് വഹീദേ. അക്കുടുംബം നശിച്ചു. അയിറ്റ്യോള് നശിപ്പിച്ചൂന്ന് പറേന്നതല്ലേ നേര്. എന്നിട്ടും ഇന്നും ജീവിച്ചിരിക്കുന്നുണ്ടല്ലോന്നോർക്കുമ്പഴാ.

പാതി മുറിഞ്ഞ പുഴുവിനെപ്പോലെ പുളയുന്നൊരു രൂപം കണ്ണിൽ തടഞ്ഞപ്പോൾ വഹീദിന്റെ നെഞ്ചിലും ഒരു വാൾത്തലപ്പ് മിന്നി. ശ്രീജനെ പ്രകോപിപ്പിക്കേണ്ട വാക്കുകൾ നിയന്ത്രിച്ചു വഹീദ് മിണ്ടാതിരുന്നതേയുള്ളൂ.

ശാരീരികാസ്വാസ്ഥ്യം മാറിയപ്പോൾ അവർ മാനസികമായി ശോഷിച്ചുകൊണ്ടിരുന്നു. ഇടതടവില്ലാതെ സ്വയം സംസാരിക്കുന്നതിനിടയിൽ വന്നുകയറിയ വഹീദ് ഹരിയാണെന്ന ധാരണയോടെ

"നാട് നന്നാക്കാനെറങ്ങീറ്റ് പാതിരായ്ക്കാണോടാ കേറി വരുന്നെ. അഞ്ച് പൈസ സമ്പാദിക്കാനറിയോ നെനക്ക്. അച്ഛന്റെ മോൻ തന്നെ. വേണ്ടാത്ത കുന്ത്രാണ്ടങ്ങള് ഒപ്പിച്ച്വെച്ച് വന്നാ കഞ്ഞീം ചോറും തരൂല ഞാൻ."

അവരുടെ കണ്ണുകൾ ഒന്നിലും ഉറച്ചു നിൽക്കുന്നില്ല. വികലമായ ചിരിയോടെയുള്ള സംഭാഷണം സഹിക്കാനാവാതെ വഹീദ് അവരുടെ കൈയ്ക്ക് പിടിച്ചു.

"അമ്മേ ഇത് ഞാനാ വഹീദ്."

ആ കണ്ണുകളിൽ പരിചിത ഭാവം തെളിഞ്ഞു.

"ഓ നീയാണോടാ മോനെ. ഞാമ്പിചാരിച്ചു ഹരിയാന്നാ. ഓനതാ പോത്ത്പോലെ കെടന്നെറങ്ങുന്നു. പായില് വെയില് കേറ്യാലും എണീക്കൂല. നിന്റൊച്ച കേട്ടാ മതി. ഓനേതൊറക്കത്തീന്നും എണീറ്റു വരും. ചെന്നു വിളിക്കെടാ മതി. ഒറങ്ങീതെന്നു പറ."

വഹീദ് നട്ടുച്ച വെയിലിൽ, പുല്ലു കിളിർത്ത തെക്കെ വളപ്പിലേക്ക് നോക്കി.

ഞാൻ വന്നു വിളിച്ചാൽ നീ എണീക്കോ ഹരീ.

അമ്മ വെറും തറയിൽ കുന്തിച്ചിരുന്നു വലിയ ശബ്ദത്തിൽ പറഞ്ഞു.

"ഉച്ചയ്ക്ക് പറയാണ്, സേമിയ പായസം വേണംന്ന്. ഞാനിതേടെയാ പാലിനും പഞ്ചാരക്കും പോണ്ടത്. അടുപ്പില് വെക്കാനൊരു ഒണങ്ങിയ കൊള്ളീണ്ടോ. ഇവനിങ്ങനെ കാള കളിച്ച് നടന്നാ മതിയല്ലോ. കുമാരന്റെ പീട്യേന്ന് എടങ്ങഴി പാലും, ദാമൂന്റെ പീട്യേന്ന് പഞ്ചാരേം കടം വാങ്ങീറ്റാ പായസം ഒണ്ടാക്കീത്. വഹീദിനുള്ളതാടെ വച്ചേക്കണേന്നും പറഞ്ഞാ നട്ടുച്ചക്ക് കേറി കെടന്നൊറങ്ങീത്. മോനതെടുത്ത് കുടിച്ചോ. ഞാനതാ ഗ്ലാസ്സില് മൂടി വച്ചിറ്റൊണ്ട്."

തീ പുകയാത്ത അടുക്കളയിൽ പൊടി പിടിച്ച പാത്രങ്ങൾ നോക്കി വഹീദ് സ്തംഭിച്ചു നിന്നു. കൂട്ടിന് വന്നവരൊക്കെ പോയിക്കഴിഞ്ഞിരിക്കണം. ഇവരിവിടെ തനിച്ചാണ്. എന്തു വേണമെന്നറിയാതെ അയാൾ ശില പോലിരുന്നു.

"അമ്മ ഇത്തിരി ചായയിട്ടു തര്വോ."

അവരുടെ ഇടതടവില്ലാത്ത സംസാരം നിർത്താനുള്ള ശ്രമമായിരുന്നു.

"നീ പായസം എടുത്തു കുടിക്കെടാ ചെക്കാ" രണ്ട് കൈ കൊണ്ടും തല ചൊറിഞ്ഞു അവർ തെക്കെ മുറ്റത്തേക്ക് പ്രാഞ്ചി പ്രാഞ്ചി നടന്നു

പോയി. 'അമ്മേ'എന്ന ഹൃദയഭേദകമായ ഒരു തേങ്ങൽ വഹീദ് നെഞ്ചിലൊതുക്കി.

ഏറെ ബുദ്ധിമുട്ടിയാണ് ആ അമ്മ ഹരിയെ വളർത്തിയത്. അച്ഛൻ കൃഷ്ണേട്ടൻ പാർട്ടി പ്രവർത്തനവുമായി രാപ്പകൽ ഓട്ടമായിരുന്നു. മൂന്നു സെന്റുസ്ഥലത്തുള്ള രണ്ടു മുറിവീട് ഒന്നു നന്നാക്കിയെടുക്കാൻ അയാൾക്കു കഴിഞ്ഞില്ല.

ഈ നാടും നാട്ടാരും അവരുടെ സ്നേഹവും നമുക്ക് സ്വന്തമല്ലേ.

എന്നവരെ ചിരിയോടെ സമാധാനിപ്പിക്കും. ചർച്ചകളും ഒത്തു തീർപ്പുകളും പാർട്ടികമ്മിറ്റികളും സ്വന്തം ജീവിതത്തെ നേർരേഖയിലൂടെ നടത്തിയപ്പോൾ മകന്റെ കൈകൂടെ ചേർത്തു പിടിക്കാൻ അച്ഛൻ മറന്നില്ല. നല്ല ഹിന്ദുവും മുസൽമാനും ക്രിസ്ത്യാനിയും എന്നും കമ്യൂണിസ്റ്റായിരിക്കണം എന്നു പറഞ്ഞതിന് ഏതോ ഒരു സത്യക്രിസ്ത്യാനി അടിച്ചു കൊഴിച്ച വലതു വശത്തെ പല്ലിന്റെ വിടവ് കാട്ടിയുള്ള ചിരിയാണ് കൃഷ്ണേട്ടനെക്കുറിച്ചുള്ള ഓർമയിൽ ആദ്യമെത്തുന്നത്. മരിക്കുമ്പോൾ അദ്ദേഹം ദുഖിതനായിരുന്നു.

ആരും ഇഷ്ടപ്പെടുന്ന പ്രകൃതം. അവന്റെ വളർച്ചയും വാമൊഴികളും പലർക്കും പിടിച്ചില്ല. പാടെ തുടച്ചു മാറ്റേണ്ടത് പടുമുളകളെയല്ല, പുതുനാമ്പുകളെയാണെന്ന തത്വത്തെ ആരൊക്കെയോ ഓർമപ്പെടുത്തിയിരിക്കാം. വഹീദിന് കരയാനും സ്വയം ശപിക്കാനുമാണ് തോന്നിയത്. നിസ്സഹായതയേക്കാൾ ഭീതിദമായി മറ്റൊന്നുമില്ലെന്ന് അയാൾക്ക് തോന്നി.

വഹീദ് വീട്ടിലെത്തുമ്പോൾ ജലീൽ സച്ചമ്മയോട് സംസാരിച്ചിരിക്കുകയാണ്. ഇക്കയുടെ മുഖത്തെ ശോകവും അലിവും നോക്കി സച്ചമ്മയുടെ അരികെ വഹീദിരുന്നു. വഹീദിന് ചേർന്നൊരു പെൺകുട്ടിയെ കണ്ടിട്ടുണ്ട്. ബി എ വരെ പഠിച്ചവളാണ്. അവളുടെ സഹോദരൻ ജലീലിന്റെ സുഹൃത്താണ്. വഹീദിനെ അറിയാം. ആലോചനയുമായി അവർ ഇങ്ങോട്ട് വന്നപ്പോ, മറ്റൊന്നും ആലോചിക്കാനില്ലെന്ന് തോന്നിയതുകൊണ്ട് സമ്മതം പറഞ്ഞിട്ടുണ്ട്.

സച്ചമ്മയുടെ മുഖം തെളിഞ്ഞു. കണ്ണുകളിൽ പ്രതീക്ഷയോടെ അവർ

"എടാ വഹീദേ നീ ഇതിനും കേറി തടസ്സം പിടിക്കല്ലേടാ മോനെ. വയസ്സ് പത്തുമുപ്പത്തിനാലായി. ജലീല് പറഞ്ഞു കേട്ട് എനിക്കും നല്ലോണം ഇഷ്ടായിരിക്കണ്. നിനക്കും ഒരു കുടുബം ഉണ്ടായിക്കാണാൻ മോഹണ്ടടാ. ചാവും മുമ്പെ അതൂടെ കണ്ടാലെ എന്റെ കണ്ണടയൂ."

വഹീദ് ഒന്നും മിണ്ടിയില്ല. അജ്ഞാതയായൊരു പെൺകുട്ടി ഏതൊക്കെയോ നിമിഷങ്ങളിൽ തന്റെ ചേതനയെ വല്ലാതെ ശല്യപ്പെടുത്തുന്നതായി തോന്നിയിട്ടുണ്ട്. ഭാര്യ, കുട്ടികൾ, വീട്, ഇണക്കങ്ങളും പിണക്കങ്ങളും നിറഞ്ഞ ദിനരാത്രങ്ങൾ ഒക്കെ സ്വപ്നത്തിലില്ലാഞ്ഞല്ല. ആശകൾ അയാളുടെ കണ്ണിൽ കടലായി ഇരമ്പുന്നത് മിലൻ കുസൃതിയോടെ കണ്ടു. ആ തിരമാലകളുടെ അന്തർഗതി അറിഞ്ഞതിന്റെ ആശ്വാസത്തോടെ ജലീൽ പറഞ്ഞു.

“നീ വീട്ടിലേക്ക് വാ. പെണ്ണ് കാണലും ഇഷ്ടായെങ്കിൽ ഉറപ്പിക്കലുമൊക്കെ അന്നാവാംന്നാ നിശ്ചയിച്ചിരിക്കയാ.”

വഹീദ് സച്ചിമ്മയെ നോക്കി.

“നല്ല ദെവസാണ് മോനെ. ഇനി ഇഞ്ഞി ഒന്നും പറയണ്ട. ജലീലെ നീ കാര്യങ്ങള് നീക്കിക്കോ. എന്തിനും ഓന്റെ ഉമ്മാന്റെ സ്ഥാനത്ത് ഞാനുണ്ടാവും.”

വഹീദ് വാ തുറക്കുന്നില്ല. എങ്കിലും ഇരമ്പിയാർന്ന കടലിൽ അശുഭങ്ങളുടെ കാറ്റും കോളും മിലൻ കാണാതിരുന്നില്ല.

“ഓളേം കൂടെ കൊണ്ടുവന്നൂടെ ജലീലെ. ഞാനെത്ര കാലായി ഒന്നു കണ്ടിട്ട്.”

“ഓളെ സച്ചിമ്മക്കറിഞ്ഞൂടെ. ഓക്ക് ആരെയും കണ്ടൂടാ. വെറുതെ എന്തിനാ കൊണ്ടുവർന്നത്. വിളിച്ചാലും വരൂല്ല.”

ഹതാശനായി ജലീൽ പറഞ്ഞു. ഇക്കയുടെ ഭാര്യയെപ്പോലൊരു സ്ത്രീയെ മനസിൽ കണ്ട് വഹീദ് നടുങ്ങി. ആ നടുക്കത്തോടെയാണയാൾ ഞായറാഴ്ചയുടെ വരവ് കാത്തിരുന്നത്.

ആരോരുമില്ലാതെ, അനാഥയായി ജീവിക്കുന്ന മാളുവിന് പൊടുന്നനെ ഇത്രയേറെ അഭ്യുദയകാംക്ഷികളുണ്ടായത് അത്ഭുതമായിരുന്നു. വന്നവരുടെ കണ്ണുകളിലും വാക്കുകളിലും അവളോടുള്ള അലിവും, സ്നേഹവും നിറഞ്ഞു തുളുമ്പി.

മാളുവിനെ വീട്ടുജോലിക്ക് നിർത്തിയതിനെതിരെ അവർ വളരെ രൂക്ഷമായി പ്രതികരിച്ചു. കളിച്ചു ചിരിച്ചു നടക്കേണ്ട പ്രായം. വിദ്യാഭ്യാസവും നിഷേധിച്ചിരിക്കുന്നു. അടുക്കളയിൽ എച്ചിൽപ്പാത്രങ്ങൾ കഴുകാൻ അവളെ നിയോഗിച്ചതിന്റെ വിശദീകരണം ചോദിച്ചപ്പോൾ സച്ചിമ്മ മൂകയായി. രാധേടത്തിയുടെ സ്വരത്തിന് മൂർച്ചയുണ്ടായിരുന്നു.

“ഇക്കുട്ടീം കുടുമ്മോം ഇത്രേം നാൾ കെടന്നു നരകിക്കുമ്പം ഇങ്ങളെ ഈ സ്നേഹോം, ദയേമൊന്നും കണ്ടില്ലാല്ലോ. അതുങ്ങള് പഷ്ണി കുടാതെ കഴീന്നതു കണ്ടപ്പം തൊടങ്ങിയ വേവലാതിയാല്ലേ.”

അവരുടെ മുഖം ഇരുണ്ടു. ശബ്ദം കനത്തു. മാളുവിനെ അവിടുന്ന് മോചിപ്പിക്കാനാണത്രെ അവരുടെ നിയോഗം. ബാലവേല നിഷിദ്ധമാണ്. തടവ് ശിക്ഷ ലഭിച്ചേക്കാവുന്ന വകുപ്പുകളുണ്ട്. ഈ കാര്യത്തിൽ അവരെ അനുസരിക്കുകയേ നിർവാഹമുള്ളൂ.

ഒക്കെ കേട്ടറിഞ്ഞ് മാളു അടുക്കളയിലിരുന്നു കരയുകയാണ്. ആ വലിയ കണ്ണുകളിലെ വേദനയിൽ മുങ്ങിയ കണ്ണീർ കണ്ട് മിലന് സങ്കടം തോന്നി. അവളുടെ സങ്കടം മാറ്റാനുള്ള ശ്രമമൊന്നും വിജയിച്ചില്ല. സച്ചിമ്മ കൊടുത്ത പണമൊന്നും അവൾ വാങ്ങിയില്ല.

പണിയൊന്നും എടുക്കാണ്ട് ഞാനെങ്ങന്യാ ഏച്ചീ വെറുതെ കാശ് വാങ്ങ്വാ എന്നവൾ ചോദിച്ചപ്പോൾ മിലൻ ഞെട്ടിപ്പോയി. കണ്ണീർക്കടലിനിടയിലും ജ്വലിക്കുന്ന ആ കുഞ്ഞു മനസിന്റെ അഭിമാനബോധത്തിന് മുന്നിൽ തങ്ങളെല്ലാം പുഴുക്കളേക്കാൾ ചെറുതാണെന്നു തോന്നിപ്പോയി. രാധേടത്തിക്കായിരുന്നു ഏറെ സങ്കടം

"എന്തെങ്കിലും ഒരു മാർഗോണ്ടോ വഹീദേ."

കരഞ്ഞു കൊണ്ടവർ ചോദിച്ചപ്പോൾ സച്ചിമ്മ ഇടയിൽ കയറി.

"കേസിനും പൊല്ലാപ്പിനുമൊന്നും എനീക്കീ വയസു കാലത്ത് കയ്യൂല രാധേ. വഹീദിനും ഓന്റെ നിക്കാഹിന്റെ തെരക്കായി. മാളു നീ ചെല്ല് മോളെ. ഞങ്ങളായിറ്റ് നിന്നെ ഏറക്കിവിടൂല്ല. നീ എന്താവശ്യത്തിനും വന്നോളൂ. പണിയെടുത്ത് ജീവിക്കുന്നേനല്ലേ ഓർക്ക് സഹിക്കാമ്പറ്റാത്തെ. ഈട്ത്തെ അടുക്കള പൊകയുന്നുണ്ടേല് ഇന്റെ വീട് പട്ടിണിയാവൂല. അതല്ലാണ്ട് ഞാനെന്ത് ചെയ്യാനാ."

പറഞ്ഞു വന്നപ്പോൾ സച്ചിമ്മയുടെ ശബ്ദമിടറി. മിലൻ മാളുവിനെ സമാധാനിപ്പിക്കാൻ ശ്രമിച്ചതൊക്കെ വിഫലമായി. വലിയ വായിലേ കരഞ്ഞുകൊണ്ടവൾ ഇറങ്ങിപ്പോയപ്പോൾ മിലനും കരയാൻ തോന്നി.

മറ്റാരും കാണാതിരിക്കാൻ അവൾ മാതേയി മുത്തശ്ശിയുടെ നെഞ്ചിൽ മുഖം ചേർത്തു തേങ്ങി.

പാവം മാളു അതിനെ ജീവിക്കാനനുവദിക്കുന്നില്ലല്ലോ. ഈ നാട്ടിലെ വലിയ മനസുള്ളവർ സ്നേഹവും സഹതാപവും പോലും ഈ ലോകത്തിന് വിനയായി മാറുകയാണോ മുത്തശ്ശി.

അരണ്ട വെളിച്ചത്തിൽ മിലന്റെ തൊട്ടടുത്ത് മാതേയി ഇരുന്നു. വെള്ളനിറമുള്ള ഫ്രോക്കിന്റെ അലുക്കുകൾ ചെറുകാറ്റിലിളകി.

"മോളേ നോക്കൂ. ഈ തലശ്ശേരിക്ക് നേട്ടങ്ങളുണ്ടായിരുന്നു. അതിൽ അദ്ദേഹത്തിന്റെ സംഭാവനയും ഏറെയായിരുന്നു."

അവൾ അവരുടെ തോളിലേക്ക് തല ചായ്ച്ചു.

എനിക്കാ കഥകൾ ഇഷ്ടമാണ് മുത്തശ്ശീ. എനിക്ക് പറഞ്ഞു തരൂ.

തണുത്ത നിശ്വാസവായുവിന്റെ സുഗന്ധത്തോടൊപ്പം കഥകൾ കേൾക്കാൻ അവൾക്കിഷ്ടമായിരുന്നു. മുത്തശ്ശിയുടെ കഥകളവൾക്ക് പൗരാണികതയുടെ ചവർപ്പുണ്ടായിരുന്നു. തേനിന്റെ മാധുര്യവും മോഹഭംഗത്തിന്റെ കയ്പും. ഇടകലർന്ന വാക്കുകളെ അവൾ ഉള്ളിലേക്കാവാഹിച്ചു.

'പെർഫെക്റ്റർ'എന്ന ഒരു കപ്പലിൽ 1836 ലാണ് അദ്ദേഹം മദ്രാസിൽ വന്നിറങ്ങിയത്. ഒരു യാത്രയുടെ സന്തോഷമൊന്നും അന്ന് അദ്ദേഹത്തിനില്ലായിരുന്നത്രെ. ആ കണ്ണുകളിൽ ജ്ഞാനത്തിന്റെ തീക്കനലുകൾ വെണ്ണീറണിഞ്ഞു കിടന്നിരുന്നു. എന്നും അറിവിനോടുള്ള ദാഹം മാത്രമായിരുന്നു ആ മനസിൽ. അലസരായി കടലിലേക്കും, രാത്രിയിൽ ആകാശത്തേക്കു നോക്കി സമയം കളയുന്ന മറ്റു യാത്രക്കാർക്കിടയിൽ അദ്ദേഹം വേറിട്ടു നിന്നു. കപ്പലിലിരുന്നു പഠിക്കുകയും പഠിപ്പിക്കുകയും ചെയ്തു. ബംഗാളിയും സംസ്കൃതവുമൊക്കെ കുറേശ്ശെ പഠിച്ചെടുത്തിരുന്നു. യാത്രയ്ക്കിടയിൽ തെലുങ്കും പഠിച്ചു. അദ്ദേഹം എന്നും പറയുമായിരുന്നു.

പഠനം ഒരിക്കലും അവസാനിക്കുന്നില്ല. മരണശേഷം സ്വർഗത്തിലായാലും നരകത്തിലായാലും. പഠിപ്പിക്കാൻ ഗുരുനാഥനും, പഠിക്കാനുള്ള ആഗ്രഹവും ഉണ്ടായിരുന്നാൽ സന്തോഷമായേനെ എന്ന്'

ഒരു മഞ്ഞുകാറ്റ് മാതേയി മുത്തശ്ശിക്കൊപ്പം മുറിയിൽ കറങ്ങുന്നുണ്ടായിരുന്നു. പാളികളായി മഞ്ഞടർന്ന് നീങ്ങുന്നത്. അതവരുടെ കണ്ണുകളിൽ നിന്നോ നിശ്വാസങ്ങളിൽ നിന്നോ എന്ന് മിലന് വേർതിരിച്ചറിയാനായില്ല.

പള്ളീല് പ്രസംഗിക്കുന്നതൊക്കെ കേൾക്കാൻ മദാമ്മേന്റൊപ്പം ഞാനും പോകും. സ്വയം മറന്ന് വല്യ കാര്യങ്ങളൊക്കെ പറേമ്പം ആ ശബ്ദം ആരോഹണാവരോഹണങ്ങളോടെ സംഗീതമായി നമ്മുടെ മനസിലങ്ങനെ നിറഞ്ഞു തുളുമ്പും. അത്രേം നല്ല ശബ്ദമായിരുന്നു. വീട്ടിലിരുന്നു കവിതകളൊക്കെ പാടുന്നത് കേൾക്കാം.

അവരുടെ വാക്കുകളിൽ രാപ്പൂക്കളുടെ ഗന്ധവും പ്രണയത്തിന്റെ ഉൾത്തരിപ്പും നിറഞ്ഞിരുന്നു.

ഇവിടെ സ്കൂളുകൾ തുടങ്ങി. മലയാള വ്യാകരണത്തെക്കുറിച്ച് പുസ്തകങ്ങൾ. *ബൈബിൾ* വിവർത്തനം ചെയ്തു. മലയാളത്തോട് വല്ലാത്ത ഭ്രമായിരുന്നു. ഓരോ വാക്കും പഠിക്കാനും അതിന്റെ അന്തഃസന്ത ഉൾക്കൊള്ളാനും അദ്ദേഹം കാണിക്കുന്ന താൽപ്പര്യം, അതിനുശേഷം ഇന്നോളം ഇവിടെ ജീവിച്ചുമരിച്ച ഒരു മലയാളിയിലും കണ്ടെത്താൻ എന്റെ ആത്മാവിന് കഴിഞ്ഞില്ല.

നിശ്വാസത്തിൽ തേങ്ങൽ കലർന്നതുപോലെ.

എന്നാലും ഒരു പാട് സങ്കടങ്ങൾ അദ്ദേഹത്തിന്റെ മനസിലൊണ്ടായിരുന്നു. എന്നും പ്രസന്നതയാർന്ന ആ മുഖം ഏകാന്തതയിൽ ഇരുണ്ടുപോവും. ആ കണ്ണുകളിലെ വേദന എന്റെ നെഞ്ചിൽ കണ്ണീരായി നിറയും.

മാതേയിയമ്മ കരഞ്ഞു തുടങ്ങി. ആ വലിയ കണ്ണുകളിൽ നിന്നും മഞ്ഞുതുള്ളികൾ പോലെ കണ്ണീർ പാളികളായി അടർന്നുവീണു മിലൻ അനക്കമറ്റിരുന്നു.

സ്വന്തം ശരീരം അശ്രദ്ധയോടെ രോഗത്തിന് കൈമാറി. വിശ്രമമില്ലാത്ത ജീവിതങ്ങൾ ഒടുവിൽ മഹാരോഗങ്ങൾ ഏറ്റെടുക്കുമല്ലോ. ഇവിടെ അദ്ദേഹത്തിന്റെ പുസ്തകങ്ങളുണ്ട്. ഒന്നു തൊടുമ്പോൾ പൊടിഞ്ഞുപോകുന്നവ. അതിന്റെയൊക്കെ ഓരോ പേജിലും ഓരോ വരികളിലും എന്റെ ആത്മാവുണ്ട്. മിലൻ നീ അവയിലൊന്നു സ്പർശിച്ചുനോക്കൂ. ജീവന്റെ തുടിപ്പുകൾ നിനക്കനുഭവമാകും. ആ അക്ഷരങ്ങളിലൂടെ ഞാൻ ജന്മാന്തരങ്ങളായി സഞ്ചരിക്കുകയാണ്.

അവരിൽ നിന്നടർന്ന കണ്ണീർപ്പാളികൾ തന്റെ നെഞ്ചിൽ നിറഞ്ഞു, കണ്ണുകളിലൂടെ കവിയുന്നത് മിലനറിഞ്ഞില്ല.

അനാഥരോടും അവശരോടുമുള്ള ആ സ്നേഹവാത്സല്യങ്ങൾ. ആ മുഖത്തേക്കൊന്നു നോക്കുമ്പോൾ ആ ഹൃദയനൈർമല്യം നമ്മുടെ മനസിലേക്കിരമ്പിക്കയറി വരും.

ചരിത്രോം, ഭൂമിശാസ്ത്രവുമൊക്കെ എഴുതി പാഠപുസ്തകമാക്കിയത് ഇല്ലിക്കുന്നിലെ പള്ളിവരാന്തയിലെ ഒരു കല്ലച്ചുകൂടത്തിലായിരുന്നു. ഒക്കെ തനിച്ച് എടക്കൊക്കെ ആരെങ്കിലും സഹായിക്കും. ആ കല്ലച്ചുകൂടത്തിൽ നിന്നാണ് മലയാളത്തിലെ ആദ്യത്തെ വാർത്താ പത്രികയായ

രാജ്യസമാചാരം മാസിക പ്രസിദ്ധീകരിച്ചത്. *പശ്ചിമോദയം* എന്ന മാസികയും തുടങ്ങി. പാവപ്പെട്ട പെൺകുട്ടികളുടെ കല്യാണം നടത്താനൊക്കെ മുന്നിട്ടിറങ്ങി. ഓരോരുത്തരും നെഞ്ച് നിറഞ്ഞനുഗ്രഹിക്കുന്നത് കാണുമ്പം എന്റെ മനസ്സ് തുടിക്കും. പ്രണയം തുളുമ്പും. ആ കാലടികളെങ്കിലും ഒന്നു ചുംബിക്കാനായാൽ മോക്ഷം കിട്ട്യേനെ. കഴിഞ്ഞില്ല. ഇനിയെത്രകാലം ഞാൻ വെറും ആത്മാവായി ശേഷിക്കും.

അദ്ദേഹത്തിൽ ചെന്നു ചേരുംവരെ എനിക്ക് മോക്ഷമില്ല കുട്ടീ. ഇതാ ഇപ്പോ എനിക്ക് അദ്ദേഹത്തെ കാണാം. നിന്റെ ഗല്ലു മെനഞ്ഞെടുത്ത അദ്ദേഹത്തിന്റെ പ്രതിമയിൽ ആ ജീവസ്സും ഓജസ്സും നിറഞ്ഞു നിൽക്കുന്നുണ്ട്. നിനക്കുവേണ്ടി ഗല്ലു ആത്മാവിൽ സ്നേഹം കൊണ്ട് പണിതെടുത്ത പ്രതിമയാണിത്. അതിന്റെ കണ്ണുകളിലെ തിളക്കം കാണുന്നില്ലേ, അത് ജീവന്റെ തിളക്കമാണ്. എനിക്കറിയാം നീ വന്നത് എനിക്ക് മോക്ഷം തരാനാണ്. അദ്ദേഹം എന്നെ തിരിച്ചറിഞ്ഞു. ആ പ്രതിമയിലൂടെ പുനർജനിക്കും. എന്റെ നേരെ ആ ഹൃദയം തുടിക്കും. ഉറപ്പാണ്.

മിലൻ അവരെ കെട്ടിപ്പിടിച്ചു.

ഉറപ്പ് മുത്തശ്ശി. യുഗാന്തരങ്ങളോളം അണയാതെ കത്തിനിൽക്കുന്ന ഈ പ്രണയനാളം അദ്ദേഹത്തിന്റെ ആത്മാവിന്റെ ഇരുട്ടിലേക്ക് വെളിച്ചം നൽകാതിരിക്കില്ല. മുത്തശ്ശിക്ക് മോക്ഷം ലഭിക്കും അതിനാണല്ലോ ഒരു നിയോഗം പോലെ തലശ്ശേരിയിൽ ഞാൻ വന്നെത്തിയത്.

മാതേയി മുത്തശ്ശി സ്നേഹവാത്സല്യങ്ങളോടെ മിലനെ ചുംബിച്ചു. ഐസുപോലെ തണുത്ത ചുണ്ടുകൾക്ക് ജർമനിയിലെ ബിയർ സെന്ററിന്റെ മദിപ്പിക്കുന്ന ഗന്ധമായിരുന്നു. മിലൻ അവരെ കെട്ടിപ്പിടിക്കാൻ കൈകൾ നീട്ടി. തൂമഞ്ഞിന്റെ വെണ്മയിലേക്ക് കൈകൾ അലിഞ്ഞിറങ്ങി. ഇല്ല മുത്തശ്ശിക്ക് ശരീരമില്ല. ആത്മാവ് മാത്രം. "മുത്തശ്ശീ" സങ്കടത്തോടെ മിലൻ വിളിച്ചു. നേർത്ത വെളിച്ചമുള്ള മുറിയിലെ വലിയ ചുമരിലിരുന്നു മുത്തശ്ശി അവളെ ഉറ്റുനോക്കി. ആ കണ്ണുകൾക്ക് ചലനമില്ല. ജീവനില്ല. അതൊരു ഛായാചിത്രം മാത്രമാണ്

എന്താ മിലൻ ഇത്. താനിത് പതിവാക്കിയിരിക്കുന്നല്ലോ. ഇങ്ങനൊരു സങ്കൽപ്പലോകം ഈ മുറിക്കുള്ളിൽ താൻ സൃഷ്ടിക്കരുത്. വഹീദിന്റെ ശബ്ദം മിലനെ അലോസരപ്പെടുത്തി. അവൾ വലിയ കണ്ണുകൾ മലർക്കെ തുറന്ന് അയാളെ നോക്കി ചിരിച്ചു. വഹീദ് അവളെ സൂക്ഷിച്ചു നോക്കി.

മിലൻ നീ ബിയറും വൈനും കഴിക്കുന്നത് പതിവാണല്ലോ സച്ചിമ്മ ഇതെങ്ങാനും അറിഞ്ഞാലുള്ള സ്ഥിതി ആലോചിച്ചിട്ടുണ്ടോ. ഇങ്ങനെ പാതിലഹരിയിൽ ഇവിടെ കയറിയിരുന്നു കാട്ടുന്ന ഗോഷ്ടികൾ എല്ലാവരെയും പേടിപ്പിക്കുന്നു.

"വഹീദ് ഇവിടിരിക്ക്."

മിലൻ കാർപ്പറ്റ് തൊട്ടു കാണിച്ചു. വഹീദ് ഒരടി പിറകോട്ട് മാറി.

"വേണ്ട മിലൻ നീ വേണ്ടാത്തതൊന്നും ചിന്തിച്ചു കൂട്ടണ്ട. ഞാനീ കുടുംബത്തിനോട് കടപ്പെട്ടവനാണ്. സച്ചിമ്മയെ മറന്ന് എനിക്കൊന്നു

മില്ല. പിന്നെ ഇത് ജർമനിയല്ല. തലശ്ശേരിയാണ്. ഇവിടെ എത്ര തരം താണ പെണ്ണും നിന്നെക്കാൾ മെച്ചമായിരിക്കും."

വഹീദിന്റെ കോപിച്ച മുഖം നോക്കി മിലൻ ഒട്ടുനേരം തറയിൽ മലർന്നു കിടന്നു. ടൈറ്റായ ബനിയനുള്ളിൽ വീഞ്ഞിൽ കുതിർന്ന ചെറിപ്പഴം പോലെ അവൾ തുടുത്തുമിനുങ്ങി. വഹീദ് മുഖം തിരിച്ചു.

"താനെന്താടോ ഇങ്ങനെ."

കുഴഞ്ഞ ശബ്ദത്തിൽ മിലൻ ചോദിച്ചു.

"ജർമനിയിലെ ഏത് മന്ദബുദ്ധികൾക്കുമുണ്ടാവും തന്നേക്കാൾ ബുദ്ധീം, ചങ്കൂറ്റോം. എനിക്കിപ്പോ നല്ല സംശയണ്ട്. താനൊരു പുരുഷനാണോന്ന്."

പല്ല് കടിച്ചമർത്തി വഹീദ് കോപമടക്കി.

"താൻ തീരെ ചീപ്പാണ് മിലൻ. സച്ചമ്മേ പോലൊരു മഹതിക്ക് ഇത് പോലൊരു കൊച്ചുമോൾ. ഫെയിറ്റ്."

"വഹീദ് താനെന്നെ പിണക്കരുത്. തന്റെ സ്ഥാനം മറക്കുകയാണ്."

മിലൻ കോപിഷ്ഠയായി ചാടിയെഴുന്നേറ്റു.

"മറക്കാത്തതുകൊണ്ടാണ് ഞാനൊരു പുരുഷനല്ലെന്ന് നിനക്ക് തോന്നിയതെടീ."

മിലൻ കൈനിവർത്തി വഹീദിന്റെ ഇടതു കവിളിൽ ആഞ്ഞടിച്ചു. പൂ പോലുള്ള പെണ്ണിന്റെ കൈക്ക് ഇത്ര കരുത്തോ. വഹീദ് കണ്ണടച്ചു നിന്നുപോയി. ഒരാളിക്കത്തലിൽ അവളുടെ കൈ ബലമായി തിരിച്ചു, പിന്നെ മാതേയി അമ്മയുടെ ഫോട്ടോവിലേക്ക് ചേർത്തമർത്തി.

"തിരിച്ചു തല്ലാനോ, കൊല്ലാനോ അറിയാഞ്ഞല്ല. നിന്നെപ്പോലൊരു കൊടിച്ചി പട്ടിയെ അങ്ങനെ ചെയ്തു പുരുഷനാണെന്ന് തെളിയിക്കണ്ട കാര്യമില്ല. പൊയ്ക്കോ നിന്നോടൊന്നും പറയാനില്ല. വൃത്തികെട്ടവളെ."

അയാൾ ആ മുറിയിൽ നിന്നിറങ്ങിപ്പോയി. മിലൻ ഒട്ടുനേരം അവിടെ നിന്നു. അവൾ കോപത്തിന്റെ ആളലിൽ എരിഞ്ഞുകത്തി. ഏറെനേരം. പിന്നെ ഏതോ ഒരു നിമിഷത്തിൽ തേങ്ങലോടെ മാതേയി അമ്മയുടെ നെഞ്ചിലേക്ക് ചാഞ്ഞു.

പതിനൊന്ന്

രാജൻ മേസ്തിരിയുടെ ചുവന്ന കണ്ണുകളിൽ നോക്കാൻ തന്നെ ബീനയ്ക്ക് പേടി തോന്നി. അയാൾ കോപത്തോടെ അവളെ തുറിച്ചു നോക്കി.

ഇങ്ങനെ തോന്നുമ്പം കേറി വന്നാലെന്നാ ഇദ് നെന്റെ തറവാടാ. ചാന്ത് കൊഴക്കാൻ ഇന്നലെ ഞാൻ പൊറത്ത്ന്ന് ആളെ തപ്പി നെട്ടോട്ടം ഓടീട്ട് കിട്ട്യോ. അവസാനം കാലിന്റെ വേദനേം സഹിച്ച് ഞാന്തന്നെ ചെയ്യേണ്ടിവന്നില്ലേ. എനിക്കാണേല് നാലെടത്തും പായണം. ഇന്നെ ഒരാളെ വിശ്വസിക്കാമ്പറ്റ്വോ. ഒരീസം വരും. പിന്നെ രണ്ടീസത്തേക്കില്ല. ഇഞ്ഞി പോ. ഇനിക്ക് തലക്കനം ജാസ്ത്യാ.

ബീനയുടെ കണ്ണുകൾ നിറഞ്ഞു പോയി.

"ഇന്നലെ ഉണ്ണ്യേട്ടന്റമ്മയ്ക്ക് സുകോല്ലാണ്ടായി മേസ്തിരി, ആസ്പത്രീലാ ഉള്ളത്. പെട്ടെന്ന് തലചുറ്റി വീണപ്പം ആരും സകായത്തിനില്ലാരുന്നു. എനിക്കൊരഞ്ഞൂറുറുപ്പ്യ തരണം. പണീന്ന് കൊറേശ്ശെയായി പിടിച്ചോളു."

അയാൾ അവളെ കൂർപ്പിച്ചുനോക്കി

"ചോയിക്കുമ്പം പണം തരാൻ നീയെന്റ കെട്ട്യോളാ. ഇന്നാള് വാങ്ങ്യത് തീർന്നോ? പിന്നെ പോട്ടേന്ന് വിചാരിച്ച് ഒന്നു കണ്ണടക്കാംന്ന് വച്ചാല് നീ വല്യ പതിവൃതയല്ലേ. ഇന്നോടൊന്നും കരുണ കാണിക്കരുത്. അയിനുള്ള യോഗ്യതയൊന്നും ഇനിക്കില്ല."

അയാളുടെ വട്ടക്കണ്ണുകൾ മൂർച്ചയുള്ള ആയുധങ്ങളായി തന്റെ ശരീരത്തെ കീറിമുറിക്കുന്നത് വെറുപ്പോടെ ബീന കണ്ടില്ലെന്നു നടിച്ചു. മറുത്തെന്തു പറഞ്ഞാലും കുടുംബം പട്ടിണിയാവും

"ഇനി ഒറ്റ ദെവസം വരാതിരുന്നാല് പൊരേല് കൊടലും കെട്ടിവരിഞ്ഞ് കെടന്നോളണം. കൊറച്ച് ദയ തോന്നീന്നുവച്ച് മൊതലെടുക്കാന്ന് തോന്നല്ലേ ഉം ചെല്ല് ചെല്ല്."

കനത്ത മെഷിൻ കല്ലെടുത്ത് തലയിൽ വച്ച് നടക്കുമ്പോൾ കാല് കുഴയും പോലെ. രാത്രി മുഴുവൻ ഒരു പോള കണ്ണടച്ചില്ല. ആസ്പത്രിയിലെ രാത്രികൾ ഉറക്കത്തെ ആട്ടിപ്പായിക്കുന്നു. കൊതുകുകടിയും ഞരക്കങ്ങളും കരച്ചിലും. തള്ളയുടെ നിർത്താതുള്ള ശകാരം വേറെയും. വീട്ടിൽ സുക്കേടുകാരനായ സച്ചിനും മക്കളും തനിച്ചാണെന്ന ഓർമയിൽ മുള്ളുകളിൽ കുരുങ്ങി കിടക്കും പോലെ. ആർക്കും സഹതാപമില്ല. സ്നേഹിച്ചിരുന്നവർ പോലും വഴിമാറി നടക്കുന്നു. രാവിലെ നൂറ് രൂപ കടത്തിന് ചെന്നപ്പോൾ വാസ്വേട്ടന്റെ ഭാര്യ വെറുപ്പിൽ മുഖം തിരിച്ചു കളഞ്ഞു.

"കടം കൊടുക്കാനുള്ള പണോന്നും എന്റേലില്ല. ഹരീനെ കൊന്നേന് ഇന്നാട്ടില് എല്ലാർക്കുംണ്ട് വേദനേം വെറുപ്പും. എന്ന്വച്ച് നെയമം കൈയാളാൻ നെന്റെ കെട്ട്യോനല്ലല്ലോ ജഡ്ജി."

അവരുടെ വായിലിരിക്കുന്നതിൽ ശേഷിച്ചത് കേൾക്കാൻ നിൽക്കാതെ തിരിച്ചു പോരേണ്ടിവന്നു. സച്ചമ്മ മാത്രമാണ് മുഖം വെറുപ്പിക്കാത്തത്. പക്ഷേ കണക്കില്ലാത്തത്രയും കൊടുക്കാനുണ്ട്. അവരുടെ ദയയെ കുന്തം കൂർപ്പിച്ച് കോരിയെടുക്കാൻ ശ്രമിക്കരുതല്ലോ. ഓരോ കല്ലും സിമന്റിട്ടുറപ്പിച്ച് കെട്ടിയുയർത്തുമ്പോൾ മനസിൽ പണിതുയർത്തിയ മനക്കോട്ടകളെ കുറിച്ചാണോർത്തത്

പട്ടിണിയും പരിവട്ടവും ഒഴിഞ്ഞിട്ടേയില്ല. എന്നാലും സന്തോഷമുണ്ടായിരുന്നു. ഉള്ളതിലേറെയും കുട്ടികളുടെയും തള്ളയുടെയും മുന്നിൽ വിളമ്പി വച്ച്, മുണ്ടും മുറുക്കിയുടുത്ത് കെട്ടിപ്പിടിച്ചുറങ്ങുമ്പോൾ കത്തുന്ന വിശപ്പറിയില്ല. സ്നേഹത്തിന്റെയും സംരക്ഷണത്തിന്റെയും അതിശക്തമായ ഒരു കവചത്തിനുള്ളിൽ എല്ലാം മറക്കുന്നു. സ്നേഹിക്കാൻ കരുത്തുള്ള കൈകൾ ചുറ്റിപ്പിടിക്കുമ്പോൾ ഒരു സങ്കടവും ആ വലയം തകർ

ക്കില്ലെന്ന് ആശ്വസിച്ചിട്ടുണ്ട്. അത്താണിയായി നിന്നവൻ കാണാമറയത്ത കന്നപ്പോൾ തനിച്ച് ചുമക്കാവുന്ന ഭാരമല്ല ചുമലിലുള്ളതെന്നു അറിയുകയാണ്.

പണിക്കിടയിലും സുനിത ഇടയിൽ വന്നു സംസാരിക്കും.

"ഉണ്ണ്യേട്ടന്റെമ്മക്ക് സുകോണ്ടോ ബീനേച്ചീ. ആരാ സഹായത്തിന്."

"സഹായത്തിനെന്നും പറഞ്ഞു വരുന്നോരുണ്ട്. ആർടേം ഒരു സഹായോം വേണ്ടാന്ന് വച്ചിരിക്യാ ഞാൻ. ഒരു കുടുംബത്തിന്റെ സർവസ്വോം ഇല്ലാണ്ടായി. ഇനിയെന്ത് സഹായം."

സുനിത ബീനയുടെ വിയർപ്പിൽ കുതിർന്ന മുഖദൈർഘ്യത്തിലേക്ക് നോക്കി. അവളുടെ മനസിലുമുണ്ടായിരുന്നു വലിച്ചെറിയേണ്ടിയിരുന്ന ഒരു പാട് സഹായങ്ങൾ.

"ആടെയെന്താ കാറ്റ് കൊള്ളുന്നാണോ."

മേസ്തിരിയുടെ അട്ടഹാസം കേട്ടവർ ഞെട്ടി. കഠിനമായ ജോലിക്കിടയിലും ഇടയ്ക്കിടെ അവർ വേദനകളും ആവലാതികളും പങ്കുവെച്ചുകൊണ്ടിരുന്നു.

"സുദേവനെ എനിക്കൊന്നു കാണണംന്നുണ്ട് സുനിതേ. ഉണ്ണ്യേട്ടന് വേണ്ടി മാപ്പ് ചോദിക്കണം. ചാത്തൂട്ട്യേട്ടനെന്നെ കൂട്ടം കൂട്യാലും വേണ്ടീല്ല ഞാനൊരീസം വരും."

സുനിതയുടെ മുഖത്ത് വേവലാതിയായിരുന്നു.

"അച്ഛനിപ്പോ എല്ലാരോടും കലിയാണ്. ആരെയൊക്കെയോ ശപിക്കുകേം, പ്രാകുകേം, ഹരിയേട്ടന്റെ അമ്മയെപ്പോലെ അപ്പനും സ്ഥിരബുദ്ധി ഇല്ലാണ്ടാവുംന്നാ പേടി."

ബീന വീട്ടിലെത്തുമ്പോൾ സച്ചിൻ അടുക്കളയിൽ തകൃതിയായ ജോലിയിലാണ്. കഞ്ഞിയുണ്ടാക്കി മൂപ്പെത്താത്ത പച്ചക്കായ കൊണ്ട് മെഴുക്ക്പുരട്ടിയുണ്ടാക്കുകയാണ്. ഓടിക്കളിച്ചു നടന്നു പഴയ കുട്ടിയല്ലവൻ. ഉത്തരവാദിത്വ ബോധമൊക്കെ തലയിൽ കയറിയപ്പോൾ വല്യ ആളായതു പോലെ.

"അമ്മക്കിത്തിരി കൂടുതലാണ് ന്നാ തോന്നുന്നെ. കുമാരേട്ടൻ എന്നെ ബസ്സീ കേറ്റി വിട്ടു. എന്തേലും സംഭവിച്ചാലും. മക്കളിത്തിരി കഞ്ഞികുടിക്കട്ടേന്നുവച്ച് ബീനേച്ചീ. കഞ്ഞികുടിക്ക്."

"നീയെന്തൊക്കെയാ മോനെ ഇപ്പറേന്നെ."

അങ്കലാപ്പിൽ ബീനയുടെ മുഖം ഇരുണ്ടു പോയി.

"വരാനുള്ളത് വന്നല്ലേ തീരൂ. ഏച്ചി കഞ്ഞി കുടിക്ക്."

അവൻ നിർബന്ധിച്ച് കഞ്ഞികുടിപ്പിച്ചു. ഓടിപ്പിടഞ്ഞു ഹോസ്പിറ്റലിലെത്തുമ്പോൾ തള്ളയുടെ നില ഗുരുതരമായിരുന്നു. ഡോക്ടർമാർ ബെഡ്ഡിന് ചുറ്റുമുണ്ട്. ഉണ്ണ്യേട്ടന്റെ ചിലകൂട്ടുകാരും ചുറ്റിപ്പറ്റി നിൽപ്പുണ്ട്. കുമാരേട്ടനെ കണ്ടപ്പോൾ അവൾ അടുത്തേക്ക് ചെന്നു.

അമ്മക്കിതെന്തു പറ്റ്യതാ കുമാരേട്ടാ.

"ഇത്തിരി കൂടുതലാ. മോളേ നീ വീട്ടിലേക്ക് പോയ്ക്കോ. കുട്ടീനെ ഞാനങ്ങോട്ട് ബസ്സ് കയറ്റി വിട്ടു. സുകോല്ലാത്തതല്ലേ."

ബീനയ്ക്ക് മനസിലായി. അമ്മ യാത്ര പുറപ്പെടാനൊരുങ്ങിയിരിക്കുന്നു. എപ്പോഴും ശാപോം, കുത്തുവാക്കുകളൊക്കെയാണെങ്കിലും ആ അമ്മയൊരു തുണയായിരുന്നു. ഉണ്ണ്യേട്ടൻ ജയിലിലായ ഈ ഒരവസ്ഥയിലായിരുന്നു കൂടുതലതേപ്പറ്റി മനസിലാക്കിയതും. അവർക്കായി കൊണ്ടുവന്ന കഞ്ഞിയും, മരുന്നുമടങ്ങിയ പ്ലാസ്റ്റിക് സഞ്ചിയും തൂക്കി ബീന ഒരരികിൽ നിന്നു. എന്തു ചെയ്യണമെന്നറിയാത്ത ഒരനാഥത്വവും അങ്കലാപ്പും അവളെ അവശയാക്കി.

നേരം വെളുക്കുമ്പോഴേക്കും ഉണ്ണികൃഷ്ണന്റെ അമ്മയുടെ മൃതദേഹത്തോടൊപ്പം ബീന വീട്ടിലെത്തി. അലമുറയോ, കരച്ചിലോ ഇല്ലാതെ ആ വൃദ്ധദേഹം മകന്റെ വരവിനായി വിറങ്ങലിച്ചു കിടന്നു. ബീന ഒരു പ്രതിമപോലെ ചുമർ ചാരിയിരുന്നു. അവൾ കരയുകയോ, അലമുറയിടുകയോ ചെയതില്ല. നിസ്സഹായത അലയടിക്കുന്ന കണ്ണുകൾ ആരെയും കാണുന്നില്ലായിരുന്നു. പൊലീസുകാരുടെ അകമ്പടിയോടെ വന്നു കയറിയ ഉണ്ണികൃഷ്ണനെ വരെ. അയാൾ ഒരാശ്രയത്തിനായി അവളെ നോക്കി. പോകുമ്പോൾ താനറിഞ്ഞിരുന്ന ഭാര്യയല്ല മുന്നിലെന്ന് അയാൾക്ക് തോന്നി.

പ്രാകൃത വേഷം ധരിച്ച്, കറുത്തു കരുവാളിച്ച, വിറങ്ങലിച്ച ഒരു സ്ത്രീ. മക്കൾ പോലും അയാൾക്കടുത്തേക്ക് ഓടി വന്നില്ല. പെറ്റമ്മയുടെ മരണം ഉണ്ണികൃഷ്ണനെ നടുക്കിയില്ല. ആ കുടുംബത്തിനും സുഹൃത്തുക്കൾക്കുമിടയിൽ താനന്യനായി മാറിയതായിരുന്നു അയാളെ തളർത്തിയത്. അന്യനെപ്പോലെ ഒരു കാഴ്ചവസ്തുവായി അയാൾ മാറിയിരുന്നതേയുള്ളു.

ബീനയുടെ ജ്യേഷ്ഠനും ഭാര്യയും വന്നിരുന്നു. അവർ അകന്നുമാറി നിന്നു. ഒരു രാത്രി പോലും അവിടെ തങ്ങാനാവില്ലെന്നു പറഞ്ഞു, അവർ ശവദാഹം കഴിഞ്ഞപ്പോൾത്തന്നെ പടിയിറങ്ങി. ഉണ്ണികൃഷ്ണന്റെ നേരെ ഒന്നു നോക്കിയതുപോലുമില്ല. ബീന ഒന്നിനും പ്രതികരിച്ചില്ല. മരണവീട്ടിലെടുക്കേണ്ട സഹതാപമല്ല, കുറ്റപ്പെടുത്തലുകളും കൊള്ളിവയ്പുകളുമാണ് കൂടുതലായും അവളുടെ ശ്രദ്ധയിലെത്തിയത്. അതിനൊക്കെയും തങ്ങളർഹരാണെന്ന ബോധം അവളെ വേദനിപ്പിച്ചില്ല. മരണമറിഞ്ഞ് വന്നെത്തിയവരിൽ ചാത്തൂട്ട്യേട്ടനും, സുനിതയുമുണ്ടായിരുന്നു എന്നതായിരുന്നു. വേദനാജനകം.

മാളുവില്ലാതെ വീടുറങ്ങിക്കിടന്നു. ഓടിനടന്നവൾ ചെയ്യുന്ന കൊച്ചു കൊച്ചു ജോലികൾ. വെറുങ്ങലിച്ച് കിടക്കുന്ന അകത്തളങ്ങളിൽ ആ കൊച്ചു കാലടികളുടെ സ്പന്ദനമുണ്ടായിരുന്നു. അവളെ കാണാൻ മിലനാഗ്രഹം തോന്നി. എന്താവും ആ അവസ്ഥയെന്ന് ആരും തിരക്കാത്തത് അവൾക്കത്ഭുതമായിരുന്നു. മിലൻ പരാതിപ്പെട്ടപ്പോൾ

ദയോം സഹതാപോം കൊടുത്തേനുള്ളതൊക്കെ നല്ല രീതീൽ ത്തന്നെ തിരിച്ചു കിട്ടണുണ്ട്. ഇനിയും മറ്റുള്ളോർക്ക് വേണ്ടി തല പുണ്ണാക്കാനാവില്ല മോളേ എന്നു പറഞ്ഞു കൈയൊഴിയുകയാണ് ഉണ്ടായത്.

സച്ചിമ്മ അറിയാതെ കുറച്ച് പണവും പലഹാരങ്ങളുമായി മാളുവിന്റെ വീട്ടിലേക്കിറങ്ങുമ്പോൾ സച്ചിനും ഒപ്പമുണ്ടായിരുന്നു. ചപ്പും ചവറും നിറഞ്ഞു വൃത്തികെട്ടിരുന്ന ആ വീട്ടുമുറ്റം തങ്ങളുടെ വീടും പരിസരവും ഏതുനേരവും തൂത്ത് വൃത്തിയാക്കിയിടുന്ന മാളുവിന്റെ വീട് തന്നെയോ എന്ന് മിലൻ അത്ഭുതപ്പെട്ടു.. പൊളിഞ്ഞ ചട്ടികളും കലങ്ങളും പഴകിയ അലൂമിനിയ പ്ലേറ്റുകളും മറ്റും മുൻവശത്ത് ചിതറിക്കിടന്നിരുന്നു. ദുർഗന്ധം നിറഞ്ഞ വീടിന്റെ ഉൾമുറിയിൽ കയറാൻ മിലൻ മടിച്ചു. മാളു ഓടിവന്ന് കൈക്ക് പിടിച്ചു. മൂത്രത്തിന്റെ ഗന്ധമുയരുന്ന കിടക്കപ്പായയിൽ നിന്നും അവളുടെ അനിയൻ വികൃതസ്വരങ്ങളുണ്ടാക്കി.

"ആരാത് മാളേ."

ക്ഷീണിച്ച സ്വരത്തിനൊപ്പം നിർത്താത്ത ചുമ ഇരുട്ടിൽ നിന്നുയർന്നു. ഒന്നു രണ്ടാഴ്ചകൊണ്ട് മാളു ഒരു ഭിക്ഷക്കാരിയേക്കാൾ പ്രാകൃതയായിരിക്കുന്നു. സച്ചിൻ സഹികെട്ടതുപോലെ വെളിയിൽ നിന്നതേയുള്ളൂ.

"ഏച്ച്യോ."

മാളു അരികിലേക്ക് വന്നു.

മാളുവിന്റെ കണ്ണുകളിൽ സ്നേഹത്തിന്റെ തിളക്കമുണ്ടായിരുന്നു. അതിൽ തുടിക്കുന്ന നന്ദിയും സ്നേഹവും അവളെ വേദനിപ്പിച്ചു. ഇരിക്കാൻ ആ വീട്ടിലൊന്നുമുണ്ടായിരുന്നില്ല.

"സ്റ്റൂളിന്റെ കാല് പൊട്ടിപ്പോയേച്ച്യേ. എങ്ങനെയാ ഇരിക്യാ."

മാളുവിന്റെ ചോദ്യം കേട്ടില്ലെന്നു നടിച്ചു. ആ മടുപ്പിൽനിന്നും വെളിയിൽ ചാടാനുള്ള ത്വരയായിരുന്നു മിലന്റെ മനസിൽ.

മാളു കുളിക്കാറൊന്നൂല്ലേ.

അവളുടെ അഴുക്ക് പുരണ്ട മുഖത്തേക്ക് നോക്കി മിലൻ ചോദിച്ചപ്പോൾ അവൾക്ക് പാകമാകാത്ത ഒരു ചിരി മുഖത്തണിഞ്ഞ് മാളു പറഞ്ഞു.

"കുളിച്ചിട്ടെന്നാ ഏച്ച്യേ. മോനൂട്ടന്റെ കെടക്കപ്പായ അടിക്കടി വൃത്തികേടാകും. അതൊക്കെ കഴുകിയിടുമ്പോഴേക്കും എന്നെ നാറും അമ്മയ്ക്കും ഇപ്പോ പൊറത്തോട്ട് നടക്കാനൊന്നും ശേഷീല്ല. എല്ലാം അകത്തുന്നന്നെ. പഴേ ഒരു കോളാമ്പീണ്ട്. സച്ചിമ്മ തന്നതാ അതിലാ ഇരിക്ക്യാ."

എഴുന്നേറ്റ് നിൽക്കാനുള്ള ത്രാണിയില്ലാത്ത ഈ കുട്ടിയാണിവരെ ശുശ്രൂക്ഷിക്കുന്നത് എന്ന് വിശ്വസിക്കാൻ മിലൻ മടിച്ചു.

"അന്ന് നമ്മടെ വീട്ടീ വന്നോരൊക്കെ ഈടേം വന്നിനേച്ച്യേ. അനാഥാലയത്തില് എന്നേം, മോളുനേം വിടാംന്ന്. പിന്നെ അമ്മേം, മോനൂട്ടനേം ആസ്പത്രീലാക്കാംന്നും പറഞ്ഞു. ഞാൻ സമ്മതിച്ചിട്ടില്ല. എല്ലാരേം ഒന്നിച്ചുകാണാണ്ടെനിക്ക് കയ്യൂല്ല. പിന്നെ മോനു ഞാങ്കൊടുത്താലേ മരുന്നു കുടിക്കേം, വല്ലോം തിന്നോം ഒക്കെ ചെയ്യൂ. അമ്മക്കാണേലും ഞാന്തന്നെവേണം."

മാളു വിതുമ്പിക്കരഞ്ഞപ്പോൾ മിലൻ അവളുടെ തലയിൽ തൊട്ടു. മുടി പശപോലിരുന്നു. തൊട്ട വിരലിൽ അഴുക്കുണ്ടായിരുന്നു. കരിയും

പുകയും പിടിച്ച് ചകിരി പോലിരിക്കുന്നു മുടിയിഴകൾ. അവളെ ആശ്വസിപ്പിച്ചേ തീരൂ. മിലൻ വാക്കുകൾക്കായി ചികഞ്ഞു.

അമ്മക്കും മോനും നല്ല മരുന്നും ശുശ്രൂഷേം, മാളൂനും അനിയത്തിക്കും സ്കൂളിൽ പോയി പഠിക്കാനുമൊക്കെ അവർ സഹായിക്കും. അവർ പറയുന്നതനുസരിക്കുന്നത് നല്ലതല്ലേ മാളു.

"ഇല്ലേച്ചീ ഞാൻ പോകൂല. എനിക്ക് പഠിക്കണ്ട. ഞാനെന്തെങ്കിലും പണിയെടുത്തു നോക്കിക്കോളാം എല്ലാരേം."

അവളുടെ കണ്ണുകളിൽ നിസ്സഹായത പടർന്നു.

"പക്ഷേ എനിക്കാരും പണി തരുന്നില്ലേച്ച്യേ. സച്ചാമ്മോട് ഏച്ചി ചോദിക്ക്വോ മാളു ഇനീം ആട വന്നോട്ടേന്ന്. രാധേടത്തി ഒരു പണീം ചെയ്യണ്ട. എല്ലാം ഞാനെടുത്തോളാം. വൃത്തീലും വെടിപ്പിലും ചെയ്തോളാം."

മിലൻ സ്തബ്ധയായി. മാളു കുട്ടിയാണ്. നീതിയും നിയമവും അവളുടെ കൊച്ചു മനസിലില്ല. ആ വീടിനോടുള്ള ബന്ധവും, അവിടെ ലഭിക്കുന്ന സ്നേഹവായ്പും സഹായങ്ങളും മാത്രമാണാ മനസിൽ. മിലൻ കൊടുത്ത പണം മടിക്കാതെ അവൾ വാങ്ങി.

"മരുന്നൊക്കെ തീർന്നിട്ട് കൊറേയായി. അപ്രത്തെ വീട്ടീന്ന് ഇന്നലെ കൊറച്ച് കഞ്ഞി കിട്ടീരുന്നു."

"നീയെന്താ മാളു വീട്ടിൽ വരാഞ്ഞെ. നിനക്കെപ്പഴും വരാലോ."

"ഞാനെങ്ങന്യാ ഏച്ചീ വെറുതെ വന്നു പൈശ വാങ്ങന്നെ."

പലഹാരപ്പൊതി തുറന്ന അപ്പോൾ തന്നെ അമ്മയ്ക്കും, അനിയത്തിക്കും കൊടുത്തു. മോനൂട്ടന് മാളുതന്നെ അരികെയിരുന്നു കുറേശ്ശേ വായിൽ വച്ചുകൊടുത്തു. കുട്ടി തുപ്പുകയും വായുടെ കോണിലൂടെ ചവച്ചരച്ച് ഒഴുകുകയും ചെയ്തപ്പോൾ മിലൻ അറപ്പോടെ മുഖം തിരിച്ചുകളഞ്ഞു. എല്ലാവരുടേയും വിശപ്പടങ്ങിയെന്ന് ബോധ്യമായപ്പോൾ ശേഷിച്ചത് മിലന്റെ മുന്നിലിരുന്നുതന്നെ അവൾ ആർത്തിയോടെ വാരിക്കഴിച്ചു. അവൾ കഴിച്ചു തീരും വരെ അക്ഷമയായി നിന്നു. മിലനെനോക്കി വേവലാതിയോടെ പറഞ്ഞു.

"ഏച്ചി പൊറത്തെറങ്ങിക്കോ. മോനൂട്ടൻ ഇപ്പോ വൃത്തികേടാക്കും. രണ്ടീസായി കൊടലി നെറച്ച് തിന്നിറ്റ്. ഇനിപ്പോ അതൊക്കെ വെടിപ്പാക്കണം. ഏച്ചി പൊയ്ക്കോ ഈടെ നിന്നാൽ അറപ്പാകും."

കേൾക്കാൻ കാത്തുനിന്നതുപോലെ മിലൻ പുറത്തേക്കിറങ്ങി. ആ മൺ ചുവരുകൾക്കുള്ളിലും നാല് ജന്മങ്ങളുണ്ടെന്ന് നടുക്കത്തോടെ അവൾ അറിയുകയായിരുന്നു.

സച്ചിൻ അക്ഷമനായി കാത്തുനിൽക്കുന്നുണ്ടായിരുന്നു. മാളു മിലന്റെ പിറകെ വന്നു കൈയിൽ ചൂണ്ടു വിരൽ കൊണ്ടൊന്നുതൊട്ടു.

"ഏച്ച്യേ ഞാനാടെ വന്നോട്ടെ. സച്ചാമ്മോട് ഏച്ചി ഒന്നുപറയോ അതില്ലേല് ഞാളെ എല്ലാരോം ഓരൊക്കെ ചേർന്ന് ഓരോ സ്ഥലത്ത് കൊണ്ടോയിടും."

ഉത്തരം പറയാൻ മിലന് കഴിഞ്ഞില്ല. കൈകൂപ്പി പ്രതീക്ഷ നിറഞ്ഞ കണ്ണുകളോടെ നിൽക്കുന്ന മാളുവിന്റെ കവിളിൽ ഒന്നുതൊട്ട് യാത്ര

ചോദിക്കാതെയാണ് അവിടെനിന്നിറങ്ങിയത്. അവളുടെ മനസ്സ് കുപ്പിച്ചില്ലേറ്റതു പോലെ വ്രണപ്പെട്ടിരുന്നു. ആരെയെങ്കിലും രക്ഷിക്കാൻ കഴിയാത്ത ജന്മം ശൂന്യമാണെന്നു തോന്നി.

ഇടവഴിയിൽ വച്ച് സച്ചിൻ പറഞ്ഞു.

"എന്തൊരു വെടക്ക് മണാ ആ വീട്ടിന്. അതൊന്നു വൃത്തിയാക്കിക്കൂടെ മാളൂന്."

"മാളൂന് അതിനൊന്നും കഴിയില്ല സച്ചിൻ. ജീവിതത്തിന്റെ നിലനില്പ്പാണ് പ്രധാനം. ആ വീട് കണ്ടോ നീ. എന്തൊരു ജീവിതാ ആ രണ്ട് മുറികൾക്കുള്ളില്. തിളയ്ക്കുന്ന എണ്ണയിൽ വീണു കുമളിക്കും പോലെ കുറേ ജന്മങ്ങൾ. ഹൊറിബിൾ."

മിലന്റെ വാക്കുകൾ സച്ചിൻ നിസ്സാരമാക്കി.

"എല്ലാരും കഷ്ടത്തിലന്ന്യാ. അമ്മമ്മ മരിച്ചപ്പോ സങ്കടത്തേക്കാൾ ആശ്വാസാ തോന്നീത്. ബീനേച്ചിയുടെ കഷ്ടപ്പാട് കൊറഞ്ഞ് കിട്ടാല്ലോ. വല്ലടത്തും പോയാലൊന്ന് തോന്നും. എനിക്കെന്ത് പണിയാ കിട്ടാ. എടക്കെടക്ക് പേയിളകണ പോലെ വരുന്ന ഈരോഗോള്ളതോണ്ട് വല്യ പണികളൊന്നും ചെയ്യാനും പറ്റില്ല. അല്ലേൽ ബീനേച്ചിയെപ്പോലെ കല്ല് ചൊമക്കാനോ മറ്റോ പോവാരുന്നു."

ഇടവഴിയിൽ നിന്നും റോഡിലേക്ക് കയറിയപ്പോൾ എതിരെ സാരിയുടുത്ത ഒരു യുവതി കുഞ്ഞിനെ തോളിലെടുത്ത് ആയാസപ്പെട്ടു നടന്നു വരുന്നതുകണ്ട് സച്ചിൻ പരിചയപ്പെടുത്തി.

ശ്രീനിയേട്ടന്റെ ഭാര്യയാണ് ഗീതേച്ചി.

അവൾ ക്ഷീണിച്ച കണ്ണുകളോടെ മിലനെ നോക്കുന്നുണ്ടായിരുന്നു. അരികിലെത്തിയപ്പോഴാണ് ഗർഭിണിയാണെന്നറിയുന്നത്. മിലൻ ചിരിച്ചെങ്കിലും അവൾ വിറങ്ങലിച്ച മുഖത്തോടെ നോക്കിക്കൊണ്ട് കടന്നു പോയി.

"ഓറൊരു കുശുമ്പ്യാ. അല്ലേലെന്താ ഒന്നു ചിരിച്ചൂടെ. ശ്രീന്യേട്ടനെവിടാന്ന് ആർക്കും അറീല്ല. ഇവിടെ നിന്നാൽ സുദേവേട്ടന്റെ ഗതിയായിരിക്കുംന്ന് തോന്നിക്കാണും."

കുശുമ്പൊന്നുമല്ല സച്ചിൻ. ബീനേച്ചി അവരെക്കുറിച്ച് പറഞ്ഞിട്ടുണ്ട്. ഒരു ഗതീം ഇല്ലാത്തവരാ. സ്വന്തം വീട്ടില് മുഴു പട്ടിണീം, ഭർത്താവിന്റെ വീട്ടില് അരപ്പട്ടിണീം. അയാളെ കാണാതായാൽ അവരെങ്ങനെ ജീവിക്കും. കൈക്കുഞ്ഞും നിറവയറും . ഹരിയെ വെട്ടിക്കൊന്ന് രക്തദാഹം തീർക്കുമ്പോൾ ശ്രീനി ഇവരെക്കുറിച്ച് ഓർത്തിരിക്കില്ല. വീട്ടിലുള്ളവരെ ഓർമയുണ്ടായിരുന്നെങ്കിൽ ആരും ഇത്തരം അക്രമം കാട്ടില്ല സച്ചിൻ.

വഴിക്കിരുവശവും തണൽ മരങ്ങളുണ്ടായിരുന്നു. തണൽ വിരിക്കേണ്ട മാമരങ്ങൾ തന്നെ അഗ്നി വിതറുമ്പോൾ നശിച്ചുപോയേക്കാവുന്ന നാടിന്റെ ജീവനെപ്പറ്റി സച്ചിൻ സംസാരിക്കുകയായിരുന്നു. പതിവില്ലാത്ത അവന്റെ വെളിപ്പെടൽ മിലനെ സന്തോഷിപ്പിച്ചു. മഹാ നാണംകുണുങ്ങിയാണവൻ. എന്നാലും ഒളിഞ്ഞു നോക്കാനും ആസ്വദിക്കാനും വിരുതൻ. പക്ഷേ അടുത്ത് വന്നപ്പോഴാണ് ആ നിഷ്കളങ്കത അറിയുന്നത്.

മാമനെ ഓർത്താലാ അത്ഭുതം, എന്തൊരു പാവാരുന്നു. ഇങ്ങനൊക്കെ ചെയ്തേക്കുമെന്ന് സ്വപ്നത്തിൽ പോലും വിചാരിച്ചില്ല.

നിന്റെ മാമൻ അയാളെ അങ്ങ് കൊന്നേക്കുന്നതാരുന്നു ഭേദം. ഇതിപ്പോ കാണുമ്പോ വല്യ കഷ്ടാണ്.

1971ലാണ് തലശ്ശേരി കലാപം തുടങ്ങിയത്. ഹിന്ദു-മുസ്ലീം കലാപമുണ്ടാക്കാൻ തലശ്ശേരിയിൽ ഹിന്ദുത്വശക്തികൾ നടത്തിയ മന:പൂർവമായ ശ്രമമാണ് തലശ്ശേരി കലാപത്തിനു കാരണം. ന്യൂനപക്ഷങ്ങളെ രക്ഷിക്കുക എന്ന ദൃഢനിശ്ചയത്തോടെ മനുഷ്യസ്നേഹികളായ ഒരു വിഭാഗം മുസ്ലിംങ്ങളുടെ വീടുകൾക്കും ആരാധനാലയങ്ങൾക്കും സംരക്ഷണം നൽകി.

ഇവിടെന്ത് പ്രശ്നം. ഞങ്ങളെ വേർതിരിക്കാനൊന്നും ആർക്കും കഴിയില്ല.

പപ്പ അഭിമാനത്തോടെയാണ് പറഞ്ഞത്. ആ പപ്പ ഇന്നത്തെ തലശ്ശേരിയെ കാണണം.

'ലോകം മുഴുവൻ നശിച്ചാലും എന്റെ കൊച്ചുകേരളം ഒറ്റയ്ക്ക് നിൽക്കും. സ്നേഹത്തിന്റെ അതിശക്തമായ മതിൽക്കെട്ടിനകത്താണതെന്ന്' പറഞ്ഞ എന്റെ പാവം പപ്പ.

സുദേവനെ ചെന്നു കാണാനുള്ള മനോധൈര്യം സൃഷ്ടിക്കാൻ മാസങ്ങളെടുക്കേണ്ടിവന്നു. ഒടുവിൽ മുന്നിൽ കണ്ടപ്പോൾ പ്രതീക്ഷിച്ചതിലേറെ ഞെട്ടലാണുണ്ടായത്. വെട്ടിക്കീറിയിട്ട ജീവന്റെ തുടിപ്പ് പോലെയുള്ള ആ കിടപ്പ് കണ്ട് കുറ്റബോധത്തിൽ അവൾ തിളച്ചുരുകി.. കണ്ണിലൂടെ ഒഴുകുന്ന തീക്കടൽ അവളുടെ ഹൃദയത്തെ അനുനിമിഷം പൊള്ളിക്കുന്നുണ്ടായിരുന്നു. സുദേവൻ ഒന്നും മിണ്ടാതെ ഏറെനേരം കണ്ണടച്ചു കിടന്നു. ദേഷ്യത്തിലാണെന്ന തോന്നൽ അയാളുടെ കണ്ണീർ അകറ്റി. എപ്പോഴോ കണ്ണ് തുറന്നു തളർച്ചയോടെ സുദേവൻ പറഞ്ഞു.

ബീനേച്ചി ഞാൻ ചെയ്തേനുള്ള ശിക്ഷ തന്ന്യാത്. ജയിലീക്കെടന്നാലും തൂക്കു കയർ കിട്ട്യാലും ചെലപ്പം ഞാൻ ചെയ്ത തെറ്റിന്റെ വലിപ്പം മനസിലാകൂല്ല. ഉണ്ണ്യേട്ടൻ എന്നെ കൊല്ലാതെ വിട്ടതോണ്ടാ കുറ്റബോധത്തിന്റെ ഒരുതുള്ളി കണ്ണീരെങ്കിലും എന്റെ നെഞ്ചിലുണ്ടായത്. തെറ്റ് ചെയ്യണോർക്ക് ശിക്ഷകിട്ടണം. ഞാനിതർഹിക്കുന്നതാ.

ചാത്തൂട്ട്യേട്ടൻ വരാന്തയിലെ പഴയ കസേരയിൽ മുറുകിയമുഖത്തോടെയിരുന്നു. ആ നെഞ്ചിലപ്പോൾ ആഞ്ഞടിക്കുന്ന കൊടുങ്കാറ്റ് ലോകത്തെ മുഴുവൻ ചുഴറ്റിയെറിയാനുള്ളത്രയും ശക്തമായിരിക്കണം. വേപഥുവോടെ സുദേവൻ തുടർന്നു.

ചെയ്യുന്നതെന്തും അന്യരുടെ നന്മക്കായിരിക്കണംന്ന് എന്റച്ഛൻ പഠിപ്പിച്ചിട്ടുള്ളതൊക്കെ ഞാൻ മറന്നു. യുദ്ധവും കൊലയും മറ്റും എല്ലായുഗങ്ങളിലുമുണ്ടായിരുന്നു അതൊക്കെ ധർമം ജയിക്കാനാണെന്ന് പുരാണങ്ങൾ പറഞ്ഞു തന്നു. ഇന്നേറ്റുമുട്ടുന്നതും ജയിക്കുന്നതും ആർക്കുവേണ്ടിയാ. ഈ തലമുറ എല്ലാം മറക്കുന്നു. കണ്ണുകെട്ടിയ ഒരു മായികലോകം എല്ലാറ്റിനേയും വഴിതെറ്റിക്കുന്നു. ഒരിക്കലും രക്ഷപ്പെടാനാവാത്ത ദുരന്തത്തിലേക്ക് നമ്മൾ മുങ്ങിത്താഴുകയാണ് ബീനേച്ചീ.

ആ വീട് ഒരു വലിയ കണ്ണീർക്കടലായി ഇരമ്പുകയാണെന്ന് ബീന യ്ക്ക് തോന്നി. ആ വൻതിരകളിൽ തന്റെ കുടുംബമൊന്നാകെ ഇല്ലാതാ യേക്കുമെന്ന് അവൾ ഭയന്നു.

"ഉണ്ണ്യേട്ടനോട് ക്ഷമിക്കാൻ ഞാൻ പറയില്ല സുദേവാ. പക്ഷേ ഈ കുടുംബത്തിന്റെ കണ്ണീര് എന്റെ മക്കടെ ജീവിതത്തെ വിഴുങ്ങുമോന്നാ എന്റെപേടി."

സുനിത അവൾക്ക് മധുരം കുറഞ്ഞ കടുപ്പമില്ലാത്ത ചായ കൊടു ത്തു. ഒറ്റവലിക്കത് കുടിക്കുമ്പോൾ താൻ ദാഹിച്ചിരിക്കുകയായിരുന്നെന്ന് അവളോർത്തു.

"മധുരം കൊറവാ ബീനേച്ചീ. വീട്ടു സാധനങ്ങളൊന്നൂല്ല. നേതാക്ക ന്മാര് സഹായധനോം കൊണ്ട് വന്നതാ. അച്ഛൻ ഓരേ ആട്ടിയിറക്കി. ഇവിടുത്തെ കാര്യം ഓർത്താല് അച്ഛനിങ്ങനെ ചെയ്യോ. ഓർക്കൊക്കെ വേണ്ടീട്ടല്ലേ ഏട്ടനീ കെടപ്പ് കെടക്കണെ.

പാപത്തിന്റെ കഥകൾ പരസ്പരം പറഞ്ഞു കണ്ണീരൊഴുക്കിയും ഹൃദയമുരുകിയും വേർപിരിയേണ്ടി വരുന്നവരുടെ എണ്ണം കൂടുകയാണ്. കുട്ടാപ്പേട്ടന്റെ ഭാര്യയും മക്കളും ശ്രീനിയുടെ ഗർഭിണിയായ ഭാര്യയും പരസ്പരം കാണുന്നു. എല്ലാമുഖങ്ങളിലും ഒരേ വേദന, ഒരേ മരവിപ്പ്. ആ മരവിപ്പോടെ അവളോർത്തു. അടുത്താഴ്ച്ച ഉണ്ണ്യേട്ടന് ജാമ്യം കിട്ടി യേക്കും ഓരോ മാത്രയിലും കാത്തിരുന്നതാണാ വരവ്. രാവുകളുടെ സ്പന്ദനം നിലച്ചിട്ട് നാളേറെയായെന്ന ബോധം ഇപ്പോഴില്ല. ഉണ്ണ്യേട്ടന്റെ കൈയിൽ വടിവാളും കഠാരയും രക്തം കുടിക്കാൻ വെമ്പിയ നിമിഷ ങ്ങളോർക്കുമ്പോൾ നടുങ്ങുന്നു. ആരേയും ദ്രോഹിച്ചിട്ടില്ലാത്തയാൾ. ഹരിയെ ജീവനായിരുന്നു. അവനെക്കുറിച്ച് പറയാത്ത ദിവസങ്ങളില്ല. അവന്റെ കഷ്ടതകളും സന്മനോഭാവവും പറയുമ്പോൾ ആവേശമാ യിരുന്നു.

ഹരിയുടെ കൊലയറിഞ്ഞപ്പോൾ ആ മുഖത്തെ ബീഭത്സഭാവം ഇപ്പോഴും നടുക്കമുണ്ടാക്കുന്നു. അന്നും ഓർത്തില്ല. ഉണ്ണ്യേട്ടൻ ഇങ്ങ നൊരു കെടുതി ചെയ്തേക്കുമെന്ന്. ശ്രീനിയെ കൈയിൽ കിട്ടിയാൽ കൊ ന്നുകളയുമെന്ന് പകയോടെ നടക്കുന്നവർ ഇനിയുമുണ്ട്. ശ്രീനി എങ്ങോട്ട് പോയെന്നറിയില്ല. ഹരിയെ കൊന്നവർ സുദേവനും ശ്രീനിയും മാത്രമാ യിരുന്നോ. അല്ല കത്തിയും വാളും ഉപയോഗിച്ച് പരിചയമുള്ള മറ്റാരൊ ക്കെയോ കൂടെയുണ്ടായിരുന്നു. അവരൊന്നും ഈ ദേശക്കാരായിരിക്കി ല്ലെന്ന് ഉണ്ണ്യേട്ടൻ പറഞ്ഞിട്ടുണ്ട്.

പന്ത്രണ്ട്

രാധേടത്തി അടുക്കളവാതിൽ തുറക്കുമ്പോൾ മാളു മുറ്റത്തിരി പ്പുണ്ട്. പാതിയിരുട്ടിൽ അയലത്തെ പട്ടിയാണെന്നവർ തെറ്റിദ്ധരിച്ചു. രാധേടത്തീ എന്ന വിങ്ങൽ കേട്ടപ്പോഴേ മാളുവാണെന്ന് തിരിച്ചറിഞ്ഞുള്ളു.

എന്താ കുട്ടിയിത്. ഞാനങ്ങ് പേടിച്ചു പോയല്ലോ.

മാളു എഴുന്നേറ്റു വന്നു വിങ്ങിക്കരയാൻ തുടങ്ങി. അവളിൽ നിന്നും അസഹ്യമായ ദുർഗന്ധം ഉയരുന്നുണ്ടായിരുന്നു.

"ഞാനീടെ പണിയെടുത്തോട്ടെ രാധേടത്തി. ഞാള് ചത്തു പോം."

നേരം വെളുത്തില്ലല്ലോ. ഇരുട്ടത്താണോ ഇഞ്ഞി വന്നത്. എന്തൊരു നാറ്റാന്റെ കുട്ടീയിത്. നീയാദ്യം ചെന്നാ കെണറ്റുകരേന്ന് ഒന്നു കുളിക്ക്. നിന്റൊരു പഴേ കുപ്പായം ഇവിടുണ്ട്. ചെല്ല്.

രാധേടത്തി ഒരു സോപ്പെടുത്തു കൊടുത്തു. അവൾ കിണറ്റിനടുത്തുള്ള പൈപ്പിൻ ചുവട്ടിലിരുന്നു കുളിച്ചു. മുഷിഞ്ഞതൊക്കെ വെള്ളത്തിലിട്ട് അലക്കിയ കുപ്പായമിട്ടു ഓടിവന്നു.

"സച്ചിമ്മ എണീറ്റാൽ കൂട്ടം കൂടോ രാധേടത്തീ."

അവളുടെ കണ്ണുകളിൽ പേടിയും പ്രതീക്ഷയും ഒരുപോലെ അലയടിച്ചു.

അവർ ഉത്തരം പറഞ്ഞില്ല. പറയേണ്ടതെന്താണെന്ന് ഓർത്തു നിൽക്കെ അവൾ എച്ചിൽ പാത്രങ്ങൾ പെറുക്കിയെടുത്തു, കിണറ്റുകരയിൽ കൊണ്ടുചെന്നു വച്ചു. പിന്നെ വെണ്ണീറും വിമ്മുമുപയോഗിച്ച് തേച്ച് കഴുകാൻ തുടങ്ങി.

എന്തു വേണമെന്നറിയാതെ രാധേടത്തി പരിഭ്രമിച്ചു. സച്ചിമ്മ മനസോടെ ഇറക്കി വിട്ടതല്ല. കേസിനും വഴക്കിനുമൊന്നും അവർ തയാറല്ല. അവരോട് ചോദിക്കാതെ മാളുവിനെ അടുക്കളയിൽ കയറ്റേണ്ടിയിരുന്നില്ല. എല്ലും തോലുമായ ആ പ്രാകൃതരൂപത്തോട് എതിർത്തു പറയാനുള്ള ശേഷി അവർക്കില്ലായിരുന്നു. വെട്ടിത്തിളങ്ങുന്ന പാത്രങ്ങൾ അടുക്കളയിൽ യഥാസ്ഥാനത്ത് വച്ച് നിവരുമ്പോൾ അവൾ കിതയ്ക്കുന്നുണ്ടായിരുന്നു. ആ അവശതകണ്ട് രാധേടത്തി ഒരു ഗ്ലാസ് ചായ അവൾക്ക് നീട്ടി. ദയനീയമായി അവൾ പറഞ്ഞു.

"ചായ വേണ്ട രാധേടത്തി. പയഞ്ചോറ് തര്വോ. കറിയൊന്നും വേണ്ട. ഉപ്പിട്ട് തന്നാ മതി. വയറ് കരിയണ്."

അവരുടെ കണ്ണുകൾ നിറഞ്ഞു പോയി. വാസ്വേട്ടന്റെ വീട്ടിലെ പശുവിന് കൊടുക്കാൻ വെള്ളത്തിലിട്ടുവച്ച ചോറ് കഴുകിയെടുത്ത് അവർ അവളുടെ മുന്നിൽ വച്ചു. കുറച്ച് ഉപ്പ് വാരിയിട്ടവൾ ആർത്തിയോടെ തിന്നാൻ തുടങ്ങി. അച്ചാർ കുപ്പി തുറന്നു രണ്ട് നാരങ്ങാക്കഷ്ണങ്ങൾ അവർ അവളുടെ ചോറിലിട്ടു. ഒരു കടലോളം നന്ദി സ്പുരിക്കുന്ന കണ്ണുകളുയർത്തി അവൾ അവരെ നോക്കിയത് രാധേടത്തിയെ കരയിപ്പിച്ചു.

"ഇഞ്ഞി ഇങ്ങനെ നോക്കാതെ മോളെ."

അവർ പിന്തിരിഞ്ഞു കളഞ്ഞു. സച്ചിമ്മ എഴുന്നേറ്റ് വരുമ്പോൾ മാളു അടുക്കളയിൽ ഒരു മൂലയിലിരിപ്പുണ്ടായിരുന്നു. അവരുടെ മുന്നിൽ നിന്നവൾ കൈകൂപ്പി യാചിച്ചു.

"ഞാനീടെ എല്ലാ പണീം ചെയ്തോളാം സച്ചിമ്മേ. എന്നോട് പോവാൻ പറേല്ലേ."

അവർ ധർമസങ്കടത്തിലായി. അത് കണ്ടുവന്ന വഹീദിനെ നോക്കി അവർ ചോദിച്ചു.

"ഇവൾടെ കാര്യത്തിൽ എന്തെങ്കിലും ചെയ്യാൻ പറ്റ്വോ വഹീദേ."

അയാൾ നിസ്സഹായനായി. കരച്ചിലിനിടയിൽ മാളു കാര്യങ്ങൾ പറയുന്നുണ്ടായിരുന്നു. ഇന്നലെ ആരൊക്കെയോ വല്യ ആളുകൾ അവളുടെ വീട്ടിൽ വന്നിരുന്നത്രെ. നാട്ടുകാരുമുണ്ട്. അവർ ഒരു പോംവഴി കണ്ടെത്തിയിരിക്കുന്നു. മാളുവിനെയും അനിയത്തിയെയും സ്നേഹ ഭവനിലും അമ്മയെ ആസ്പത്രിയിലും അനിയനെ മാളുവിനു പേരറിയാത്തിടത്തുകൊണ്ട് ചെന്നാക്കാൻ അവർ അടുത്തമാസം ഒന്നാം തീയതി വരുമത്രെ. തമ്മിൽ പിരിയാൻ ആർക്കും സമ്മതമല്ല. പക്ഷേ അനാഥരുടെ അനുവാദമോ, എതിർപ്പോ ആരും പരിഗണിക്കില്ല. മാളുവില്ലാതെ ആർക്കും ജീവിക്കാനാവില്ല. അവൾ കഷ്ടപ്പെട്ട് കൊണ്ടുവരുന്ന ഭക്ഷണമല്ലാതെ ഒരാഹാരവും ആ വയറുകൾക്കാവശ്യമില്ല. അവളെ കാണാതെ എല്ലാവരും മരിച്ചുപോകും. അവ്യക്തമായി അവൾ പറയുന്നത് എല്ലാവരും കേട്ടു നിൽക്കുകയാണ്. നാട്ടുകാരും മനുഷ്യാവകാശ കമീഷനും, ശിശു സംരക്ഷണ വകുപ്പുമൊക്കെ ഒത്തു ചേർന്നെടുത്ത ആ തീരുമാനത്തിൽ തങ്ങൾക്കൊന്നും ചെയ്യാനാവില്ലെന്ന് വഹീദ് പറഞ്ഞതുകേട്ട് മിലൻ അരിശപ്പെട്ടു.

മനുഷ്യത്വം എന്നൊന്നില്ലേ വഹീദേ. രോഗവും അനാഥത്വവും സ്നേഹത്തെയും ബന്ധത്തെയും ഇല്ലാതാക്കോ. അവർക്കൊരാശ്രയം നൽകുന്നതിനു പകരം ഇങ്ങനെ അറുത്തു മാറ്റുകയാണോ ശരി.

വഹീദ് നിസ്സഹായതയോടെ പറഞ്ഞു.

നമുക്കൊന്നും ചെയ്യാൻ പറ്റില്ല മിലൻ. ഇവിടെ കുറേ നിയമങ്ങളുണ്ട്. മനുഷ്യനുവേണ്ടി സൃഷ്ടിച്ച നിയമങ്ങൾ പലപ്പോഴും അവന് തന്നെ കുരിശാവുകയാണ്. മാളൂന്റെ കാര്യത്തിൻ കൈ കടത്തിയാൽ അവളെ വീട്ടുജോലിക്ക് വച്ചത് തന്നെ ശിക്ഷാർഹമെന്ന് പറഞ്ഞു അവർ നമ്മെയും ദ്രോഹിക്കും.

മാളു ഏങ്ങിക്കരഞ്ഞു കൊണ്ടേയിരുന്നു. നിസ്സഹായതയിൽ സ്വയം ശപിച്ചുകൊണ്ട് മിലൻ ലൈബ്രറിയിൽ കയറി കതകടച്ചു. മനസിലെ ആളിക്കത്തലടക്കാൻ അവൾ പണിപ്പെട്ടു. ഒരു ലഹരിക്കും അണയ്ക്കാനാവാത്ത വേദന തന്നിലുണ്ടെന്നറിയുകയായിരുന്നു. മാതേയി മുത്തശ്ശിയുടെ നീലക്കണ്ണുകൾ നിറഞ്ഞു. കൊച്ചുമോളുടെ വേദനയിൽ പരിതപിച്ചെന്നോണം അവർ ചിത്രത്തിൽ നിന്നിറങ്ങിവന്നു. മുട്ടോളമെത്തുന്ന കടും നീല ഫ്രോക്കിൽ അവർ മിലനേക്കാൾ കൊച്ചു പെണ്ണായി മാറിയിരുന്നു. വലിയ കണ്ണുകൾ വിടർത്തി അവർ അവളെ സമാശ്വസിപ്പിച്ചു.

'നോക്കു കുട്ടീ നീ വിഷമിക്കേണ്ട. മനുഷ്യരെന്നും നിസ്സഹായർ തന്നെ. കാലം നിന്നെ അതൊക്കെ പഠിപ്പിക്കും. കർമം ചെയ്യുമ്പോൾ ഫലം ഇഛിക്കരുതെന്ന് നമ്മൾ പഠിക്കുന്നു. പക്ഷേ ഫലേച്ഛയില്ലാതെ ഒരു കർമമെങ്കിലും നമുക്ക് ചെയ്യാനൊക്കോ. എന്നും കർമനിരതരായിരിക്കുക. എന്റെ ഗുണ്ടർട്ട് സാറിനെപ്പോലെ'.

ചുവന്ന ചുണ്ടുകൾ വിടർത്തി അവർ മനോഹരമായി ചിരിച്ചു.

'നീ വരുന്നത് ഞാൻ കാത്തിരിക്കുകയായിരുന്നു. നീ ജനിച്ചതും വളർന്നതുമൊക്കെ ഞാനറിയുന്നുണ്ടായിരുന്നു. ഇത്രേം ജന്മങ്ങൾക്ക് ശേഷം അദ്ദേഹത്തെക്കുറിച്ച് പറയാൻ നിന്റെ സാമീപ്യം തന്നെ ആവശ്യമായിരുന്നു. എന്റെ പ്രണയം ഉള്ളിൽ കിടന്നു വീർപ്പുമുട്ടിയിരുന്നു. നിന്നെക്കാണുമ്പോൾ അതായിരം വാക്കുകളായി എന്നിൽ നിന്നും പ്രവഹിക്കുന്നു. പ്രണയം അസഹ്യമായ അനുഭവമാണ്. വീർപ്പുമുട്ടിച്ചുകൊണ്ട് ഒരു ചുഴലിക്കാറ്റായി നമ്മുടെ ഹൃദയത്തെ ഞെരിക്കും. ലാഘവത്വമുള്ള ഇളംതൂവലായി ജന്മാന്തരങ്ങളോളം നമ്മെ പറത്തും'.

അവരുടെ ചുടുനിശ്വാസം ഒരു കൊച്ചു ചുഴലിക്കാറ്റുപോലെ ആ മുറിയിൽ നിന്നുയർന്നു പൊങ്ങുന്നത് മിലൻ നോക്കിനിന്നു. അവരുടെ വലിയ കണ്ണുകളിൽ തിരമാലകളുണ്ടായി. ജന്മാന്തരങ്ങളുടെ ആ പ്രണയത്തിരകളിൽ താൻ മുങ്ങിപ്പോവുകയാണെന്ന് നിർവൃതിയോടെ മിലനറിഞ്ഞു.

'അദ്ദേഹമെന്നെ കണ്ടില്ല. ഞാനെന്റെ കണ്ണിലും മനസിലും എഴുതിവച്ചത് മാത്രം അദ്ദേഹം വായിച്ചില്ല. വല്ലപ്പോഴും എന്നോട് ഔപചാരികമായി പറയുന്ന വാക്കുകൾ മുത്തുകൾ പോലെ പെറുക്കിയെടുത്ത് എന്റെ നെഞ്ചിലെ ചെപ്പിൽ സൂക്ഷിച്ചുവച്ചു. ഇനിവരുന്ന ഏതെങ്കിലും ഒരനർഘ നിമിഷത്തിൽ അദ്ദേഹം വന്നാ ചെപ്പു തുറക്കും. നൂറു രത്നമായി തിളങ്ങുന്ന എന്റെ പ്രണയം നെഞ്ചോട് ചേർക്കും മിലൻ.'

ആവേശം കൊണ്ടാ കണ്ണുകൾ വലിയ നക്ഷത്രവിളക്കുകൾ പോലെ തിളങ്ങി.

'നീ ഇവിടെക്കൊണ്ട് വച്ച അദ്ദേഹത്തിന്റെ പ്രതിമയ്ക്ക് ജീവൻ കിട്ടും. ഏകാന്തമാകുന്ന ഓരോ നിമിഷങ്ങളിലും ഞാനെന്റെ ജീവന്റെ തുടിപ്പുകൾ ശലഭങ്ങളെപ്പോലെ അദ്ദേഹത്തിന് നേരെ പറത്തി വിടുന്നു. എന്റെ കണ്ണിലെ പ്രണയത്തിരയിൽ ആ ആത്മാവ് എന്നെങ്കിലും വന്നു ചേരും. ഈ മരക്കസേരയിൽ വന്നിരുന്ന് എന്റെ നേരെ കൈകൾ നീട്ടും. ഞങ്ങൾ ഒന്നായി പറന്നകലും. ഇത് നിന്റെ നിയോഗമാണ്. എന്റെ തനിപ്പകർപ്പായി ഈശ്വരൻ നിന്നെ അതിനായി സൃഷ്ടിച്ചതാണ് മിലൻ.'

മിലന് കരയാൻ തോന്നി. നൂറ്റാണ്ടുകളായി പ്രണയമന്ത്രവുമായി അലഞ്ഞു തിരിയുന്ന ഈ ആത്മാവിന് മോക്ഷമേകുവാൻ തനിക്കാകുമോ. ഗല്ലുവിന്റെ ഈ കലാവിരുതിലൂടെ യുഗങ്ങൾക്കിപ്പുറം ഹെർമൻ ഗുണ്ടർട്ട് തിരിച്ചെത്തുമോ. ഇരുവരും ഇല്ലിക്കുന്ന് ബംഗ്ലാവിന്റെ നനഞ്ഞ മണ്ണിലൂടെ, ഇരുണ്ട അകത്തളങ്ങളിലൂടെ ചെമ്പകമരങ്ങൾക്കിടയിലൂടെ, നറും ഗന്ധമേറുന്ന ഇളങ്കാറ്റായി, ഇണക്കുരുവികളായി പാറിനടക്കുമോ.

മിലൻ മാളുവിനെ മറന്നു. തലശ്ശേരിയെ മറന്നു. അവൾക്ക് മുന്നിൽ മഞ്ഞശലഭമായി മാതേയിയുടെ പ്രണയം ചിറകുകൾ വിടർത്തി വട്ടമിട്ടു. പിന്നീടത് ഗുണ്ടർട്ടിന്റെ വർണരഹിതമായ പ്രതിമയുടെ മൂർധാവിലിരുന്നു. അനന്തമായ ചുംബനം പോലെ, അനർഗളമായ പ്രണയം പോലെ, മിലൻ ആ സ്വപ്ന ലോകത്തിന്റെ ശൂന്യതയിൽ അലിഞ്ഞുപോയി.

പെണ്ണിനെ കാണാനും നിക്കാഹുറപ്പിക്കാനും പോയിവന്ന വഹീദ് അസ്വസ്ഥനായിരുന്നു. കാണാൻ മൊഞ്ചുള്ള പെണ്ണാണ് റിഷാദ. സമ്പന്നരും. പുരോഗമന ചിന്തയുണ്ടെന്ന് സ്വയം വാദിക്കുന്നുമുണ്ട്. എന്നിട്ടും സച്ചിമ്മയോടുള്ള അവരുടെ രീതി വഹീദിനിഷ്ടമായില്ല. അകമുറിയിൽ ഇക്കയുടെ ഭാര്യ, റിഷാദയുടെ ഉമ്മയോട് സച്ചിമ്മയെ മുന്നിലിരുത്തി പറയുന്നതൊക്കെ വഹീദ് ശ്രദ്ധിക്കുന്നുണ്ടായിരുന്നു. വലിയ വരാന്തയിൽ മുതിർന്ന ആണുങ്ങളൊപ്പമിരിക്കുമ്പോഴും, അവരുടെ വലിയ കാര്യങ്ങളിൽ ശ്രദ്ധിക്കാതെ സച്ചിമ്മയുടെ തൊട്ടടുത്തായിരുന്നു വഹീദിന്റെ മനസ്സ്.

ഇവര്ടെ വീട്ടില് ആരുല്ലാത്തോണ്ട് വഹീദിനെ അങ്ങട്ടയച്ചതാ. ഓര്ടെ ബാപ്പക്കൊന്നും പിടിച്ചിട്ടില്ല. സച്ചിമ്മക്ക് വയസല്ലേ. ഒറ്റക്കാവണ്ടാന്ന് വച്ച് ബാപ്പ ഒന്നയഞ്ഞോട്ത്തു. ഞമ്മളുടെ ഒരു സഹായം ഓർക്കിരിക്കട്ടേന്നാത്രെ ഇക്കേടെ ബാപ്പ പറഞ്ഞത്.

റിഷാദയുടെ ഉമ്മ കളിയായും കാര്യമായും പറഞ്ഞു.

അതേതായാലും നന്നായി. അതൊക്കെ പുണ്യപ്രവർത്തിയല്ലേ. ഇത്രേം കാലം ഇവരെ സഹായിച്ച് ഒപ്പം നിന്നില്ലേ. പത്തു മുപ്പത്തിനാല് വയസ്സ് വരെ തന്റെ കാര്യം നോക്കാതല്ലേ ഓനിബരെ സഹായിച്ചത്. ഇനി ഓന് ഓന്റെ ബയി. അല്ലേ സരസ്വതിയമ്മേ.

'സരസ്വതി'സച്ചിമ്മയുടെ പേരതാണെന്ന് വഹീദ് ഓർത്തു. നാട്ടുകാർ മറന്നുപോയ പേരാണത്. വലിയ ജനാലയ്ക്കപ്പുറത്ത് സച്ചിമ്മ ഇരിക്കുന്നത് അയാൾക്ക് കാണാമായിരുന്നു. ആ മുഖം ശാന്തം.

ഓന്റെ നിക്കാഹ് നടത്തണംന്ന് തന്നെയാ എന്റേം ആശ. കുട്ടിയായപ്പോഴേ എന്റെ കൂടല്ലേ. ഓന്റെ ഉമ്മേക്കാൾ അടുപ്പോം, സ്നേഹോം എന്നോടുണ്ട്, എനിക്കും അങ്ങനന്നെ. മക്കൾ രണ്ടും ദൂരദേശത്തായിട്ട് കൊല്ലെത്രയായി. ഇവനെന്റെ മോനല്ലാന്ന് ആരും പറയില്ല. നിക്കാഹ് നടത്താൻ ഓനിരുപത്തഞ്ച് തെകഞ്ഞപ്പോ ഞാൻ ശ്രമിക്കുന്നതാ. ഓന് ആ വീട് വിട്ടുവരാൻ സങ്കടണ്ടാവില്ലേ. പെങ്കുട്ട്യോളെ അങ്ങട്ടയയ്ക്കാനും ആരും തയാറില്ല. അതാ ഇത്രേം നീണ്ട് പോയത്.

അതിങ്ങള് ഒന്നാഞ്ഞു ശ്രമിക്കാഞ്ഞിട്ടന്ന്യാ സരസ്വതിയമ്മേ. ഓന്റെരു സഹായം ഇല്ലാണ്ടാവുന്നേന്റെ വെശമം ഇങ്ങക്കും ഉണ്ടാവുല്ലാ. ഇതിപ്പോ റിഷാദയ്ക്കും ഓൾടെ ആങ്ങളക്കും ഇബനെ നന്നെ പിടിച്ചിരിക്കുന്നു. ഞമ്മക്കും ഓന്റെ സൊബാവം ഇഷ്ടായി. എന്നാപ്പിന്നെ നിക്കാഹ് ഒടനെ നടത്തണംന്നാ. പുത്യ വീടിന്റെ പണി കയിഞ്ഞിക്കണ്. അതോൾക്കുള്ളതാ. നിക്കാഹ് കയിഞ്ഞാൽ ഓറൊറ്റക്ക് തന്നെ താമസിക്കട്ടെ. ഇപ്പോ അതാണല്ലോ ഫാഷൻ. കൂട്ടു കുടുംബോം മറ്റും ഇല്ലാണ്ടായില്ലേ.

റിഷാദയുടെ ഉമ്മ ഉറക്കെ ചിരിച്ചു.

"അതാ അതിന്റെ ശരി. ഇപ്പളത്തെ കുട്ട്യോൾക്കും അതന്ന്യാ ഇഷ്ടം. എടയ്ക്ക് ഓനങ്ങും വന്ന് താമസിക്കാലോ. ഓന്റെ പെണ്ണ് എനിക്ക് മോളന്നെ. അങ്ങടും, ഇങ്ങടുമായി കഴിയാലോ."

നിഷ്കളങ്കമായി സച്ചമ്മ പറയുന്നത് കേട്ടപ്പോൾ റിഷാദയുടെ ബാപ്പ എഴുന്നേറ്റ് അങ്ങോട്ട് ചെന്നു. അയാളുടെ നിസ്കാരത്തഴമ്പുള്ള നെറ്റിയിൽ ഞരമ്പുകൾ പിണയുന്നുണ്ടായിരുന്നു.

“അങ്ങനൊരു ബന്ധുവീടൊന്നും റിഷാദേന്റെ പുയ്യാപ്ലക്ക് വേണ്ട. നിക്കാഹ് കയിഞ്ഞാൽ ഓന് ഞമ്മള് ഖത്തറിലേക്ക് വിസ ശരിയാക്കും. ഓൾക്കുണ്ട് പാസ്പോട്ട്. ഇനീള്ള കാലം ബിസ്നസുമായി കയിഞ്ഞാ മതി.”

സച്ചമ്മയുടെ മുഖം പാടെ വിളറിപ്പോയത് വഹീദ് കണ്ടു. അയാളുടെ മുഖം കണ്ണിൽ തടഞ്ഞപ്പോൾ അവർ ഒരു നോട്ടംകൊണ്ട് നിശ്ശബ്ദനാക്കി. പറയാൻ വന്നതൊക്കെ തൊണ്ടയിലൊതുക്കി, വഹീദ് മുഖം താഴ്ത്തി. ജലീലിന്റെ മുഖത്തെ പരിഭ്രാന്തി സച്ചമ്മ ശ്രദ്ധിക്കുന്നുണ്ടായിരുന്നു. അയാളുടെ ഭാര്യ സെറീന ആണുങ്ങളേക്കാൾ ഉറച്ച ശബ്ദത്തിൽ പറഞ്ഞു.

“അതൊക്കെ അങ്ങനന്നെ നടക്കും. ഞമ്മക്കാരിക്കും ഇഷ്ടണ്ടായിട്ടല്ല ഇവനവിടെ കുടികെടക്കണെത്. നിക്കാഹ് കയിഞ്ഞാൽ റിഷാദ പറേന്നതു പോലന്നെ കാര്യങ്ങള് നടക്കും.”

വഹീദ് എന്തോ പറയാൻ ഭാവിച്ചത് ജലീലിന്റെ കരയുന്ന കണ്ണുകളാണ് ഇക്കുറി തടഞ്ഞത്. നിക്കാഹുറപ്പിക്കാനുള്ള തീയതി നിശ്ചയിച്ചാണ് മടങ്ങിയത്. മടക്കത്തിൽ കാറിലിരുന്നു ഗർവോടെ സെറീന പറഞ്ഞു.

“നിക്കാഹ് നടക്കാൻ പോവ്വല്ലേ. നീയിനി ഇവർടെ പൊരേലാന്നോ കയിഞ്ഞൂടുന്നത്. നാട്ടാരെക്കൊണ്ട് ഇനീം പറേപ്പിക്കണ്ട. ഞമ്മടെ മൊയില്യാര് ഇന്നാള് ഇക്കാനെ ഇനി ഇന്നത് പറയാനില്ല.”

“മൊയില്യാർക്കെന്താ അമ്മായി ഇതില് കാര്യം. പട്ടിണിയായി പഠിപ്പു പോലും മുടങ്ങിയ ഒരുകാലത്ത് അന്നോം, വെള്ളോം പുസ്തകോം വാങ്ങിത്തന്ന് ജീവിപ്പിച്ചോരാ സച്ചമ്മ. അന്നീ പറയണ മൊയില്യാരോ, അവിടുന്നു ഹാലിളക്കിയ പുത്തൻ പണക്കാരോ ഉണ്ടായിരുന്നില്ല. വഹീദിന് എന്ത് ഗുണമുണ്ടാലും എന്തു നേട്ടമുണ്ടായാലും അതീ സച്ചമ്മക്ക് മാത്രം അവകാശപ്പെട്ടതാ. സാക്ഷാൽ പടച്ചോൻ പോലും എനിക്കവരെക്കഴിഞ്ഞേയുള്ളൂ. പിന്നല്ലേ മറ്റുള്ളോര്.”

വഹീദ് നീ മിണ്ടാതിരിക്ക്.

കണ്ണും കരളും ഒന്നു തിങ്ങിയെങ്കിലും അതടക്കി സച്ചമ്മ ശാസിച്ചു.

“ഓൻ മിണ്ടട്ടെ. നൂലിനും സൂചിക്കും കൊള്ളാത്ത ഒരാളുണ്ടല്ലോ എന്റെ മാപ്ലായിറ്റ്. മൂത്തതാന്ന് വച്ചിറ്റെന്താ, വാക്ക് പറയാനുള്ള ശേഷീണ്ടോ. ഇവനെ നെലക്ക് നിർത്താൻ പഠിക്കണം.”

എത്ര ശ്രമിച്ചിട്ടും വഹീദിന് നിയന്ത്രിക്കാനായില്ല.

“ഞാനെന്റെ നെലക്ക് തന്നെയാ നിക്കണത്. അമ്മായി പറഞ്ഞത് നേര്. തീരെ പാവായിപ്പോയി എന്റിക്ക. അതാ നെലക്ക് നിർത്തണ്ടോരെ നിർത്താൻ കഴിയാതെ പോയത്.”

സെറീനയുടെ കണ്ണിൽ തീ പാറി. പരിസരം മറന്നവൾ ജലീലിന്റെ ഷർട്ടിൽ പിടിച്ചു വലിച്ചു.

"ഇങ്ങള് കേൾക്കുന്നില്ലേ ഇവനീ പറേന്നതൊന്നും, ഇവന്റെ വായോണ്ട് കേക്കാനൊന്നും എന്നെ കിട്ടൂല. ഞാനേ നല്ല തറവാട്ടീ ജനിച്ചോളാ."

ജലീൽ ഒന്നും മിണ്ടാതിരിക്കുന്നത് സച്ചാമ്മയെ ശരിക്കും അത്ഭുതപ്പെടുത്തി. അവർക്ക് അയാളോട് സഹതാപം തോന്നി. ഇങ്ങനെയും പുരുഷന്മാരോ. പിന്നീടൊന്നും മറ്റാർക്കും സംസാരിക്കാനുള്ള ഇട നൽകിയില്ല സെറീന. അവളുടെ ശരവർഷമേറ്റ് നാവ് കുഴഞ്ഞു നിന്നു ജലീൽ.

വന്നു കയറുമ്പോൾ വഹീദ് തീർത്തും അസ്വസ്ഥനായിരിരുന്നു. സച്ചാമ്മ മിലനോട് സന്തോഷത്തോടെ പറഞ്ഞു.

"നല്ല കുട്ടിയാ റിഷാദ. വീട്ടുകാർക്കും നല്ല കഴിവുണ്ട്. നിക്കാഹ് കഴിഞ്ഞാല് ഇവനെ ഗൾഫിലേക്ക് വിടാനാ പ്ലാൻ. വല്യ ബിസ്നസ്സൊക്കെയുള്ള കൂട്ടത്തിലാ. വഹീദ് നന്നാകും. ഓന്റെ ഭാവി രക്ഷപ്പെടും. നന്നായി."

മിലൻ അവരെ സൂക്ഷിച്ചുനോക്കി. ആ കണ്ണുകളുടെ ആഴങ്ങളിൽ നേർത്ത വേദനയുടെ തിരകൾ അവൾ തിരിച്ചറിഞ്ഞു. വഹീദിന്റെ വേർപാട് എന്നെന്നേക്കുമാണെന്ന് അവർക്കറിയാം. അതിന്റെ ഒരല പോലും അയാൾ അറിയാതിരിക്കാനുള്ള ബദ്ധപ്പാട് കണ്ട് മിലന് സഹതാപം തോന്നി. സച്ചാമ്മ അമിതമായി ചിരിക്കുകയും വഹീദിന്റെ നല്ല ഭാവിയെക്കുറിച്ച് രാധേടത്തിയോടും ബീനേച്ചിയോടും വാസ്വേട്ടനോടുമൊക്കെ വാതോരാതെ സംസാരിച്ചുകൊണ്ടുമിരുന്നു. വഹീദാണെങ്കിൽ കൂട്ടിലിട്ട വെരുകിനെപ്പോലെ ഉലാത്തുന്നു. മിലൻ അയാളുടെ നടത്തം നോക്കി അൽപ്പനേരം വാതിൽക്കൽ നിന്നു. അവൾ വന്നു നോക്കി നിന്നത് പിടിക്കാത്ത മട്ടിൽ നടത്തം നിർത്തി വഹീദ് ചോദിച്ചു.

"എന്താ മിലൻ എന്തെങ്കിലും സംസാരിക്കാനുണ്ടോ."

അവൾ അയാളുടെ വിയർത്ത മുഖത്തേക്ക് ഊന്നി നോക്കി ഒന്നു ചിരിച്ചു.

"എന്തിനാ ഇങ്ങനെ വറീഡാകുന്നെ. നല്ല ലൈഫ് മുന്നിൽ വന്നു നിൽക്കെ ഇത്രേം അപ്സെറ്റാകണോ."

വഹീദ് മുറിയിൽ നിന്നിറങ്ങി വരാന്തയിലെ തൂണിൽ പിടിച്ചുനിന്നു. ആകാശത്ത് മേഘങ്ങൾ മത്സരിച്ചോടിയെത്തി റിയാലിറ്റി ഷോക്കെന്ന പോലെ നിരന്നുകൊണ്ടിരുന്നു.

മിലൻ കരുതും പോലൊരു നല്ല ലൈഫൊന്നുമാകില്ലത്. അവരെന്നെ വിലയ്ക്കെടുക്കും പോലെയാണ് സംസാരിക്കുന്നത്. ഇക്കേടെ കാര്യം തന്നെയെടുത്താൽ മതിയല്ലോ. അമ്മായീടെ ബാപ്പേടെ പണമാണ് ഇക്കയ്ക്ക് ഇന്നുള്ളതെല്ലാം. അതിന്റെ ദുരിതം മുഴുവനും ഇക്ക അനുഭവിക്കുന്നുമുണ്ട്. ആ ജീവിതം കണ്ടുനിന്ന ഒരാൾക്കും സ്വന്തം ജീവിതം അടിയറവ് വെക്കാനാവില്ല. അവർ സമ്പന്നരാണ്. യാഥാസ്ഥിതികരും മതവും ജാതിയുമൊക്കെ വികൃതഭാവങ്ങളോടെയാണ് അവരെ

തീണ്ടിയിരിക്കുന്നത്. പുരോഗമന വാദികളെന്നൊക്കെ ഇക്ക പറഞ്ഞെങ്കിലും അവിടെ ചെന്നു കണ്ടപ്പോൾ അനുഭവമായത് നേരെ മറിച്ചാണ്. എന്നെ അപ്പാടെ വിഴുങ്ങാനുള്ള ശ്രമമാണവരുടേത്. സച്ചാമ്മയെ പിന്നൊരിക്കലും കാണാതിരിക്കാനുള്ള ഒരു വക്രബുദ്ധിയാണ് ഈ ഗൾഫ് ബിസിനസ്.

മിലനത് മനസിലായി. സച്ചാമ്മയ്ക്കപ്പുറം സ്വർഗം നീട്ടിയാലും വഹീദ് അത് നിഷേധിക്കും. ആ ഹൃദയം സ്പന്ദിക്കുന്നതു പോലും സച്ചാമ്മയ്ക്ക് വേണ്ടി മാത്രം. വഹീദ് പിന്നെയും സംസാരിച്ചു.

എന്റുമ്മയെ എനിക്കോർമയുണ്ട്. ദാരിദ്ര്യത്തിന്റെ പടുകുഴിയിലായിരുന്നു ജീവിതം. ബാപ്പയാണെങ്കിൽ എന്നും കള്ളും കുടിച്ചുവന്ന് അടീം, പിടീം. ഉമ്മേടെ നല്ല മുഖം ഞാൻ കണ്ടിട്ടേയില്ല. എപ്പോഴും ശാപോം, ശകാരോം. ഞങ്ങള് ജനിച്ചതേ തെറ്റായെന്ന പഴിയായിരുന്നു എപ്പഴും, ആഹാരം വിളമ്പുന്നതുപോലും ഇന്നാ തിന്നുചാക് എന്ന് പ്രാകിക്കൊണ്ടായിരിക്കും. കഷ്ടപ്പാട് കൊണ്ടാവാം. എന്നാലും അഞ്ചാറ് വയസിലേ ആത്മഹത്യ ചെയ്യണം എന്ന തോന്നലുണ്ടാക്കിയ ആ ജീവിതം എത്ര ഭീകരമായിരിക്കണം. ഭക്ഷണമില്ലാതെ ഞാനും ഹരീം തല കറങ്ങി വീണിട്ടുണ്ട്. ഒരേദിവസം തന്നെ. പുസ്തകമില്ല, ആഹാരമില്ല, നല്ല വസ്ത്രമില്ല. കൂട്ടുകാരുടെ കളിയാക്കലും ഒറ്റപ്പെടുത്തലും മിലന്റച്ഛൻ ജർമനീല് പോകുമ്പം കടേലൊക്കെ പോകാനൊരാളെന്നും പറഞ്ഞാ എന്നെ ഇവിടെ നിർത്തിയത്. പക്ഷേ വന്നദിവസം തന്നെ സച്ചാമ്മ എന്നെ മറ്റൊരാളാക്കി. എല്ലാം തന്നു. ഞാനൊരിക്കലും എന്റെ ഉമ്മയിൽ നിന്നനുഭവിക്കാത്ത സ്നേഹവും വാത്സല്യവും സംരക്ഷണവും ഇവിടെ വന്നതിൽ പിന്നെ കഷ്ടത ഞാനറിഞ്ഞില്ല. ഒറ്റപ്പെടലിന്റെ വേദനയില്ല. എന്റെ മാത്രല്ല. ഇക്കേടെ പഠിപ്പിനും, വസ്ത്രത്തിനും പണം കൊടുക്കും. ഈ ലോകത്തിൽ സച്ചാമ്മേക്കാൾ വിലപ്പെട്ടതൊന്നും എനിക്കില്ല. എന്റെ ജീവൻ പോലും.

വഹീദിന്റെ കണ്ണുകൾ നിറഞ്ഞിരിക്കാം എന്ന പേടിയോടെ മിലൻ മുഖം തിരിച്ചു കളഞ്ഞു. വരണ്ട മണ്ണിലേക്ക് തുലാവർഷം പനിനീർ തളിച്ചു. മണ്ണിന്റെ മദിപ്പിക്കുന്ന ഗന്ധം മിലൻ ആസ്വാദ്യതയോടെ വലിച്ചെടുത്തു. ചിണുങ്ങി വന്ന മഴ ആർത്തിരമ്പാൻ അധികനേരമെടുത്തില്ല. ഇരുണ്ടുമൂടി ആകാശത്തിൽ തലങ്ങും വിലങ്ങും ചീറിപ്പായുന്ന കത്തുന്ന അസ്ത്രങ്ങൾ നോക്കിയും, നടുക്കുന്ന ഇടിനാദത്തിൽ കിടിലംകൊണ്ട് മിലൻ ആദ്യമായി മഴ കാണുന്ന കുട്ടിയെപ്പോലെ നോക്കിനിന്നു.

ജീവിതം ആർക്കും തീറെഴുതരുത് വഹീദ്. നന്ദിയും സ്നേഹവും സ്വന്തം ജീവിതം ഹോമിച്ച് തീർക്കാനുള്ളതല്ല. മിലൻ ഉപദേശ രൂപേണ പറഞ്ഞു.

"സ്നേഹത്തിന് വേണ്ടി എന്തും ഹോമിക്കാൻ ചിലർക്ക് കഴിഞ്ഞേക്കും. മറ്റു ചിലർ എല്ലാറ്റിനും മീതെ സ്വന്തം കാര്യങ്ങൾക്ക് പ്രാധാന്യം കൊടുക്കുന്ന ഓരോ സിദ്ധാന്തങ്ങളും സ്വന്തം മനോനിലയനുസരിച്ച് കെട്ടിപ്പൊക്കുന്നതാണ് മിലൻ."

വഹീദിന്റെ മുഖത്തെ അലിയിച്ചുകളയുന്ന ഭാവം മിലനിഷ്ടമായി. സ്നേഹവും നന്ദിയും നിറയുന്ന എല്ലാ മുഖവും അങ്ങേയറ്റം ആകർഷകമാണെന്നവൾക്ക് തോന്നി.

ട്യൂബ് ലൈറ്റിന്റെ വളിച്ചത്തിൽ ആ മുഖം പ്രകാശിച്ചു. കണ്ണുകളിൽ അതിരില്ലാതെ അലതല്ലുന്ന ഉജ്വലരശ്മികൾ രാത്രിയുടെ നനഞ്ഞ ഇരുട്ടിലേക്ക് തുളച്ചുകയറി.

"എനിക്ക് വഹീദിനെ ഇഷ്ടമാണ് യു ആർ എ വണ്ടർഫുൾ മാൻ."

അയാളുടെ കണ്ണുകളിലേക്ക് നോക്കി അവൾ പറഞ്ഞു.

"ഗല്ലുവിനെ കൂടാതെ ഒരു നല്ല ഹൃദയത്തിന്റെ ഉടമയെ ഞാൻ വീണ്ടും കാണുകയാണ്. ഹൗ നൈസ് ആർ യു."

വഹീദ് അവളെ നോക്കാതെ പറഞ്ഞു.

മിലൻ പോയുറങ്ങിക്കോള്ളൂ. രാത്രി ഏറെയായി.

അതു കേട്ടപ്പോൾ മിലൻ പൊട്ടിച്ചിരിച്ചു.

"എന്തു നല്ല രാത്രിയാണ് വഹീദ്. എന്റെ മനസിന്ന് ശാന്തമാണ്. നിന്നോടെനിക്ക് അളവില്ലാത്തത്രയും സ്നേഹം തോന്നുന്നു. ഒരു കുഞ്ഞിനെപ്പോലെ നിന്നെ എന്റെ മടിയിൽ കിടത്തി ലാളിക്കാൻ തോന്നുന്നു. എന്താ നിനക്കെന്നെ ഇഷ്ടമില്ലാത്തത്."

"വേണ്ട മിലൻ. നീ കൂടുതൽ സംസാരിക്കാതെ പോകൂ."

വഹീദ് ആരെയാണ് പേടിക്കുന്നത്. എന്തായാലും എന്നെയല്ല. സ്വയം പേടിയാകുന്നത് കോൺഫിഡൻസ് ഒട്ടുമില്ലാത്തവരാണ്.

വഹീദ് മിണ്ടിയില്ല. അവൾക്കെതിരെ മുഖം തിരിച്ച അയാൾ ഇരുട്ടിലേക്ക് നോക്കിനിന്നു. മിലൻ അയാളുടെ തൊട്ടു മുന്നിൽ ചെന്നു നിന്നു. കൈയെത്തി മുഖം ഇരുകൈയിലൊതുക്കി ചുണ്ടുകളിൽ ലോലമായി ഒന്നു ചുംബിച്ചു. അവ തണുത്തിരുന്നു. വഹീദ് കണ്ണടച്ചു കളഞ്ഞു.

പതിമൂന്ന്

മഴ അതിശക്തമായിരുന്നു. തോരാതെ പെയ്ത മഴ രണ്ടുദിവസം നീണ്ടുനിന്നു. ഇരച്ചുകയറിയ വെള്ളത്തിൽ പാടവും പുഴയും കൈത്തോടുകളും ഒന്നായി, കൊളശ്ശേരിയും തലശ്ശേരിയും കുയ്യാലിപ്പുഴയിലൂടെ ഒന്നായി മാറി. ഗതാഗതം മുടങ്ങി. സ്തംഭിച്ചു നിന്നുപോയ ജനജീവിതം മഴയുടെ പശ്ചാത്തലത്തിൽ നിശ്ചലദൃശ്യമായി.

ഇരുണ്ടു കനത്ത മഴയിലേക്ക് നോക്കി വാസ്വേട്ടൻ വിലപിച്ചു.

"എന്തൊരു മഴയാത്. ഇങ്ങനെപോയാൽ തലശ്ശേരി കടലിനോട് ചേരുന്നാ തോന്നുന്നെ. പുത്യ ബസ്റ്റാന്റ് അപ്പടി വെള്ളത്തിലാ. ഒരു വാഹനോം പോകുന്നില്ല. കോഴിക്കോട്ട്ന്നും കണ്ണൂരുംന്നും വരുന്ന ബസ്സൊക്കെ പഴേ സ്റ്റാന്റ് വഴിയാ പോകുന്നത്. ടൗണില് എപ്പഴും ബ്ലോക്കാ."

സച്ചിമ്മ കമ്പിളിക്കുപ്പായത്തിനുള്ളിലിരുന്നു; മഴയുടെ മുഖം നോക്കി തലശ്ശേരിയുടെ പഴങ്കഥ പറഞ്ഞു.

കേൾക്കാൻ മിലനിഷ്ടമായിരുന്നു. ഇന്ന് ഗതാഗത ബാഹുല്യത്താൽ അത്യധികം തിരക്കേറിയ തലശ്ശേരിയുടെ പുതിയ ബസ്സ്റ്റാന്റ് വർഷങ്ങൾക്ക് മുൻപെ ആമ്പലുകൾ വിരിഞ്ഞു നിൽക്കുന്ന, പായലുകൾ നിറഞ്ഞ കുളമായിരുന്നു. മാറുകയാണ്. തലശ്ശേരിക്കാർ അതിനൊരു പേരിട്ടു റെയിൽവേ ലൈനിനരികിലുള്ള ആ ചതുപ്പ് ദേശത്തെ നാരങ്ങാപ്പുറത്തെ തീവണ്ടിക്കളമെന്ന്.

പക്ഷികൾ ചിലയ്ക്കുന്ന, പച്ചപ്പുനിറഞ്ഞ ആ പ്രദേശം കാലത്തിന്റെ കൈകളിലൂടെ സിറ്റിയായി മാറുന്ന കാഴ്ച മിലൻ മനക്കണ്ണിലൂടെ കണ്ടു. അതിന്റെ തൊട്ടടുത്തായി ഒരു കോളനിയുണ്ടായിരുന്നു.

തോട്ട്യോളാരുന്നു ആ സ്ഥലത്ത് താമസം.

'തോട്ടി'മിലൻ ചെവിയോർത്തു. മാങ്ങ പറിക്കാൻ തോട്ടി വേണായിരുന്നു എന്നു സച്ചിൻ പറഞ്ഞതാണോർത്തത്. തലശ്ശേരിക്കാരുടെ ഭാഷയിൽ വൈവിധ്യമുണ്ടെന്ന് പപ്പ പറഞ്ഞിരുന്നു.

ആ തോട്ടിയല്ല മോളേ. ഇത് മനുഷ്യരാ. മലം ചുമക്കുന്നോര്. തോട്ട്യോളെന്ന് വിളിച്ചിരുന്നു. പണ്ട് ഇത്തരം കക്കൂസൊന്നുല്ല. ബക്കറ്റിലാക്കി കോടതിക്ക് മുമ്പിലങ്ങോട്ട് കടപ്പൊറത്ത് തള്ളും. അന്ന് തലശ്ശേരീല് വരണോരെ, ഇതിന്റെ നാറ്റാ സ്വാഗതം ചെയ്യണത്. ഇന്ന് കാലം പുരോഗമിച്ചിട്ടും, തലശ്ശേരിക്കാർക്ക് നാണം കെടാൻ തലായിക്കടപ്പൊറത്തുണ്ട് മാലിന്യക്കൂമ്പാരം.

മിലന് ഓർത്തോർത്ത് അറപ്പ് തോന്നി. അവളുടെ മുഖം വക്രിച്ചു.

കഷ്ടാണ്. മനുഷ്യര് തന്നെ ഇങ്ങനെ തലേല് ചൊമന്നോണ്ട്.

അതെ മോളേ കഷ്ടം തന്നെ. ജീവിക്കാൻ ഇതിലപ്പുറോം മനുഷ്യൻ ചെയ്യുന്നുണ്ട്. ഓരെ കാണുമ്പോ മുഖം തിരിക്കണോരായിരുന്നു അന്നുള്ളത്. നമ്മുടെ പരിസരം വൃത്തിയാക്കാൻ നമ്മുടെ വിസർജ്യവസ്തുക്കൾ തലേ ചൊമന്നോണ്ട് പോണോരെ നമ്മള് വന്ദിക്കണം. അയിന് പകരം ഓറോട് അറപ്പും വെറുപ്പുമാ കാട്ട്യത്. രാത്ര്യായാല് പകലത്തെ ക്ഷീണോം, മടുപ്പും മാറ്റാൻ റാക്ക് കുടിക്കും. ആണും പെണ്ണും കുട്ട്യോളും ഒക്കെയും. കിട്ടിയ പൈസ മുഴുവൻ അന്നന്നെ തീർക്കും. പിന്നെന്താ കഥ. നാട്ടില് കേക്കാത്ത തെറീടെ പൂരപ്പാട്ട്. ഹോ അതിലൂടെ വഴി നടക്കാമ്പറ്റോ. അന്നും ടി സി റോഡില് മോശപ്പെട്ടോരാരുന്നു. പെണ്ണ് പിടുത്തോം, കഞ്ചാവും പിടിച്ചു പറിക്കാരും. ലോട്ടസ്സ് ടാക്കീസിലന്ന് നല്ല മലയാള സിനിമേണ്ടാവും. രാത്രീല് തിര്യെ വരുമ്പം ഒറ്റപ്പെട്ടു പോയോരേം, റെയിൽവേസ്റ്റേഷനീന്ന് വരണോരേം ഒക്കെ ബുദ്ധിമുട്ടിക്കും, അതന്നത്തെ കഥ. ഇന്നതിലും മോശന്നാ കേക്കണെ. മേൽപ്പാലം വന്നതോടെ ആ റോഡും, അതിന്റെ പരിസരോം സാമൂഹ്യ വിരുദ്ധരുടെ കൈയിലാത്രെ. പകല് പോലും പിടിച്ചു പറീം, വേണ്ടാത്തതുമൊക്കെയാ നടക്കുന്നെ.

മിലൻ സച്ചാമ്മയുടെ കണ്ണടയിൽ പെയ്യുന്ന മഴനൂലുകളിലേക്ക് നോക്കി.

എത്ര ഭരണക്കാര് മാറി വന്നു. എല്ലാരും പറേം തലശ്ശേരിയെ അങ്ങ് ആകാശത്തോളം പൊന്തിച്ചൂന്ന്. കൊറേ മാറ്റോക്കെ വന്നു. ഇന്നത്തെ ബസ്സ്റ്റാന്റും മാർക്കറ്റും ഒന്നും ആദി കണ്ടതായിരിക്കൂല. ഇപ്പോ പഴേ കെട്ടിടോക്കെ പൊളിച്ചു ഷോപ്പിങ് കോംപ്ലക്സുകളായി. എന്നാലും ഏറ്റവും പ്രധാനപ്പെട്ട ആ ഭാഗം ഇങ്ങനെ പുണ്ണ് പിടിച്ചു കെടക്കണത് കാണുമ്പം നോവും.

സച്ചിമ്മയ്ക്ക് ആ പഴയ തലശ്ശേരിയുടെ ചിത്രം ഓർമയിലെത്തി.

ചതുപ്പ് നെലായതോണ്ടാ എത്ര മണ്ണിട്ട് നികത്തിയാലും മഴവന്നാൽ വെള്ളത്തിലാഴുന്നെ. കാലം എല്ലാ കടലും നെകത്തും. എല്ലാ മണ്ണും കടലാക്കോ ചെയ്യും. ഏതാന്ന് നിശ്ചയോല്ല. അതെന്നാണെന്നും അറീല്ല.

അവരിൽ നിന്നുമുയർന്ന നിശ്വാസത്തിന് ചൂടുണ്ടായിരുന്നു. കാലപ്പഴക്കത്തിന്റെ ഗന്ധമുള്ള നിശ്വാസം.

"സച്ചിമ്മക്കോർമേണ്ടോ. തീവണ്ടിക്കൊളത്തിന്റടുത്ത് പണ്ട് ഒരു സന്യാസിനി താമസമാക്കീത്. ആർടെയൊക്കെയോ സൂക്കേടും സങ്കടോം തീർത്തൂന്ന് പറേം. ഞാങ്കണ്ടിട്ടില്ല. കേട്ടിട്ടുണ്ട്. രാഷ്ട്രീയക്കാരുടെ രഹസ്യ രേഖകളൊക്കെ അവരുടെ ഇരിപ്പിടത്തിന് കീഴെയായിരുന്നൂത്രെ. എന്തൊക്കെയോ ദുരൂഹതകളുണ്ടായിരുന്നു. പിന്നെ ഓറെങ്ങോ പോയി. ആർക്കുമറീല്ല. എങ്ങടാ പോയേന്ന്."

"ഞാനത് കേട്ടിട്ടുണ്ട്. ഈ സന്യാസി വേഷം കെട്ടി, ദൈവാന്നും പറഞ്ഞ് നടക്കണോരെ പണ്ടേ എനിക്കിഷ്ടല്ല. എക്കാലത്തും അങ്ങനത്തോരുണ്ട്. വക്കീലെന്നും പറയും ദൈവം മനസിലാണെന്ന്. അദ്ദേഹം ഒരമ്പലത്തിലും പോകാറില്ല. കമ്യൂണിസ്റ്റായിട്ടൊന്ന്വല്ല. നിരീശ്വരവാദിയുമല്ല. നമ്മടെ വിശ്വാസൊക്കെ മനസില് മതി. നന്മ ചെയ്യണ മനുഷ്യൻ തന്നെയാ വല്യ ദൈവം. നന്മ തന്നെയാ ഈശ്വര ചൈതന്യവും. അപ്പറേന്നതൊക്കെ ശരിയായിരുന്നൂന്ന് എനിക്കറ്യാം. ആരേം ദ്രോഹിക്കാതെ എല്ലാരേം സ്നേഹിച്ചു. ആ ഗുണോന്നും മക്കൾക്ക് കിട്ടീല്ല. രണ്ടാളും അത്രയധികം മനസലിവുള്ളോരൊന്ന്വല്ല. തെറ്റും ശരീമൊക്കെ ആപേക്ഷികാന്ന് സുധ എന്നും പറേം. എങ്കീ പിന്നെ ഓരോരുത്തരും സ്വയം ന്യായീകരിച്ചാ മതീല്ലോ."

മിലൻ മിണ്ടാതെ നിന്നു. പപ്പയെക്കുറിച്ച് കൂടുതലെന്തെങ്കിലും കേൾക്കാൻ കൊതിയുണ്ടായിരുന്നു. തന്റെ സാന്നിധ്യമാണോ അവരെ മൗനിയാക്കിയത്. ഈ സംസാരത്തിലൊന്നും പങ്കെടുക്കാതെ വഹീദ് മുകൾ നിലയിലെ സ്വന്തം മുറിയിൽ അടച്ചു പൂട്ടിയിരിപ്പാണ്. കനത്ത മഴയായതിനാലാണ് ഷോപ്പ് രണ്ട് ദിവസമായി തുറക്കാത്തത്. മഴ ഇടവിട്ട് പെയ്യുന്നത് അതിശക്തമായിത്തന്നെ. വിടില്ലെന്ന ഭാവത്തോടെ ആകാശം രൗദ്രതയോടെ വാ പിളർന്നു നിൽക്കുന്നു. മഴയിൽ കുതിർന്ന മുറ്റത്തൂടെ ജലീൽ കുടയും ചൂടി കടന്നുവന്നു.

"വാസ്വേട്ടനെ കണ്ടിട്ട് കുറേ നാളായീന്ന് തോന്നുന്നല്ലോ."

ജലീൽ ചിരിക്കുമ്പോൾ വഹീദിനേക്കാൾ സുന്ദരനാണെന്ന് മിലന് തോന്നി. വഹീദിന്റേത്രേം പൊക്കമില്ല. മുഖം കൂടുതൽ ശാന്തമാണ്.

“ഞാനിവിടൊക്കെത്തന്നേണ്ട് മോനെ. നിന്നെയല്ലേ കണ്ട് കിട്ടാത്തത്.”

സച്ചിമ്മ മിലനോട് വഹീദിനെ വിളിക്കാൻ പറഞ്ഞു.

“ഓനോട് ഇന്നലെ വൈകീട്ടെങ്കിലും വരാമ്പറഞ്ഞതാ. ഇന്നല്ലേ വാക്ക് കൊടുക്കേണ്ടത്. ഇവ്ടെ വിളിച്ചിട്ടൊന്നും കിട്ടുന്നുല്ല.”

ജലീൽ സച്ചിമ്മയുടെ മുഖത്തേക്ക് ദയനീയമായി നോക്കി.

“ഇന്നാ തീയ്യതീന്ന് ഓനെന്നോട് പറഞ്ഞില്ലാലോ ജലീലേ. ഇങ്ങളെ ആരേം ഇങ്ങോട്ട് കാണാത്തതെന്താന്നാ ഞാനിന്നലേ ഓനോട് പറഞ്ഞത്. എന്നിറ്റ് കുട്ടി കമാന്നൊരക്ഷരം മിണ്ടീല്ല. മഴ ഒന്നു പെയ്താൽ ഫോൺ പണിമൊടക്കും. ഇനിക്ക് ഓന്റെ സെല്ലില് വിളിച്ചൂടാരുന്നോ മോനെ.”

“ഓനിന്നലെ മൊതലേ അതോഫാക്കി വച്ചിരിക്യാ സച്ചിമ്മേ.”

“ഇതെന്താ ഇബനിങ്ങനെ. ഒന്നിനും ഒരുത്സാഹോം ഇല്ലാണ്ടായിരിക്ക്യാ.”

സച്ചിമ്മ പിറുപിറുക്കുന്നതു കേട്ടുകൊണ്ടാണ് വഹീദ് അകത്തു നിന്നും കടന്നുവന്നത്. പനി പിടിച്ചതുപോലെ അയാളുടെ മുഖം വിളറി ക്ഷീണിച്ചിരിക്കുന്നു.

“ഇതെന്താടാ മോനേ. നിന്ക്ക് സുകോല്ലേ. മഴച്ചാറല് കൊണ്ടോടാ നീ. പനിക്കണുണ്ടോ.”

സച്ചിമ്മ ബദ്ധപ്പാടോടെ എഴുന്നേറ്റ് വഹീദിന്റെ നെറ്റിയിലും കഴുത്തിലും തൊട്ടുനോക്കുന്നത് ജലീലും മിലനും വാസ്വേട്ടവും നോക്കി നിന്നു.

“ചൂടൊന്നൂല്ല. പനി ഉള്ളിലുണ്ടാവും. നീ ചെന്നാ സദാനന്ദൻ ഡോക്ടറെ കാണിക്കെടാ മോനെ.”

അവരുടെ മുഖത്തെ ആധിയിലും വഴിയുന്ന സ്നേഹത്തിന്റെ തീക്ഷ്ണതയിലേക്കും വഹീദിന്റെ കണ്ണുകൾ തറഞ്ഞു.

“എനിക്കൊന്നൂല്ല സച്ചിമ്മേ. വായിച്ചു കെടന്നപ്പോൾ ഒറങ്ങിപ്പോയതോണ്ടാ.”

ജലീൽ അനിയനെ നോക്കിക്കൊണ്ട് കസേരയിൽ ഒന്നു ചാഞ്ഞിരുന്നു.

“നീയെന്ത് പണിയാടാ വഹീദേ കാട്ടീത്. ഇന്ന് വാക്ക് കൊടുക്കാംന്നു പറഞ്ഞതല്ലേ. രാവിലെ വരാനെങ്കിലും. തോന്നിയോ.”

വഹീദ് നിസ്സംഗനായി നിന്നത് ജലീലിന് ഇഷ്ടമായില്ല.

“ഇനി കൊറച്ചീസം നീയവിടെ വന്നുനിക്ക്. ഓൾടെ ബന്ധുക്കളും സ്വന്തക്കാരൊക്കെ വരണതല്ലേ. ഓർക്കിങ്ങോട്ട് വരാമ്പറ്റോ.”

സച്ചിമ്മയുടെ മുഖം വാടിക്കരിഞ്ഞത് മിലൻ കണ്ടു. വഹീദ് തല ഉയർത്തുന്നതേയില്ല.

“നീ ചെന്നു കുളിച്ച് കുപ്പായോക്കെ ഒന്നു മാറ്റ്. കൊച്ചാപ്പേം, അമ്മായീം, മക്കളും ഒക്കെ ഇന്നലേ വീട്ടിലുണ്ട്. ഇന്നിപ്പോ ബാക്കീള്ളോരും എത്തീട്ടുണ്ടാവും. നീയെന്താ വഹീദേ ഇങ്ങനെ ഒന്നും മിണ്ടാണ്ടിരിക്കണെ.”

"ഞാനിപ്പം വരാം. പക്ഷേ വൈകീട്ട് ഇങ്ങട്ട് പോരും. അവിടെ താമസിക്കുന്നതെന്തിനാ. അമ്മായീടെ വായിലിരിക്കണത് കേക്കാന."

"ഓളിഞ്ഞി വരാണ്ടിരുന്നാലാടാ കൊയപ്പാണ്ടാക്കുന്നെ. ഇഞ്ഞി ആട നിക്കാണ്ടിരുന്നാ വരണോരോടൊക്കെ ഞാനെന്താ പറയാം. സച്ചിമ്മ ഒന്നു പറയ്."

"ചെല്ല് മോനേ. നിന്റേട്ടനല്ലേ ഓൻ പറേന്നത് കേക്ക്."

വഹീദ് ഇരുന്നിടത്തു നിന്നനങ്ങിയില്ല.

"നീയെന്താ വഹീദേ വരണില്ലേ."

ക്ഷമ കെട്ട് ജലീൽ ചോദിച്ചു. വഹീദ് മുഖമുയർത്തി. അയാളുടെ കണ്ണുകൾ കലങ്ങിച്ചുവന്നിരുന്നു.

"ഇക്കാ ഒക്കെ ആലോചിച്ചാണോ. ഇപ്പോ ഞാനിവിടുന്നിറങ്ങണം. നിക്കാഹ് കയിഞ്ഞാൽ ഓൾടെ ബാപ്പ കൊടുത്ത വീട്ടില്. അവിടുന്ന് ഗൾഫിലേക്ക്. ഇതൊക്കെ ചെയ്യണത് സച്ചിമ്മേ ഞാനൊരിക്കലും കാണാതിരിക്കാനും. ഈ വീട് എന്നെന്നേക്കുമായി ഞാനുപേക്ഷിക്കനും. ല്ലേ. ആര്ടെ ബുദ്ധിയാ ഇതിന്റെ പിന്നില്."

സച്ചിമ്മ വേവലാതിയോടെ അയാളെ തടഞ്ഞു.

"എന്താ മോനേ നീയീപ്പറേന്നത്. നിന്റെ നന്മയല്ലാണ്ട് നിന്റേട്ടൻ വേറെന്തേലും ചിന്തിക്ക്വോ. തർക്കിക്കാൻ നിക്കാതെ നീയനുസരിക്ക്."

"സച്ചിമ്മയ്ക്കും എന്നെ വേണ്ടാതായോ."

കത്തുന്ന കണ്ണുകളോടെ വഹീദ് ചോദിച്ചു.

"എന്റെ മോനെ. നിയെന്നെ തീ തീറ്റല്ലേടാ."

പെട്ടെന്നാണാ കണ്ണുകൾ നിറഞ്ഞത്. അടക്കി നിർത്തിയ വേദനയോടെ അവരൊന്നു തേങ്ങി.

"ജലീലേ ഇഞ്ഞി ഓനേം കൂട്ടി പോയ്ക്കോ. ഞാനൊന്ന് കെടക്കട്ടെ."

അവരെഴുന്നേൽക്കാൻ ഭാവിച്ചു. വഹീദ് തടഞ്ഞു.

"വേണ്ട സച്ചിമ്മേ. ഈ നിക്കാഹ് നടക്കൂല. സച്ചിമ്മേ വിട്ട് ഞാനെങ്ങോട്ടും പോകൂല. എന്നെ അറിയണ പെണ്ണുണ്ടാവും, ജാതിയോ, പഠിപ്പോ, സൗന്ദര്യോ വേണ്ട. എന്റെ സച്ചിമ്മേ എന്നെപ്പോലെ സ്നേഹിക്കാൻ കഴിയണ ഒരു പെണ്ണ്. അങ്ങനൊരുവളുണ്ടെങ്കിലേ വഹീദിനൊരു നിക്കാഹുണ്ടാവൂ. സത്യമാണ് ഇക്ക ആ വീട്ടുകാരോട് എനിക്ക് സമ്മതല്ലാന്ന് പറഞ്ഞേക്ക്."

കഠിനമായ നിശബ്തയിലേക്ക് മഴ ചീറിപ്പാഞ്ഞു വന്നു. ഇലകളെയും ചെടികളെയും വേദനിപ്പിച്ചുകൊണ്ട് ഓരോ തുള്ളിയും കടലായി പെരുകി.

"നീയിത് നല്ലോണം ആലോചിക്കണം വഹീദേ. കൂട്ടരോട് മുഴുവനും മറുപടി പറയേണ്ടത് ഞാനാ."

ജലീലിന്റെ മുഖത്തെ രക്തം വാർന്നുപോയി.

"ആലോചിച്ചതാ. ഇതല്ലാതൊരു തീരുമാനം എനിക്കില്ലിക്കാ. സച്ചിമ്മേ അകറ്റീട്ട് വഹീദിനൊന്നും ഈ ജന്മത്തുണ്ടാകില്ല. നേരം കളയാണ്ട് ഇക്ക ചെല്ല്."

മിലന് കരയാൻ തോന്നി. വേദനിക്കുമ്പോഴല്ല കണ്ണീരിന് കരുത്തേറുന്നതെന്ന് അപ്പോഴവൾക്ക് തോന്നി. സച്ചിമ്മയുടെ കണ്ണടയ്ക്ക് കീഴിലൂടെ ആ കണ്ണീരാണ് മഴയായി പെയ്യുന്നത്. അതുകണ്ട് സഹിക്കാതെ വഹീദ് മുഖം ഇരുകൈകളാലും മറച്ച് തല കുനിച്ചിരുന്നു കളഞ്ഞു. വാസ്വേട്ടൻ അഭിമാനത്തോടെ ജലീലിനോട് പറഞ്ഞു.

"ഓന്റെ ന്യായാത്. നദീം, സ്നേഹോമൊള്ള ഒരുത്തന് മാത്രം പറയാൻ കഴിയണതാ ഓൻ പറഞ്ഞത്. ഇങ്ങക്കും ഭഗ്യോണ്ട് ജലീലേ. ഇവന്റെ സ്വന്തം ഇക്കയല്ലേ."

തോരാതെ മഴ പെയ്ത ആ രാത്രിയിൽ മിലൻ മാതേയി മുത്തശ്ശിയോട് ചോദിച്ചു.

"ഇതു സ്നേഹത്തിന്റെ തറവാടാണോ, മുത്തശ്ശീ. ഇവിടെ പ്രണയവും സ്നേഹവും ത്യാഗവും മത്സരിക്കുന്നു. സത്യത്തിൽ കാലവും ചരിത്രവും മുട്ടുകുത്തും."

അന്ന് മുത്തശ്ശി രക്തവർണമുള്ള കാലറ്റം വരെയെത്തുന്ന ഒരു പട്ടുകുപ്പായമാണ് അണിഞ്ഞത്. അവരുടെ കാതിൽ വൈരക്കല്ലിന്റെ കമ്മലുണ്ടായിരുന്നു. ഇരുണ്ട മുറിയൽ വെള്ളി വെളിച്ചം പടർന്നു. അവർ മിലന്റെ മുന്നിൽ പരവതാനിയിൽ മുട്ടുകുത്തി നിന്നു. അവരുടെ കമ്മലിനെക്കാൾ തിളക്കമുള്ള കണ്ണുകൾ ഗുണ്ടർട്ടിന്റെ പ്രതിമയിൽ പതിച്ചിരുന്നു.

അവർ അവളുടെ മുഖത്തു മൃദുവായ വിരലുകളാൽ തലോടി.

ഈ തറവാടിന്റെ അടിത്തറയിൽ സ്നേഹത്തിന്റെ ബലിയാടുകളുണ്ട്. മിലനറിയുമോ. പ്രണയിച്ചവരെ ജീവനോടെ അടക്കം ചെയ്തിട്ടുള്ള പാരമ്പര്യമുണ്ട് നമ്മുടെ ഈ തറവാടിന്. മോഹഭംഗങ്ങളുടെയും നിറവേറാത്ത സ്നേഹത്തിന്റെയും പ്രേതാത്മാക്കൾ ഇവിടെ ഗതി കിട്ടാതലയുന്നു. സ്നേഹമെന്നാൽ സ്വന്തമാക്കലല്ല മിലൻ. കൈയിൽ കിട്ടിയതിനെയും കിട്ടാവുന്നതിനെയും സ്നേഹിക്കാനും പ്രണയിക്കാനും ആർക്കും കഴിഞ്ഞേക്കും. എന്നാൽ ഒരിക്കലും തന്റേതാവില്ലെന്നു പൂർണ വിശ്വാസമുള്ളതിനെ സർവവും ത്യജിച്ച് സ്നേഹിക്കയെന്ന ത്യാഗമാണ് ഏറ്റവും ഉന്നതമായ സത്യം.

അവരുടെ തണുത്ത വിരലുകളിൽ തെരുപിടിച്ചു മിലൻ ചോദിച്ചു.

"ഒരിക്കലും സ്വന്തമാകില്ലെന്നറിഞ്ഞിട്ടും നിരാശ തോന്നിയിട്ടില്ലേ."

അവരുടെ ചുണ്ടിൽ ചിരി പടർന്നു. ആ പ്രകാശത്തിൽ ഇരുണ്ട ആകാശത്ത് മിന്നൽ പിണരുകളുണ്ടായി. മിലന് അത്ഭുതവും ആഹ്ലാദവും തോന്നി. താനൊരു മായാലോകത്തിലാണ്. അനശ്വര പ്രണയം തീർത്ത അത്ഭുതലോകത്തിൽ. വജ്രക്കല്ലുകൾ ചിതറും പോലെയാണ് അവരിൽ നിന്നും വാക്കുകൾ സ്ഫുരിച്ചത്.

"ആശയുള്ളവർക്കല്ലേ നിരാശയുണ്ടാവൂ. ഞാനദ്ദേഹത്തിൽ നിന്നും ഒന്നും പ്രതീക്ഷിച്ചിട്ടില്ല. എന്റെ സ്നേഹം ആദ്ദേഹം തിരിച്ചറിഞ്ഞേക്കും കാലാന്തരങ്ങൾക്ക് ശേഷമായാലും. അതെന്റെ വിശ്വാസമാണ്. പ്രതീക്ഷയല്ല."

ഒരു ജന്മം മുഴുവനും ഇങ്ങനെ പ്രണയത്തിന്റെ ശൂലമുനയിൽ പിടഞ്ഞു തീർന്നല്ലോ. ഇത്തരം പ്രണയമൊന്നും ഇന്നില്ല. കേട്ടോ. വെബ് സൈറ്റിലൂടെ സാമ്പത്തികമായും മാനസികമായും എന്തിന് ബ്ലഡ്ഗ്രൂപ്പ് പോലും നോക്കി യോജിച്ച ഇണയെ തേടിപ്പിടിച്ച് ജീവിതത്തിലേക്ക് സ്വീകരിച്ച്, അവരിൽ നിന്നും പരമാവധി ചൂഷണം ചെയ്തു സ്വന്തം ജീവിതം കരുപ്പിടിപ്പിക്കുന്നവരാണ് പുതുതലമുറ. മുത്തശ്ശിയുടേതു പോലൊരു പ്രണയം പഴങ്കഥകളിൽ മാത്രം. ഇതറിയാനും കേൾക്കാനും കഴിഞ്ഞതിൽ എനിക്ക് സന്തോഷമുണ്ട്. കേട്ടോ.

അവരുടെ നെടുവീർപ്പിന്റെ വർണ ധൂളികൾ അപ്പോൾ ജ്വലിച്ച മിന്ന ലിൽ തെളിഞ്ഞു. മിന്നാമിനുങ്ങുകൾ പോലെ അവ ഇരുണ്ട മുറിയിൽ ചുറ്റിക്കറങ്ങി. ഗുണ്ടർട്ടിന്റെ പ്രതിമയിൽ ആ ധൂളികൾ ചേർന്നു, നവ്യമായ പ്രകാശമുണ്ടാക്കി. ഗല്ലുവിന്റെ ഉളിയിൽ പിറന്ന ആ കണ്ണുകൾ ഇമ ചിമ്മിയോ. തന്റെ തോന്നലാവാമെന്ന് മിലൻ ആശ്വസിച്ചു. മുന്നിലിരി ക്കുന്ന മാതേയി മുത്തശ്ശി വീണ്ടും ചിരിക്കുന്നു. ആ വലിയ ചിത്രത്തിൽ നിന്നും അവരിറങ്ങി വരണമെന്ന് അവൾ കഠിനമായി ആഗ്രഹിച്ചു. അവരോടിനിയും പ്രണയത്തെക്കുറിച്ച് സംസാരിക്കണം. അവൾ ആ പ്രതിമയെടുത്തു മടിയിൽവച്ചു. പരുപരുപ്പുള്ള മുഖത്ത് വിരലുകൾ കൊണ്ട് തലോടി. പിന്നെ ഒരാവേശത്തോടെ ചുണ്ടമർത്തി. മുത്തശ്ശിയുടെ മുഖമൊന്നു മങ്ങിയോ. തന്റെ ചുണ്ടുകൾ അമർന്ന മുഖമൊന്നു ചലിച്ചോ. ഇരുളിൽ അവ്യക്തമായ അനുഭൂതിയുടെ കയങ്ങളിലേക്ക് മിലൻ ആഴ്ന്നു പോയി. മഴയിൽ കുളിച്ച പ്രകൃതിയെ നടുക്കി ഇടി മുഴങ്ങി.

"മിലൻ."

പടിക്ക് പുറത്തുനിന്നു വഹീദ് പലതവണ വിളിച്ചു. അവാച്യമായ അനുഭൂതിയിൽ മുങ്ങി പരവതാനിയിൽ മിലൻ മലർന്നുകിടന്നു. ബിയർ ബോട്ടിലിന്റെ അരികെ ഒഴിഞ്ഞ ഗ്ലാസിലേക്ക് വഹീദ് സൂക്ഷിച്ചുനോക്കി. അവൾ തന്റെ ഉയർന്നു താഴുന്ന മാറിടത്തിൽ ഗുണ്ടർട്ടിന്റെ പ്രതിമയെ ചേർത്തു വച്ചിരിക്കുന്നു. വഹീദ് റ്റ്യൂബ് ലൈറ്റ് തെളിയിച്ചപ്പോൾ മിലൻ കണ്ണുകൾ അടച്ചു. "ഹാ ത്യാഗസമ്പനനായ മിസ്റ്റർ വഹീദ് വരൂ. നിക്കാ ഹല്ലേ തനിക്ക് വേണ്ടാതുള്ളൂ. പെണ്ണ് നിഷിദ്ധമല്ലല്ലോ. സത്യത്തിൽ താനൊരു സുന്ദരനാ. എനിക്കാരോടും പ്രണയമൊന്നുമില്ല. എന്നാലും തന്നോടെനിക്കിഷ്ടമാണ്. പ്രത്യേകിച്ചും ഈ മൊശടൻ സ്വഭാവം. താനെന്നെ ഒന്നു ചുംബിക്കുമോ."

വഹീദ് മുഖം തിരിച്ചു.

"താനെഴുന്നേറ്റ് താഴേക്ക് പോകൂ മിലൻ. സച്ചിമ്മ ഇതൊന്നും അറി യാതിരിക്കട്ടെ. തനിക്കെവിടുന്നു കിട്ടുന്നു ഈ ബിയറും വൈനുമൊക്കെ."

അവൾ ആലസ്യത്തോടെ ചിരിച്ചു.

"അതൊക്കെ സംഘടിപ്പിച്ചു തന്നെടോ. സച്ചിമ്മേടെ പൊന്നാര മോനേ. താനൽപ്പം. കഴിക്കുന്നോ. അൽപ്പം ആണത്തം കിട്ടാൻ വേറെ വഴിയൊന്നുല്ല."

"ആരാ നിനക്കിതൊക്കെ വാങ്ങിച്ചു തരുന്നത്. ആരാണിത്രേം കെടു തികൾ ഈ കുടുംബത്തോട് ചെയ്യുന്നത്."

മിലൻ പൊട്ടിച്ചിരിച്ചു.

"താനെന്നെ ഹെൽപ്പ് ചെയ്യില്ലല്ലോ. എനിക്കും സഹായത്തിന് ആരെ ങ്കിലുമൊക്കെ വേണ്ടേ. ഉശിരുള്ള ചെറുപ്പക്കാർ തലശ്ശേരീലില്ലെന്ന് കരുതിയോ."

"ഈ ലഹരിയൊക്കെ വലിച്ചു കേറ്റുമ്പോൾ മിലൻ മറ്റൊരാളാകുന്നു. താനെല്ലാം മറക്കുകയാണ്."

"മറക്കണം വഹീദ്. മറക്കാനാണ് ലഹരിയുപയോഗിക്കുന്നത്. പിറകിലുള്ളതിനൊക്കെ ഒരു തിരശ്ശീല. രാത്രികളിൽ ഞാൻ തികച്ചും ഏകാകിയാകുന്നു. പപ്പയില്ല. മമ്മയില്ല. ഗല്ലുവില്ല. ഞാൻ മാത്രം. ഇരുട്ടുള്ള നിങ്ങടെ തലശ്ശേരീലെ രാത്രികളും."

"സച്ചിമ്മയോ, രാധേടത്തിയോ, ഇങ്ങോട്ട് വന്നിതു കണ്ടാലോ."

അവരുമറിയട്ടെ. മിലനെന്ന പാവം പെൺകുട്ടിയുടെ മറ്റൊരു മുഖം.

അവൾ എഴുന്നേറ്റിരുന്നു. മുട്ടറ്റമെത്തുന്ന മിഡി വശങ്ങളിലേക്ക് മാറി വെളുത്ത കാൽവണ്ണകൾ വ്യക്തമായി. വഹീദ് മുഖം തിരിച്ചപ്പോൾ അവൾ കിലുകിലെ ചിരിച്ചു.

"യു ആർ വെരി ഫണ്ണി വഹീദ്. പപ്പ പറയാറുള്ളതുപോലെ നിർഗുണ പരബ്രഹ്മം."

"മിലൻ പോയി കിടന്നുറങ്ങു."

അവളുടെ കൈയിലിരുന്നു ഗുണ്ടർട്ടിന്റെ പ്രതിമ ഞെളിപിരി കൊള്ളുന്നതായി അയാൾക്ക് തോന്നി. അവൾ മുട്ടുകുത്തി നിന്നു. മാതേയിയുടെ ചിത്രത്തിലേക്ക് സൂക്ഷിച്ചുനോക്കി. പിന്നെ മേശമേൽ പ്രതിമയെ സൂക്ഷ്മതയോടെ വച്ചുകൊണ്ട് പറഞ്ഞു.

"സോറി മുത്തശ്ശീ. ഞാനിതാ വിട്ടു തന്നിരിക്കുന്നു."

പിന്നവൾ തിരിഞ്ഞു വഹീദിന്റെ കൈ പിടിച്ചു.

"വരൂ വഹീദ്. തന്നെ ഞാനൊന്നു ചുംബിച്ചോട്ടെ."

പതിനാല്

ജാമ്യം നേടി പുറത്തിറങ്ങിയ ഉണ്ണികൃഷ്ണനേയും കൂട്ടരേയും ഹർഷാരവത്തോടെയാണ് സുഹൃത്തുക്കൾ സ്വീകരിച്ചത്. കടലാസ് മാലയും ബൊക്കയുമായി തുറന്നജീപ്പിൽ ഉണ്ണികൃഷ്ണൻ പടിക്കൽ വന്നിറങ്ങിയപ്പോൾ സച്ചിൻ മാത്രമേ വീട്ടിൽ ഉണ്ടായിരുന്നുള്ളു. ബീനയേയും കുട്ടികളേയും കാണാതിരുന്നത് അയാളെ അത്ഭുതപ്പെടുത്തി. സച്ചിന്റെ മുഖത്ത് കണ്ട അലക്ഷ്യത അയാൾ ശ്രദ്ധിച്ചു. അകത്തേക്ക് കയറിയപ്പോൾ ദാരിദ്ര്യത്തിന്റെ ശോച്യാവസ്ഥ പ്രകടമായിരുന്നു.

അയാൾക്ക് വിശക്കുന്നുണ്ടായിരുന്നു.

"ഒന്നും ഇരിപ്പില്ലേടാ വെശക്കുന്നല്ലോ."

"അടുക്കളേലുണ്ടാവും. എനിക്കിപ്പളത്തെ ബസിന് ടൗണിൽ പോണ്ടതാ."

അവൻ മറുപടിക്ക് കാത്ത് നിൽക്കാതെ ഇറങ്ങിപ്പോയി

അടുക്കളയിൽ മൺകലത്തിൽ തണുത്ത കഞ്ഞിയിരിപ്പുണ്ട്. അയാൾ അതൊരു പ്ലേറ്റിലൊഴിച്ച് ഉപ്പിട്ട് കോരിക്കുടിച്ചു. വിശപ്പടങ്ങിയപ്പോൾ ക്ഷീണം തോന്നി. കിടക്കയിൽ ചെന്നുവീണപ്പോൾ സുഹൃത്തുക്കളുടെ സൽക്കാരം വേണ്ടെന്നുവച്ചത് വീട്ടിലണയാനുള്ള വെമ്പൽ കൊണ്ടായിരുന്നെന്ന് ഓർത്തു. ബീനയുടെ ഗന്ധമുള്ള തലയണയിൽ മുഖമമർത്തിയപ്പോൾ അവളെ ഒന്നടുത്തുവേണമെന്നയാൾ തീവ്രമായി ആശിച്ചു. അല്ലിപോലുള്ള ചുണ്ടുകളുടെ മാധുര്യമോർത്തു കിടന്നപ്പോൾ ഉറങ്ങിപ്പോയി. ഉണർന്നത് മക്കളുടെ ബഹളം കേട്ടാണ്. അവരെ വാരിയണയ്ക്കാനുള്ള ആശയോടെ അയാൾ എഴുന്നേറ്റിരുന്നു. ഓടിച്ചാടി വന്ന കുട്ടികൾ അച്ഛനെ കണ്ട് സ്തബ്ധരായി. അവരുടെ കണ്ണുകളിൽ പേടിയും അകൽച്ചയും, അയാളുടെ ചോദ്യങ്ങൾക്ക് വിക്കി വിക്കിയുള്ള മറുപടികൾ. പേടിയോടെ അവർ സച്ചിമ്മയുടെ വീട്ടിലേക്കോടി.

സന്ധ്യയോടെ ബീന വന്നു. കരുവാളിച്ച മുഖത്തോടെ അയാളെ തുറിച്ചുനോക്കി ഒട്ടുനേരം നിന്നു. പിറകിൽ മക്കൾ ചേർന്നുനിന്നു.

"ബീനേ."

അയാൾ വിളിച്ചു. അവളുടെ മുഖം തെളിഞ്ഞതേയില്ല. ഓടി വന്നവൾ നെഞ്ചിലേക്ക് വീണു വിമ്മിക്കരയുമ്പോൾ എന്തുപറഞ്ഞാശ്വസിപ്പിക്കുമെന്ന് ഭയപ്പെട്ടിരുന്നതുപോലെ ഒന്നും സംഭവിച്ചില്ല. അവൾ അലക്ഷ്യതയോടെ കുളിപ്പുരയിലേക്ക് പോയി. അസഹ്യമായ വിയർപ്പുഗന്ധം അവളിൽ നിന്നുയരുന്നുണ്ടായിരുന്നു..

"വാ മക്കളെ."

അയാൾ വിളിച്ചു

"വേണ്ട അച്ഛൻ മിണ്ടണ്ട. ഞങ്ങൾക്ക് പേടിയാ."

അയാൾ തളർച്ചയോടെ നിലത്തിരുന്നു. കുളി കഴിഞ്ഞുവന്ന ബീന അടുക്കളയിൽ തീപൂട്ടി. അവൾ കഞ്ഞിയും കറിയുമുണ്ടാക്കുമ്പോൾ സച്ചിൻ ഒപ്പമിരുന്ന് സഹായിച്ചു. ഉണ്ണികൃഷ്ണൻ ഉമ്മറത്തെ ബെഞ്ചിൽ കുന്തിച്ചിരുന്നു. അത്താഴമൊരുക്കി അയാളുടെ മുന്നിൽ അവൾ വിളമ്പി.

"ബീനേ ഇഞ്ഞിയെന്നെ വെറുത്തോണെ."

അവൾ അയാളെ ഒന്നുനോക്കി. ആ നോട്ടത്തിന്റെ ദൂരം അയാളെ അസ്വസ്ഥനാക്കി. ഇളയ കുഞ്ഞിനെ അവന്റെ എതിർപ്പ് വക വയ്ക്കാതെ വാരിയെടുത്തപ്പോൾ കുട്ടി ഭയന്നു കരഞ്ഞു.

"എന്തിനാ കുട്ടാ കരയുന്നെ. അച്ഛനെ മറന്നോ നീ."

"അച്ഛൻ എല്ലാരേം കൊല്ലുംന്ന് സ്കൂളില് മാഷും, കുട്ട്യോളും പറേന്നു. അച്ഛനെ എനിക്കിഷ്ടല്ല."

അയാളുടെ കൈ തളർന്നു.

രാത്രിയിൽ ബീന മക്കളെ കെട്ടിപ്പിടിച്ചുറങ്ങി. ആ അവഗണന സഹിക്കാതെ അയാൾ വാതിൽ തുറന്നു ഇരുട്ടിൽ മുറ്റത്തൂടെ തലങ്ങും വിലങ്ങും നടന്നു.

രാവിലെ ഒറ്റയ്ക്ക് കിട്ടിയപ്പോൾ അയാൾ ബീനയെ ബലമായി പിടിച്ചുനിർത്തി.

“ഞാൻ തെറ്റാചെയ്തേന്ന് നിനക്ക് തോന്നിയോ. ഹരി ഇന്റെ കുഞ്ഞാങ്ങളയെപ്പോലാന്ന് എത്രോട്ടം പറഞ്ഞതാ.” ഓന് കഞ്ഞീം, ചോറും വെളമ്പിക്കൊടുത്തിറ്റില്ലേ. ഓനെ തുണ്ടം തുണ്ടാക്കിയോനോട് ഞാൻ പൊറുക്കണൊരുന്നോ.

അയാളുടെ കൈ അവൾ തട്ടിയെറിഞ്ഞു. അവളുടെ കൈകൾക്ക് ആവശ്യത്തിലധികം കരുത്തുണ്ടെന്ന് അയാൾക്ക് തോന്നി. ദുർഗയെപ്പോലവൾ ചീറി.

“ഹരി എനിക്കെന്റെ ആങ്ങള തന്നെയാരുന്നു. സത്യം, പക്ഷേല് കൊന്നോരെ തെരഞ്ഞുപിടിച്ചു കൊന്ന് സുഖായി ജയിലീ കഴീമ്പം അമ്മേം, ഭാര്യേം, മക്കളും എന്തു ചെയ്യുംന്നും കൂടി ആലോചിക്കണാരുന്നു. അതീന്ന് രക്ഷപ്പെട്ടോരെ നെലയ്ക്ക് നിർത്താൻ ദൈവോണ്ട്.”

“ഇങ്ങളെ സഹായിക്കാൻ പാർട്ടീണ്ടാരുന്നു. എന്റെ ചങ്ങാതി മാരുണ്ടാരുന്നു. ഓരൊന്നും ചെയ്തില്ലാന്നാണോ ഇഞ്ഞിയീ പറേന്നത്.”

“ഇങ്ങടെ തെറ്റിന്റെ കൂലി ഞാൻ വാങ്ങീല്ല. ആരാന്റെ ശാപം പുരണ്ട പണം എന്റെ മക്കക്ക് വേണ്ടാന്ന് ഞാനങ്ങ് തീരുമാനിച്ചു.”

അയാൾ അവളെ തറപ്പിച്ചുനോക്കി.. എവിടെ അനുസരണശീലയായ ആ പഴയ ഭാര്യ.

“പേടിപ്പിക്കാണോ. ഇങ്ങളെ പേടിക്കണം. ഏത് പാതിരാത്രീലാ എന്നേം മക്കളേം വെട്ടിക്കൊല്ലുാന്ന് അറിയാമ്പറ്റോ.”

“ഇഞ്ഞിയെന്തൊക്കെയാ ബീനേ ഇപ്പറേന്നത്.”

“എന്താ പറയാമ്പാടില്ലേ. പറേന്നതൊക്കെ ന്യായം തന്ന്യാ. പട്ടിണിയാണേലും മുണ്ടു മുറുക്കിയുടുത്ത് ഒരു പരാതിം പറയാതെ കയിഞ്ഞോളല്ലേ ഞാൻ. ആരാനെ കൊന്നും ശാപം തലേക്കേറ്റിയും എനിക്കും എന്റെ വയറ്റീപ്പെറന്ന മക്കക്കും ജീവിക്കണ്ട.”

തീ പിടിച്ചതുപോലെ അവൾ ജ്വലിക്കുന്നതു കണ്ട് അയാൾ നടുങ്ങി. അതീവ ശാന്തതയോടെ ദാരിദ്ര്യവും ദുരിതവും കലർന്ന ജീവിതത്തെ നേരിട്ട പഴയ സ്ത്രീയല്ലവൾ. അവളുടെ ദ്രംഷ്ട്രങ്ങളും, കത്തിപ്പടരുന്ന കണ്ണുകളും തിന്മയോടുള്ള എതിർപ്പാണ്. അയാളെ അവഗണിച്ച് അവൾ ഉലഞ്ഞ സാരിയും തെരിയയും പണിസാധനങ്ങളുമായി വീട്ടിൽ നിന്നിറങ്ങി.

വിജനമായ ദ്വീപിലെ അനാഥത്വത്തിന്റെ ശവപ്പറമ്പിൽ അയാൾ തനിച്ചായി.

കുമാരേട്ടന്റെ ചായക്കടയിൽ മഹേഷ് തനിച്ചായിരുന്നു. നേരം വെളുത്തതിന് ശേഷം സംസാരിക്കാൻ ആരെയും കിട്ടാത്തതിലുള്ള വൈഷമ്യത്തിന്റെ ചവർപ്പുള്ള മുഖഭാവത്തോടെ താടിക്ക് കൈ കൊടുത്തിരുന്ന കുമാരേട്ടൻ മഹേഷിനെ കണ്ടപ്പോൾ ഉത്സുകനായി.

“ഇന്നാട്ടിലെ ദുരിതങ്ങളൊന്നും ഇല്ലാതാക്കാൻ പോലീസുകാരായ ഇങ്ങക്കും കഴീല്ല. ഇല്ലേ മഹേഷേ.”

മഹേഷ് കതിരൂർ സ്റ്റേഷൻ പരിധിയിലെ പോലീസാണ്.

“ഞങ്ങടെ ദുരിതം ഇല്ലാതാക്കാൻ വഴീണ്ടോന്നാ ഞങ്ങളന്വേഷിക്കുന്നെ. കുമാരേട്ടൻ എന്തറിഞ്ഞിട്ടാ ഇപ്പറേന്നെ.”

മുണ്ടു മടക്കിക്കുത്തി വഹീദ് കയറി വരുന്നതുകണ്ട് മഹേഷിന്റെ മുഖം വിടർന്നു. കോളേജിൽ അവർ ഒരുമിച്ചായിരുന്നു.

"തന്നെ കണ്ടിട്ട് കൊറേ നാളായല്ലോ വഹീദേ."

വഹീദ് മഹേഷിന്റെ മുന്നിലെ ബെഞ്ചിലിരുന്നു. കനം കുറഞ്ഞ ബെഞ്ചൊന്നിളകി

"നിനക്കിന്ന് ഡ്യൂട്ടിയില്ലേ."

"ലീവിലാ."

മഹേഷ് വിഷമത്തോടെ ചിരിച്ചു.

"നാടൊട്ടുക്കും പ്രശ്നങ്ങളുള്ളപ്പോ ഒരു പോലീസുകാരൻ വീട്ടിൽ സുഖിച്ചിരിക്കുന്നത് ശരിയല്ലാന്നറിയാഞ്ഞിട്ടല്ലെടോ. ശരികൾ മറന്ന ഈ മനുഷ്യർക്കിടയിൽ ഞങ്ങൾ കുറച്ച് പേർ മാത്രം അതിന് പിന്നാലെ നടന്നു ജീവിതം തൊലക്കേണ്ടല്ലോ."

"മോനൊരു ചായ എടുക്കട്ടെ."

കുമാരേട്ടൻ വെറുതെ ചോദിക്കുകയാണ്. ചായ കുടിക്കാതെ വിടില്ലെന്നറിയാം. ഉത്തരമില്ലാതെ വഹീദ് ഒന്നു ചിരിച്ചു.

"ബോംബും കൊലപാതകവും. ഈയിടെയായി വീടുകയറിയാണ് ആക്രമണം. സ്ത്രീകളെയും കുട്ടികളെയും മാത്രമല്ല, വളർത്തുമൃഗങ്ങളെ പ്പോലും ഉപദ്രവിക്കുകയാണ്. ആഴ്ചേലൊരു ദിവസം ഹർത്താൽ. ഓരോ ഏരിയയിലും ഞങ്ങൾ രാപ്പകൽ കാവലിരിക്കണം. കുടിക്കാൻ വെള്ളം പോലും കിട്ടാത്ത അവസ്ഥയുണ്ടായിട്ടുണ്ട്. പ്രാഥമികകാര്യങ്ങൾക്ക് ഏതെങ്കിലും പറമ്പിടങ്ങളിൽ കയറിയിരുന്നിട്ടുണ്ട്. തോക്കുമായി കാവ ലിരിക്കുന്ന ഞങ്ങളുടെ കൺമുന്നിൽ അഴിഞ്ഞാടുന്ന ഗുണ്ടകളുണ്ട്. അവ രുടെ വാൾ തലപ്പുകളെയും ബോംബുകളേയും ഞങ്ങൾക്കും പേടിയില്ലേ. ഈ പോലീസ് പണി മടുത്തിരിക്കുന്നു. തലശ്ശേരീന്ന് വേറെങ്ങോട്ടെങ്കിലും സ്ഥലം മാറി പോകണം. രാജിവച്ച് വല്ല കൂലിപ്പണീമെടുത്താൽ ഇതിലും സ്വസ്ഥത കിട്ടും."

മഹേഷിന്റെ മുഖത്ത് നിരാശയുടെ കാളിമയുണ്ടായിരുന്നു.

കുമാരേട്ടൻ വഹീദിന്റെ മുഖത്തേക്ക് നോക്കി.

"ഇഞ്ഞിയെന്തേനും മോനെ നിക്കാഹ് വേണ്ടാന്ന് വച്ചത്. നാട്ടാര് ഓരോന്നൊക്കെ പറയാ. അതൊന്നുമല്ല കാര്യം. അവനോന്റെ ജീവിതം അവനോൻ തന്നെ നോക്കണം. നാളെ ഒരു കാലത്ത് ഇക്കടന്നുപോയ പ്രായത്തെയോർത്ത് വെഷമിക്കും."

"ഒരു വെഷമോല്ല കുമാരേട്ടാ."

"ചായയ്ക്ക് മധുരം കുറഞ്ഞതിന്റെ അതൃപ്തിയോടെ വഹീദ് പറഞ്ഞു."

"ഞാൻ സച്ചമ്മേന്റെ കൂടെയാണെന്നുള്ളതാ. എന്റാള്ളോൾക്കുള്ള എതിർപ്പ്. മതവും, ജാതീമൊക്കെ മനുഷ്യന്റെ നന്മക്ക് വേണ്ടിയാവണം. പക്ഷേ നമ്മൾ അവയെ വേർതിരിച്ചെടുത്ത് മൂർച്ചയുള്ള ആയുധങ്ങളാക്കി തമ്മിൽ തല്ലി മരിക്കുകയാണ്. എന്നെ മനസിലാക്കാൻ ഒരു പെൺകുട്ടി ഉണ്ടാവും. സ്നേഹത്തിനും ബന്ധത്തിനും വേർതിരിവ് കാണാത്ത ഒരു പെണ്ണ്."

"നീയിപ്പറേന്നതെല്ലാം നടക്ക്വോ മോനെ. ചെറുപ്പത്തിന്റെ തെളപ്പില് ഇങ്ങനെ കൊറേ ആദർശങ്ങളൊക്കെ തോന്നും. കാലം കയിഞ്ഞാൽ ഇപ്പറേന്നതെല്ലാം തെറ്റായിരുന്നൂന്ന് തോന്നും."

വഹീദ് ഒഴിഞ്ഞ ഗ്ലാസ് മേശപ്പുറത്തുവച്ചു. പഴയ മേശയിൽ കാലത്തിന്റെ അഴുക്കുണ്ടായിരുന്നു. ചായക്കട എന്നൊരു പേരുമാത്രം. പഴുക്കാത്ത ഒരു പഴക്കുലയും കണ്ണാടി ഭരണിയിൽ അഞ്ചാറ് കഷ്ണം പുട്ടും മാത്രം. കുമാരേട്ടനും ചായക്കടയും ഒന്നുപോലെ വാർധക്യത്തിന്റെ അവസാന മിനുക്കുപണിയിലായിരുന്നു.

വഹീദ് ചായക്കടയിൽ നിന്നിറങ്ങുമ്പോൾ സുദേവന്റെ ഇളയ പെങ്ങൾ അനിതയും അതുവഴി നടന്നുവരുന്നുണ്ടായിരുന്നു.

"വഹീദ്ക്കാ എന്താ നിക്കാഹ് വേണ്ടെന്നു വച്ചത്."

"ഓ വേണ്ടാന്ന് തോന്നീട്ടന്നെ."

അൽപ്പം ദൂരം നിശബ്ദയായി നടന്നശേഷം മുന്നറിയിപ്പില്ലാതെ അവൾ ചോദിച്ചു

"ഇക്ക എനിക്കൊരായിരം ഉറപ്പ്യതര്വോ."

അയാൾ അവളെ ഒന്നുനോക്കി. ഒരു സഹായവും സ്വീകരിക്കില്ലെന്ന ശാഠ്യത്തോടെ സുനിത തലയിലെടുത്ത ഭാരവുമായി നീങ്ങുകയാണ്. അനിതയുടെ മുഖത്തെ കൂസലറ്റ ഭാവം അയാളെ അസ്വസ്ഥനാക്കി. അത് മനസിലാക്കിയതുപോലെ അനിത ചിരിച്ചു.

"കടാണിക്കാ. ഞാൻ തിരിച്ചുതരും ഞാനിപ്പോ ടൗണിലൊരു മാർജിൻ ഫ്രീ മാർക്കറ്റിലെ സെയിൽസ്ഗേളാണ്."

"അപ്പോ നിന്റെ പഠിപ്പോ."

""എന്ത് പഠിപ്പ്. ഫീസുല്ല. പുസ്തകോല്ല. കോളേജിലാണേൽ ഏട്ടന്റെ പേരും പറഞ്ഞു പിള്ളേര് കൊല്ലാക്കൊല ചെയ്യും. ഞാൻ പഠിപ്പ് നിർത്തി."

വഹീദ് ഒന്നും മിണ്ടിയില്ല. അയാൾ പോക്കറ്റിൽനിന്നും അഞ്ഞൂറ് രൂപയുടെ രണ്ട് നോട്ടുകൾ അവളുടെ നേരെ നീട്ടി.

വാങ്ങുമ്പോൾ അവൾ സ്വകാര്യമായി പറഞ്ഞു.

"വീട്ടിലറിയല്ലേ ഇക്ക. അച്ഛനും ഏച്ചീം ലഹളയുണ്ടാക്കും. പണത്തിന് പണം തന്നെ വേണ്ടേ. ശമ്പളം കിട്ട്യാൽ ഞാൻ തന്നേക്കാം.

അനിതയോടൊപ്പം വീട്ടുപടിക്കലെത്തിയപ്പോൾ അവൾ നിർബന്ധിച്ചു.

"കേറീട്ട് പോ ഇക്കാ."

വഹീദ് അവൾക്ക് പിറകെ പടികൾ കയറി. ചാത്തുട്ട്യേട്ടൻ ഉമ്മറത്തെ ബെഞ്ചിലിരുന്ന് ബീഡി വലിക്കുകയാണ്. ഇടയ്ക്കിടെ ചുമയുമുണ്ട്.

"ഈ വലിയൊന്നു നിർത്തിക്കൂടെ ചാത്തുട്ട്യേട്ടാ അപകടാന്ന് ഡോക്ടറ് പറഞ്ഞതല്ലേ."

സുദേവൻ നല്ല ഉറക്കത്തിലായിരുന്നു. വേദന ഏറുമ്പോൾ ഉറക്കഗുളിക കഴിക്കും. അയാളുടെ മണിക്കൂറുകൾ നിദ്രയിലലിഞ്ഞു തീരുകയാണ്.

അനിമോളെ എവിടെവച്ചു കണ്ടതാ. ഓളും പണിക്ക് പോയി. പഠിച്ചു വല്ല്യാളവണംന്നൊക്കെ പറയ്വായിരുന്നു. നല്ലോണം പഠിക്കുന്ന കുട്ട്യാ യിരുന്നു. സുനിത ഒറ്റയ്ക്ക് തൊഴഞ്ഞിട്ടെന്താവാനാ. പഠിച്ചാലും നല്ല പണി കിട്ടുംന്ന് ഒറപ്പില്ലാന്നാ അനിമോള് പറയുന്നത്.

മഞ്ഞ വെയിൽ ശകലങ്ങൾ അയാളുടെ വിണ്ടുകീറിയ കാൽപ്പാദ ത്തിൽ നമസ്കരിച്ചു.

"പണ്ടിവിടെ ഒരു പൊലപ്പാർട്ടിയുണ്ടായിരുന്നു. ധർമടത്തും സമീപ പ്രദേശങ്ങളിലുമായി കൊറച്ചാളോള് സംഘടിച്ചതാ, ഹരിജനങ്ങളെ ഉദ്ധ രിക്കാൻ. ഓാറെ കൂട്ടത്തിൽ പഠിത്തോം, അക്ഷരാഭ്യാസോം ഇല്ലാത്തോരെ പഠിപ്പിക്കാനും ആരും മറ്റാരുടേം അടിമയല്ലെന്ന ബോധോണ്ടാക്കാനും അക്കൂട്ടറ് കൊറേ കഷ്ടപ്പെട്ടതാ. ചാത്തു നായരായിരുന്നു ഓറെ നേതാവ്. താണോരെ സഹായിച്ചേന്റെ പേരില് ഓറെയൊക്കെ സ്വജാതിക്കാര് മാറ്റിനിർത്തി. ഒരു കല്യാണത്തിനോ, മരണത്തിനോ പങ്കെടുത്തൂടാ. ഓറെ വീട്ടിലും മറ്റാരും കടക്കൂല. എന്റച്ഛനും അക്കൂട്ടത്തിലുണ്ടായിരുന്നു. അയിത്തം കൊടികുത്തി വാഴണകാലം. അന്നു താണജാതിക്കാറ് ചില്ലറയൊന്നുവല്ല അനുഭവിച്ചത്."

കാലം കോറി വരച്ച ആ മുഖത്ത് നിരാശയുടെ കരിനിഴൽ വീഴുന്നത് വഹീദ് കണ്ടു.

വേരുകൾ പുറന്തള്ളി നിൽക്കുന്ന കൂറ്റൻ പ്ലാവിൻ ചുവട്ടിൽ മിലൻ അസ്വസ്ഥതയോടെ ഇരുന്നു. പാത്തും പതുങ്ങിയും സച്ചിൻ മുന്നിലെ ത്തും വരെ അവൾ മറ്റൊന്നും ചിന്തിച്ചില്ല. പ്ലാസ്റ്റിക് കവറിൽ പൊതിഞ്ഞ വൈൻ കുപ്പികൾ അവളുടെ കൈയിൽ വച്ച് അവൻ ഒരു ദീർഘ നിശ്വാ സം വിട്ടു.

"എനിക്കിത് പേടിയാ. മാഹീന്ന് കൊണ്ടരവാന്ന് പറഞ്ഞാ വല്യ റിസ്കാ അവിടാണെങ്കിൽ ഇന്നെന്തോ പ്രശ്നോമുണ്ട്. ഏതോ പത്രക്കാ രനെ തല്ലീന്നൊക്കെ പറഞ്ഞു."

"അതിപ്പോ ഇവിടെ എവിടെയാ പ്രശ്നങ്ങളില്ലാത്തെ."

മിലൻ ചിരിയോടെ കുപ്പിയുടെ ഭംഗി നോക്കി.

ഇത് മദ്യമൊന്നുമല്ല സച്ചിൻ. ആരോഗ്യത്തിന് നല്ലതാ. ഞാനന്ന് തന്നതൊക്കെ തീർന്നോ.

"ഓ അപ്പഴേ തീർത്തു. ബീനേച്ചീടെയോ മാമന്റെയോ കണ്ണിൽ പെട്ടാൽ തീർന്നു. അല്ലേലും ഞാനീ വീട്ടിൽ വന്നിങ്ങനെ വർത്താനം പറഞ്ഞിരിക്കുന്നതൊന്നും ബീനേച്ചിക്കിഷ്ടല്ല."

പിന്നെന്തിനാ സച്ചിൻ വരുന്നെ.

"അതു പിന്നെ എനിക്കിഷ്ടണ്ടായിട്ടല്ലേ. ഞാൻ വല്യ ആളായി ന്നൊക്കെ അന്ന് ഇങ്ങള് പറഞ്ഞിട്ടില്ലേ. അല്ലാണ്ടിത്രേം ബുദ്ധിമുട്ടി ഇതൊ ക്കെ ഞാൻ വാങ്ങിക്കൊണ്ടരവോ."

"എന്തിഷ്ടാണ് സച്ചിനെന്നോട്."

അമർത്തിയ ചിരിയോടെ മിലൻ ചോദിച്ചു. ആ ചോദ്യം മനസി ലാവാതെ അവൻ കണ്ണും മിഴിച്ചവളെ നോക്കിയതേയുള്ളു.

"ലൗവാണോന്നാ ചോദിച്ചെ."

കുസൃതിച്ചിരിയിൽ തിളങ്ങിയ മിലന്റെ കണ്ണിലേക്ക് നോക്കിയ സച്ചിൻ വിളർത്തുപോയി. വൈൻ ബോട്ടിലുമായി എഴുന്നേൽക്കുമ്പോൾ അവൾ അവന്റെ കവിളിൽ വിരൽകൊണ്ടൊന്നു കിള്ളി. മുട്ടറ്റമെത്തുന്ന സ്കർട്ടിന് കീഴെ മിനുങ്ങുന്ന കാൽവണ്ണയിലേക്ക് അവൾ നടന്നു മറയും വരെ സച്ചിൻ നോക്കിനിന്നു. അവന്റെ ചുണ്ടിലും മനസിലും വീഞ്ഞിന്റെ ലഹരിയും രുചിയുമുണ്ടായിരുന്നു.

മഴ പെയ്തൊടുങ്ങിയ രാത്രികൾക്ക് ശൈത്യമുണ്ടായിരുന്നു. നേർത്ത നിലാവിൽ മുത്തുകൾ പോലെ മഞ്ഞുകണങ്ങൾ പൊഴിഞ്ഞു കിടക്കുന്ന മരച്ചില്ലകളിൽ നോക്കി നിശബ്ദം നിന്നു. വെള്ള മഞ്ഞിൽ പുതഞ്ഞ പ്രഭാതകാഴ്ചകളിലൂടെ കൈയിൽ തബലയുമായി നടന്നു വരുന്ന ഗല്ലുവിനെ അവൾ കണ്ടു. അവന്റെ കൈയിലെ ഓടക്കുഴലിൽ നിന്നുയരുന്ന സംഗീത ധ്വനിയിൽ മതിമറക്കുന്ന കാഴ്ചക്കാർ. വിശുദ്ധ യാത്രയുടെ ആരോഹണാവരോഹണങ്ങളിൽ സ്വയമലിഞ്ഞ് ചുറ്റുമുള്ള വരെ ശ്രദ്ധിക്കാതെ ഗല്ലുവിന്റെ ചുവന്ന ചുണ്ടുകളിൽ പതിപ്പിക്കുന്ന അഭിനന്ദനത്തിന്റെ മുദ്രകൾ കൈയടിക്കുന്ന കാഴ്ചക്കാർ.

വീട്ടിലെ ഡൈനിങ് ടേബിളിന് മുന്നിൽ പപ്പയുടെ കത്തുന്ന കണ്ണുകൾ.

"നമുക്കൊരു സംസ്കാരമുണ്ട് മിലൻ. നിന്നെ ഒരിക്കലും ഞാൻ കൺട്രോൾ ചെയ്തിട്ടില്ല. മിസ്റ്റർ റെയ്ഗനാണ് ഇന്നലത്തെ നിന്റെ സ്ട്രീറ്റ് ഷോയെക്കുറിച്ചു പറഞ്ഞത്. മിലൻ നീ കുഞ്ഞായിരിക്കുമ്പോഴേ ഇന്ത്യയെക്കുറിച്ചു പറഞ്ഞു തന്നിട്ടുണ്ട്. നമ്മുടെ സംസ്കാരത്തെക്കുറിച്ച് എല്ലാം നിനക്കറിയാം. ഇവിടെയും കേരളീയരുണ്ട്. മലയാളികൾ തലശ്ശേരിക്കാർ വരെയുണ്ട്. ലോകത്തിന്റെ ഏത് മൂലയിലെത്തിയാലും നമ്മുടെ അന്തസ്സ് കാത്തുസൂക്ഷിക്കുന്നവർ. അവരുടെ മുന്നിൽ എന്റെ തല ഉയരേണ്ടതില്ലെന്നാണോ."

പപ്പയുടെ ദേഷ്യത്തിലേക്ക് ഇമ ചിമ്മാതെ നോക്കി.

"ഗല്ലു ഈസ് മൈ ഫ്രണ്ട് പപ്പ. ബട്ട് ഐ ലൈക്ക് ഹിം മോർ ദാൻ എനിവൺ ആന്റ് എനിതിങ്."

നിസ്സഹായനാകുന്ന പപ്പ. മൂകമായി കരയുന്ന മമ്മ. തടയാനുള്ള ശക്തി ജർമനിയിലെ മാതാപിതാക്കൾക്കില്ല. കണ്ണീരിനോ, ശാസനക്കോ മിലനെ തടയാനുമായില്ല. അവൾക്ക് ഗല്ലുവിനെ കാണാതിരിക്കാനാവില്ലായിരുന്നു. ചുവന്ന കമ്പിളി കുപ്പായത്തിനുള്ളിൽ ഒളിച്ചുവച്ച മഞ്ഞ പൂക്കളുമായി ഓടി വന്നു ഗല്ലു.

"മിലൻ ഇന്നു ടൂറിസ്റ്റുകൾക്കുവേണ്ടി സ്പെഷ്യൽ പ്രോഗ്രാം നടത്തുന്നുണ്ട്. എറ്റവും ഉയരമുള്ള ആ വടക്കെ ചെരിവിലാണ് ഇന്നത്തെ എന്റെ അതിസാഹസിക യാത്ര. നീ നോക്കിക്കോ ഇത്തവണ ഞാൻ കൈ നിറയെ പണം വാങ്ങും. എന്റെ സമ്പാദ്യത്തിലേക്ക് നല്ലൊരു തുക വന്നുചേരും. ഈ ത്രില്ലിങ് പ്രോഗ്രാമിന്റെ ആദ്യാവസാനം യു മസ്റ്റ് ബി വിത്ത് മീ മിലൻ."

“വേണ്ട ഗല്ലു. അത് റിസ്കാണ്. ഈ കൈവിട്ട കളി നീ അവസാനിപ്പിക്കണം അദർവൈസ് നീയുമായുള്ള ഫ്രണ്ട്ഷിപ്പ് ഞാൻ കട്ട് ചെയ്യും. പപ്പയ്ക്കും, മമ്മയ്ക്കുമൊക്കെ എന്നോട് ദേഷ്യം. നിന്നോട് കൂടരുതെന്നാ ഓർഡർ.”

ഗല്ലു നിസ്സഹായനായി വേദനയോടെ ചിരിച്ചു.

“ഓ കെ മിലൻ യു മസ്റ്റ് ഒബേ ദെം.”

അനാഥത്വത്തിന്റെ ഈ നിസ്സഹായത നീ അനുഭവിക്കാതിരിക്കട്ടെ. ഞാൻ നിന്നോട് ഗുഡ് ബൈ പറയാം. ബട്ട് ഇത്തവണ നീ എനിക്കൊപ്പം വേണം മിലൻ. ഈ ഒരൊറ്റത്തവണ മാത്രം മഞ്ഞുറങ്ങുന്ന ആ താഴ്വാരത്തിലൂടെ സ്വർഗവാതിൽപ്പക്ഷിയെപ്പോലെ ഞാനൊഴുകി വരുന്നത് നീ കണ്ടിരിക്കണം ആ പ്രഭാതം മഞ്ഞുറഞ്ഞ് വെളുത്തിരുന്നു. സ്വർഗവാതിൽ പക്ഷികളെപ്പോലെ ആകാശം നിറഞ്ഞ് പെയ്ത്, പർവതതാഴ്വാരങ്ങളെ പുതപ്പിച്ചു കിടത്തിയിരുന്നു. വെയിലുദിച്ചത് വളരെ വൈകിയായിരുന്നു. പുകപടലങ്ങൾക്കിടയിലൂർന്നു വീണ സ്വർണകണികകൾ വാരിയണിയാൻ കൊതിച്ച് കൂട് തുറന്ന് പുറത്തിറങ്ങിയ വിദേശീയരും നാട്ടുകാരും. ഗല്ലുവിന്റെ പ്രകടനം കാണാൻ കൈവരികളിൽ പിടിച്ച് അകന്നുമാറി ഉൾപ്പുളകത്തോടെ മിലൻ നിന്നു.

ഓരോ പ്രകടനങ്ങൾക്കും കൈയടികൾ, ഹർഷാരവങ്ങൾ ഗല്ലുവിന്റെ കൊതിയടങ്ങെ കുന്നുകൂടുന്ന പണക്കൂനകൾ കടും ചുവപ്പ് സ്വറ്ററും, നീല തൊപ്പിയുമണിഞ്ഞ് ഓരോ തവണയും ഗല്ലു കൈ വിശി. അഭിമാനത്തോടെ ആ അഭിവാദനം ഏറ്റെടുത്തു, തിരിച്ചു നൽകി മിലൻ. ഗല്ലുവിനെ പുണരുന്നവർ, ചുംബിക്കുന്നവർ. കോരിത്തരിപ്പോടെ വീണ്ടും ഗല്ലു മലമുകളിലേക്ക് സ്വപ്നവാഹനത്തിൽ സ്വർഗവാതിൽ പക്ഷിയായി വീണ്ടും പറക്കുന്ന ഗല്ലു. ആർപ്പുവിളികളിൽ പർവത നിരകൾ കോരിത്തരിച്ചുനിൽക്കെ ഗല്ലുവിന്റെ കാലൊന്നു പിഴച്ചു. മനസും, ദൈവവും ചതിച്ചു. ആൽപ്സിന്റെ സുരക്ഷിതമായ കൈകളിൽ നിന്നും ഗല്ലു തെന്നി. അലർച്ചയും നിലവിളിയും മിലന്റെ ചെവിയിലവസാനിക്കുന്നു.

“ഗല്ലു......”

അറിയാതെ മിലൻ വിളിച്ചു. ശീതക്കാറ്റിൽ അവളുടെ നിലവിളി അലിഞ്ഞു ചേർന്നു. അംഗഭംഗം വന്ന മരപ്പാവകൾക്കിടയിൽ ജീവൻ നഷ്ടമായി മറ്റൊരു പാവ. ജനലഴികളിൽ മുഖം ചേർത്തപ്പോൾ മിലന്റെ നെഞ്ച് വിങ്ങി. ഗല്ലു പെട്ടെന്നൊരു നിമിഷം ഇല്ലാതായിരിക്കുന്നു. ജർമനിയുടെ തണുത്തുറഞ്ഞതാഴ്വാരത്തിൽ സ്വർഗവാതിൽ പക്ഷിയായി അവൻ പറന്നകന്നിരിക്കുന്നു. സ്നേഹവും ദുഃഖവും പിണക്കവും ചിരിയും എല്ലാം ഒരു നിമിഷാർധത്തിൽ പൊലിഞ്ഞില്ലാതായിത്തീരുക.

ബോട്ടിലിൽ നിന്നൽപ്പം വൈൻ പകർന്നു അൽപ്പാൽപ്പം മൊത്തിക്കുടിച്ചു. മിലന്റെ ജീവിതം ഒരു വിരലറ്റം വരെ മാത്രം. ഒരു ചെറു ചലനത്തിൽ അവസാനിക്കുന്ന മോഹങ്ങളും പ്രതീക്ഷകളും നിരാശകളും ഒക്കെ അതിലൊതുങ്ങുന്നു. മിലന് ചിരിക്കാൻ തോന്നി. ഉറക്കെ കരയാനും. ലൈബ്രറിയുടെ വാതിൽ തുറന്നു. മുത്തശ്ശിയെ കാണണം.

ഗുണ്ടർട്ടിനോടുള്ള പ്രേമത്തെ കുറിച്ചറിയണം, അവരുടെ മോഹ ഭംഗ ത്തിന്റെ നോവറിയണം. കുഴയുന്ന കാലുകളോടെ അവൾ മുകൾ നില യിലേക്ക് കയറി.

പതിനഞ്ച്

സൂര്യാസ്തമയക്കാഴ്ചയ്ക്ക് ഇത്രേം മനോഹരമായ മറ്റൊരിടമി ല്ലെന്നാ എനിക്ക് തോന്നീട്ടുള്ളത്.

സീതാന്റി പറഞ്ഞപ്പോൾ മിലന് അത് സത്യമാണെന്ന് തോന്നി. അസ്തമയസൂര്യന് തലശ്ശേരിയുടെ നിറം. കടും ചുവപ്പ്. ആ ചുവന്ന പശ്ചാത്തലത്തിൽ വെളുത്ത സാരിയുടുത്ത സീതാന്റി മനോഹരമായ ഒരു ശിൽപ്പമാണെന്നവൾക്ക് തോന്നി.

ഓവർബറി സായിപ്പ്, തലശ്ശേരിയുടെ തിരുനെറ്റിയിൽ ചാർത്തിയ സിന്ദൂരപ്പൊട്ട് പോലെ തോന്നിച്ചു. ഓവർ ബറീസ് ഫോളി.

വന്നിട്ട് ഏറെ നേരമായിട്ടും സംസാരിക്കാനുള്ള വിമുഖതയോടെ അവർ കടലിലേക്ക് നോക്കി നിൽക്കുകയാണ്. സദാ മൗനിയായിരിക്കാ നാണ് അവർ താൽപ്പര്യപ്പെടുന്നതെന്ന് മനസിലായിക്കഴിഞ്ഞിരുന്നു.

അവർക്കൊന്നും ചോദിക്കാനില്ലേ എന്ന് അത്ഭുതപ്പെട്ടിരുന്നു. ഒന്നും അറിയാനുള്ള ആഗ്രഹം ആ മനസിലില്ലേ. ഈ കടലിൽ ഇവരെന്താണ് തിരയുന്നത്. ഏതോ ഓർമകളിൽ നഷ്ടപ്പെട്ടു നിൽക്കുകയാണെന്ന് ആ മുഖഭാവം വ്യക്തമാക്കി. പപ്പ അവിടങ്ങാനുമുണ്ടോ. ഒന്നു രണ്ടു ചെറു കല്ലുകൾ പെറുക്കിയെടുത്ത് മിലൻ കടൽ ലക്ഷ്യമാക്കി എറിഞ്ഞു.

"പപ്പക്ക് സുഖാണോ മിലൻ."

അവിചാരിതമായ ആ ചോദ്യക്കുരുക്കിൽപ്പെട്ടതുപോലെ മിലൻ ഒന്ന ന്ധാളിച്ചു. ഇത്രയും സമയം ഈ ചോദ്യത്തിനുള്ള തയാറെടുപ്പിലായി രുന്നോ.

"സുഖാണാന്റി."

അതിൽക്കൂടുതലായി അവർക്കു പലതും ചോദിക്കാനും പറയാനു മുണ്ടെന്ന് മിലനറിയാം ഓർമകൾപോലെ തിരമാലകൾ ഉയർന്നു വന്നു തീരത്താഞ്ഞടിച്ചു കരഞ്ഞു. കരയിലും കടലിലും ആകാശത്തിൽ നിന്നും പടർന്നിറങ്ങിയ രക്തചുവപ്പിൽ കുളിച്ച് വളരെനേരം നിശബ്ദരായി നിന്നു.

"മിലന്റെ ഈ യാത്രയിൽ പപ്പയ്ക്ക് സമ്മതക്കുറവില്ലേ മമ്മയോ, മമ്മ അനുവദിച്ചുതന്നെയാണോ."

അതൊരനാവശ്യ ചോദ്യമാണെന്ന വിധം മിലൻ മിണ്ടിയില്ല.

"മമ്മക്ക് മോളെ ഒരുപാടിഷ്ടാണല്ലേ."

അവൾക്ക് നേരെ തിരിഞ്ഞുനിന്നു ചോദിച്ചപ്പോൾ സന്ധ്യയുടെ മങ്ങിയ പ്രകാശത്തിൽ ആ കണ്ണുകൾ വല്ലാതെ തിളങ്ങി.

"അതെന്ത് ചോദ്യാണാന്റി എല്ലാ അമ്മമാരും മക്കളെ സ്നേഹി ക്കില്ലേ."

"ശരിയാണ് ഞാനൊരു വിഢ്ഢി. മമ്മയെയും പപ്പയെയും വിട്ടു പോരാൻ മിലന് പ്രയാസം തോന്നിയില്ലേ."

"അറിയില്ലാന്റി. ഇന്ത്യയും കേരളവും ഈ തലശ്ശേരിയും കാണണ മെന്നു തോന്നി. പിന്നെ എന്റെ പപ്പയുടെ വീട്, സച്ചമ്മ പിന്നീ സീതാ ന്റിയും."

അവരുടെ കണ്ണുകൾ നിറഞ്ഞോ എന്നവൾ സംശയിച്ചു.

അവിടുത്തെ ഒരു മാഗസിനിൽ പപ്പയുടെ ഒരു റൈറ്റപ്പ് ഉണ്ടായി രുന്നു. തലശ്ശേരിയെക്കുറിച്ച്. യൂണിവേഴ്സിറ്റിയിലെ ഫ്രണ്ട്സ് മുഴുവൻ അതു വായിച്ച് തലശ്ശേരിയിലെത്താനാഗ്രഹിച്ചു. ആ നിലയ്ക്ക് എനിക്കാ ഗ്രഹം കാണില്ലേ. അതുമാത്രല്ല ചെറിയൊരുൾ ബോധമുണ്ടായ നാൾ മുതലെ ഒരദൃശ്യശക്തി എന്നെ ഇങ്ങോട്ട് വലിച്ചിഴക്കുന്നു. കടലോര പ്പട്ടണത്തിന്റെ രണ്ട് നേർത്ത കരങ്ങൾ എന്നെ നിരന്തരം മാടിവിളി ക്കുന്നു. ഏതോ ഹൃദയം എന്നെ കാത്തിരിക്കുന്നു. എനിക്ക് വരാതിരി ക്കാൻ പറ്റില്ല ആന്റി.

കടലിനഭിമുഖമായി അവർ പുറന്തിരിഞ്ഞുനിൽക്കുകയാണ്.വേറെ യും ചിലർ അസ്തമയത്തിൽനോക്കി നിർന്നിമേഷരായി നിൽക്കുന്നുണ്ട്. സുന്ദരമായ സായാഹ്നത്തിന്റെ അഗാധമായ നിശ്ശബ്ദതയിൽ കടൽ മാത്രം അനശ്വരമായ സംഗീതജ്ഞനെപ്പോലെ ഗംഭീര നാദം മുഴക്കുന്നു.

"ആന്റി എന്തിനായിരുന്നു പപ്പയുമായി പിണങ്ങിയത്."

ഉത്തരമുണ്ടായില്ല. മൃദുവായി മിലൻ പറഞ്ഞു.

"സത്യത്തിൽ എന്റെ മമ്മയേക്കാൾ പപ്പക്ക് മാച്ചാവുന്നത് ആന്റി യാണ്. ഈ മുഖഭാവം വരെ."

"ചോദ്യങ്ങളൊക്കെ പപ്പയോടാകാമായിരുന്നില്ലേ മിലൻ."

ചോദിക്കാൻ ആഗ്രഹമില്ലാഞ്ഞല്ല ഉത്തരം കിട്ടില്ലെന്നറിയാവുന്നത് കൊണ്ട് തന്നെ. ആന്റി പിണങ്ങിയാണ് ജർമനീന്നു തനിച്ചിങ്ങോട്ട് പോന്ന തെന്നറിയാം. അതിനുശേഷം പപ്പ ഇങ്ങോട്ട്വന്നുമില്ല. ആന്റിയുമായി പിരിഞ്ഞ് മമ്മയെ കല്യാണം കഴിച്ചതുകൊണ്ട് സച്ചമ്മക്കും പപ്പയോട് പിണക്കമാണെന്നറിയാം. ഫോണിൽ അവർ സംസാരിക്കുന്നത് തികച്ചും ഔപചാരികതയോടെ മാത്രമാണ്. സച്ചമ്മയും ആന്റിയും അസാധാര ണത്വമുള്ള സ്ത്രീകളായി ഞാനെന്റെ മനസിൽ കുറിച്ചുവച്ചിട്ടുണ്ട്. എന്നാലും വേറൊന്നുണ്ട് എന്റെ പപ്പയും ആവരേജൊന്നുമല്ല. വളരെ ഉന്നതമായ ചിന്തയുള്ള ഒരാളാണ് എന്നിട്ടും.

"പപ്പയോട് പിണങ്ങിയാണ് ഞാൻ നാട്ടിലേക്ക് വന്നതെന്നത് ശരി യല്ല. നിന്റെ പപ്പയോട് അന്നും ഇന്നും എനിക്ക് പിണക്കമില്ല. ബന്ധ ങ്ങൾ വല്ലാതെ ഭാരമാകുമ്പോൾ നമ്മൾ താഴെ ഇറക്കിവെക്കുന്നു."

മിലന്റെ മുഖം ചുവന്നു.

"ഭാരമാകുമ്പോൾ ഇറക്കിവയ്ക്കാവുന്നതാണോ മനുഷ്യബന്ധ ങ്ങൾ. എന്റെ പപ്പ മമ്മയോട് പെരുമാറുന്നത് ഞാൻ കണ്ടിട്ടുണ്ട്. മമ്മ എത്രസഫർ ചെയ്തുന്ന് എനിക്കറിയാം. ഒരിക്കൽ മമ്മ പറയുന്നത്

ഞാൻ കേട്ടിട്ടുണ്ട്. പപ്പയുടെ മനസിലൊരു സ്ത്രീ മാത്രമേയുള്ളൂ അത് സീതാന്റിയാണെന്ന്. ഭാരമായി തോന്നിയാൽ ഇറക്കിവയ്ക്കാവുന്നത്ര ലാഘവത്വമേ ജർമനിയിൽ ജനിച്ചുവളർന്ന എന്റെ മമ്മയ്ക്കുള്ളൂ. പക്ഷേ മമ്മ അതുചെയ്തില്ല. കാരണമെന്താണെന്നോ എത്ര വലിയ ചുമടും പൂവാക്കി മാറ്റാൻ മനസിലെ സ്നേഹത്തിന് കഴിയും. സീതാന്റി എന്റെ പപ്പയെ സ്നേഹിച്ചിട്ടില്ല. യു ആർ സോ സെൽഫിഷ്."

അവളുടെ രോഷത്തിലേക്ക് നോക്കി മറുപടി പറയാനാവാതെ സീത നിന്നു. തിളച്ചുമറിയുന്ന കടൽപോലെ പ്രക്ഷുബ്ദമായ മനസിനെ ഒന്നൊതുക്കാൻ അവർ നിശബ്ദയായി. ആ കണ്ണുകളിൽ തുടിച്ചുനിന്ന കണ്ണീർ തൂവാതെ ആകാശം പ്രതിഫലിപ്പിച്ചത് സംതൃപ്തിയോടെ മിലൻ കണ്ടു.

മാളു കുടുംബത്തോടെ ആത്മഹത്യ ചെയ്തത് ആരേയും നടുക്കിയില്ല. എല്ലാ മുഖങ്ങളിലും ഒരാശ്വാസഭാവമാണ് മിലന് കാണാൻ കഴിഞ്ഞത്. സച്ചിമ്മയിൽ നിന്നുയർന്ന നെടുവീർപ്പിൽ പോലും സങ്കടത്തെക്കാൾ തെളിഞ്ഞുനിന്നത് അതായിരുന്നു. ആ കുടുംബത്തിന്റെ എന്നെന്നേക്കുമായുള്ള വേർപാടിൽ ദുഃഖിച്ച ഏകവ്യക്തി രാധേടത്തി മാത്രമാണെന്ന് മിലന് തോന്നി. അടുക്കള ജോലിക്കിടയിൽ അവർ നിർത്താതെ കരയുകയും, മാളുവിനെക്കുറിച്ച് ഓരോ കാര്യങ്ങളും ഓർമയിൽനിന്നു പെറുക്കിയെടുത്തു പിറുപിറുക്കുകയും ചെയ്തു കൊണ്ടിരുന്നു. ശോഷിച്ച മുഖത്തെ ദയനീയമായ ആ വലിയ കണ്ണുകൾ അവിടെങ്ങും നിറഞ്ഞുനിൽപ്പുണ്ടെന്ന് തോന്നി. അവർ അന്ന് ഭക്ഷണമൊന്നും കഴിച്ചതുമില്ല.

അതുങ്ങടെ കഷ്ടപ്പാട് തീർന്നല്ലോ.

എന്നായിരുന്നു പലരുടേയും പ്രതികരണം. മരണത്തേക്കാൾ അവളെ സഹായിക്കുന്നതും സന്തോഷിപ്പിക്കുന്നതുമായ മറ്റൊന്നുമില്ലെന്നതായിരുന്നു സത്യം. ചാനലുകളിലും പത്രങ്ങളിലും പ്രാധാന്യത്തോടെ വന്ന വാർത്തകൾ മിലൻ നോക്കിയിരുന്നു.

ഏച്ചീ എന്നെ ഈടന്ന് പറഞ്ഞയയ്ക്കല്ലേ.

എന്നവൾ കേഴുന്ന ഓർമകൾ മിലന്റെ കണ്ണുകൾ നിറച്ചു.

മരണത്തിന്റെ കാളിമ പിന്നേയും തന്നിലേക്ക് വ്യാപിക്കുകയാണ്. മാളുവിന്റെ കരച്ചിൽ ചെവിയിലലച്ചുകൊണ്ടിരുന്നു. ഭക്ഷണം കഴിക്കാനിരിക്കുമ്പോഴൊക്കെ വിശപ്പ് കെടാതെ വിറങ്ങലിച്ചു കിടക്കുന്ന ശോഷിച്ച ശരീരങ്ങളുടെ ഓർമയിൽ അവളുടെ വിശപ്പ് കെട്ടുപ്പോയി.

ആ വീട്ടിൽ അന്നാർക്കും ഭക്ഷണം കഴിക്കാനായില്ല. രാത്രിയിൽ വഹീദിന്റെ കസേരയ്ക്ക് കീഴെ മിലൻ സിമന്റിട്ട തറയിലിരുന്നു. അയാളുടെ വാടിത്തളർന്നമുഖത്ത് വേദന ഉറഞ്ഞിരുന്നു. മാളുവിനോട് സ്നേഹവും വാത്സല്യവും വഹീദിനുണ്ടായിരുന്നു. മിഠായിയും ബിസ്കറ്റുമൊക്കെ വാങ്ങിക്കൊണ്ടുവന്നു കൊടുക്കും. വിശേഷദിവസങ്ങളിൽ അയാളുടേതായി പുത്തൻ കുപ്പായങ്ങളുണ്ടാകും. ഒരു സമ്മാനത്തിനും സ്നേഹത്തിനും ഒരിക്കലും അവളെ സന്തോഷിപ്പിക്കാനാവില്ലെന്നതായിരുന്നു അയാളുടെ ഏറ്റവും വലിയ സങ്കടം.

"വഹീദ് വിഷമിക്കയാണോ. ഇഴ വേർതിരിച്ചെടുക്കാതെ അവർ ഒരുമിച്ചതിൽ സന്തോഷിക്കയല്ലേ വേണ്ടത്. മാളു ചെയ്തത് ഏറ്റവും ബുദ്ധിയുള്ള തീരുമാനമായാണ് എനിക്ക് തോന്നിയത്."

"അവളെ രക്ഷിക്കാൻ ഒരു വഴിയുമില്ലാരുന്നല്ലോ."

"ദൈവം പോലും കൈവിട്ട ചില ജന്മങ്ങളുണ്ട്. നമുക്ക് ചുറ്റുമുള്ളതിലേറേയും അത്തരം ശപിക്കപ്പെട്ടവരാണ്. മാളുവിന്റെ ഡിസിഷൻ കറക്റ്റായിരുന്നു വഹീദ്. നമ്മൾ ആശ്വസിക്കുക തന്നെയാണ് വേണ്ടത്."

"ആ മുഖം ഓർക്കുമ്പോഴാ."

അവളെ ആദ്യം കണ്ടപ്പോഴേ ഞാനൊരു ചൈനീസ് സ്റ്റോറിയാണോർത്തത്. ആകാശത്തെ ഇരുകൈയിലും താങ്ങിനിർത്തിയ അവശനായ ഒരു കൂനന്റെ കഥ. കൈവിട്ടാൽ താനും തീരുമെന്നപേടിയോടെ ലോകത്തെ രക്ഷിക്കാൻ നിയുക്തനായ ഒരു പാവം കൂനൻ. മാളു തന്റെ ഭാരം താഴെ വച്ചിരിക്കുന്നു.

വഹീദ് ആശ്വസിച്ചോ എന്തോ ദുരന്തങ്ങൾ നിറഞ്ഞ ഏടുകളാണ് ഓരോ ദിവസവും താൻ വായിച്ചു തീർക്കുന്നതെന്ന് മിലന് തോന്നി. രാവും പകലും മനുഷ്യന്റെ വേദനകളും മോഹഭംഗങ്ങളും ബാധിക്കാതെ പ്രകൃതി നിരന്തര പ്രയാണം നടത്തുകയാണ്. രാത്രിയിലെ ആകാശം വിങ്ങലില്ലാതെ നക്ഷത്രങ്ങൾ വാരിയണിഞ്ഞ് ശാന്തമായി കിടന്നു.

പപ്പയ്ക്ക് ഫോൺ ചെയ്തവൾ മാളുവിന്റെ ദുരന്തങ്ങൾ പറഞ്ഞു. പപ്പയെ കാണാനാഗ്രഹം തോന്നി. തലചായ്ക്കാൻ ഒരത്താണി അത്യാവശ്യമാണ്. മിലൻ ചോദിച്ചു.

"പപ്പയ്ക്ക് തലശ്ശേരീലേക്ക് വന്നൂടെ. ഇവിടെയുണ്ടായ പരിണാമങ്ങളുടെ കറുപ്പും വെളുപ്പും മനസിലേക്ക് പകർത്തേണ്ടേ."

കാലത്തിന്റെ പരിവർത്തനങ്ങളിൽ നിറഭേദങ്ങൾ സ്വാഭാവികമാണ് മിലൻ. നീ തലശ്ശേരിയെ കറുത്തകണ്ണടയിലൂടെയാണ് നോക്കുന്നത്. ഘോരയുദ്ധങ്ങൾ ഇപ്പോഴും പലയിടത്തും നടക്കുന്നില്ലേ. ഗ്രാമം തന്നെ ഒന്നോടെ ചുട്ടെരിക്കുന്നു. മതഭ്രാന്ത് മൂത്ത് നിരപരാധികളെ വേട്ടയാടുന്നവർ. സ്ത്രീകളേയും ശിശുക്കളേയും വരെ കുന്തമുനയിൽ കോർത്തെടുക്കുന്നവർ. മന്ത്രവാദത്തിന്റെ ബലിക്കല്ലുകളിൽ സ്വന്തം മക്കളെപ്പോലും കുരുതികൊടുക്കുന്നവർ. കേരളത്തിന്റെ അവസ്ഥ ഇപ്പോഴും ശാന്തമാണ് കുട്ടീ. മലയാളത്തിന്റെ നന്മയും കാരുണ്യവും ഇപ്പോഴും അവിടെ സുഗന്ധം പരത്തുന്നുണ്ട്. മോളറിയാതെ പോകരുത്.

"ഞാനറിയുന്നുണ്ട് പപ്പാ. ഈ കൊച്ചു കേരളത്തേയും ഈ തലശ്ശേരിയേയും ഞാൻ കൂടുതൽ ഇഷ്ടപ്പെടുന്നു. ഇതിന്റെ നന്മ തിന്മകൾ ഒന്നുപോലെ മനസിന്റെ അകമുറികളിൽ പുകപടലമാകുന്ന ഈ മണ്ണിനെ ഞാൻ സ്നേഹിക്കുന്നുണ്ട് പപ്പ."

"നിന്റെ ഫ്രണ്ട്സ് വിളിക്കാറുണ്ടോ. നിന്നെക്കുറിച്ച് അവർക്കൊന്നേ ചോദിക്കാനുള്ളു. മിലൻ എന്നാണ് തിരിച്ചെത്തുന്നതെന്ന്. ഞാനെന്തു പറയണം."

"ഞാൻ പറഞ്ഞോളാം പപ്പ. പപ്പ വരണം. എനിക്ക് പപ്പയെ കാണണം. കാണാനുള്ള ആഗ്രഹമൊതുക്കി പലരുമുണ്ടിവിടെ. പപ്പയുടെ തലശ്ശേരിയിലെ പഴയ സുഹൃത്തുക്കൾ, ബന്ധുക്കൾ നാട്ടുകാർ."

പപ്പ ഫോൺ വെച്ചുകഴിഞ്ഞപ്പോൾ ജർമനിയെക്കുറിച്ചോർത്തു. ആ ഓർമകളിൽ ഗല്ലുവുണ്ട്. അവന്റെ വിരഹം സൗഹൃദത്തിന്റെ പൂന്തോപ്പാകെ കരിച്ചു കളഞ്ഞിരിക്കുന്നു.

മാളുവിന്റെ ആത്മഹത്യ സൃഷ്ടിച്ച വൈരസ്യത്തിലേക്ക് ആഴ്ന്നു പോകുന്ന വീടിന്റെ നികത്താനാവാത്ത ശൂന്യതയിൽ മിലൻ ഉഴറി നടന്നു. അതിൽ നിന്നൊരു മോചനമായിരുന്നു സീതയെ കാണുകയെന്നത്.

അവർ സ്കൂളിലേക്ക് ക്ഷണിച്ചപ്പോൾ മലയാളം പഠിപ്പിക്കുന്ന വിദ്യാലയം ഒന്നു കാണാമെന്നേ കരുതിയുള്ളു. പക്ഷേ ഒട്ടും പ്രതീക്ഷിക്കാത്ത കാഴ്ചയായിരുന്നു അവിടെ. ബുദ്ധിവികാസം പ്രാപിക്കാത്തതും വികൃതരൂപികളുമായ പത്തറുപത് കുട്ടികളുള്ള ഒരനാഥാലയമായിരുന്നു അത്. അവിടെ സേവന സന്നദ്ധരായ കന്യാസ്ത്രീകൾക്കിടയിൽ സന്യാസിനിയെപ്പോലെ സീതാന്റിയും. പലരൂപത്തിലും പ്രായത്തിലുമുള്ളവർ. അവരുടെ നിലവിട്ടചിരിയും കരച്ചിലും ആവലാതികളും. പെറ്റമ്മയെപ്പോലെ അവർക്ക് സാന്ത്വനമാകുന്ന സീതാന്റി. അവരുടെ പിളർന്ന വായിലൂടൊഴുകുന്ന കൊഴുത്തതുപ്പൽ ഒരു ടൗവ്വൽകൊണ്ട് തുടച്ചുമാറ്റുന്നത് മാതൃഭാവത്തോടെയാണ്. ആ മുഖത്തെ ഗൗരവം മാറുന്നു. കൈക്കിടാങ്ങളെ നെഞ്ചിലൊതുക്കുന്ന വെറും ഒരമ്മ മാത്രമാകുന്നു. അവർക്ക് ഭക്ഷണം വായിൽ വച്ചുകൊടുത്തും, പരിഭവങ്ങളും പരാതികളും അകറ്റിയും, സാന്ത്വനിപ്പിച്ചും ആ സ്കൂളിന്റെ അമ്മയായി മാറിയപ്പോൾ സീതാന്റിയുടെ കൈക്കുഞ്ഞാവാനുള്ള കൊതിയായിരുന്നു മിലന്റെ മനസിൽ.

അവരിൽ പലരും വികൃതമായ ചേഷ്ഠകളും ശബ്ദങ്ങളും പുറപ്പെടുവിച്ചപ്പോൾ മിലൻ ഭയന്നു. പോളിയോ ബാധിച്ച് തളർന്നുപോയ ഒരു പതിനാലുകാരന്റെ അരികെ മിലൻ ഏറെ നേരമിരുന്നു. അവന് സംസാരശേഷിയില്ലായിരുന്നു. ചലനശേഷി നഷ്ടമാകാത്ത ഇടംകൈകൊണ്ട് അവൻ ചിത്രങ്ങൾ വരയ്ക്കുന്നു അപൂർണവും അവ്യക്തവുമാണെങ്കിലും ആ ചിത്രങ്ങൾ അവന്റെ ദൈന്യത വെളിപ്പെടുത്തുന്നവയായിരുന്നു. കണ്ണീരിറ്റുന്ന ഒരു പൂച്ചക്കുഞ്ഞിന്റെ ചിത്രം അവൻ മിലന് സമ്മാനിച്ചു. തുളുമ്പാത്ത ആ പൂച്ചക്കുഞ്ഞിന്റെ കണ്ണീർത്തുള്ളികൾ മിലന്റെ മനസിൽ മഴപോലെ പെയ്തു.

ഒരു പ്രഹേളികയായി സീതാന്റി അവളുടെ മനസിൽ നിറഞ്ഞു. അവരുടെ ഹൃദയകോവിലിനുള്ളിൽ അഭൗമ തേജസിൽ അവർക്ക് ചുറ്റിലുള്ളതെല്ലാം നിഷ്പ്രഭമാകുന്നതു പോലെ.

ലൈബ്രറിയിലെ അരണ്ടവെളിച്ചത്തിലിരുന്നവൾ മാതേയിയെ വിളിച്ചു.

എനിക്ക് ഏറെ പറയാനുണ്ട് മുത്തശ്ശി – കം ഔട്ട്.

അവരുടെ ചിത്രത്തിന് മുന്നിലെ കസേരയിലിരുന്നവൾ ബിയർ അൽപ്പാൽപ്പമായി കുടിച്ചുകൊണ്ടിരുന്നു. ഏതോ നിമിഷത്തിൽ ചിത്രം വിട്ട് മാതേയി പുറത്തിറങ്ങി മദാമ്മമാരണിയുന്ന ഇറക്കമുള്ള കറുത്ത ഫ്രോക്കിലായിരുന്നു അവർ. അവരുടെ ചുണ്ടുകൾ പതിവിലേറെ ചുവന്നിരുന്നു. മിലന്റെ കൈയിൽനിന്നും ബിയർ വാങ്ങി അവർ ആർത്തിയോടെ കുടിച്ചു. അവരുടെ ചുണ്ടുകൾ ചെമ്പരത്തിപ്പൂവ് പോലെയായി. സുന്ദരിയാണെന്ന് പറഞ്ഞ് മിലൻ ചോദിച്ചു.

"ആത്മാക്കൾ ബിയർ കഴിക്കോ മുത്തശ്ശി."

അവർ കൗതുകത്തോടെ ചോദിച്ചു.

ആത്മാക്കൾക്ക് ദാഹവും വിശപ്പും കൂടുതലാണ്. ബിയറിലോ, വൈനിലോ തീരില്ല. നിഷിദ്ധമാകുന്നതിനോട് കൂടുതൽ പ്രണയം തോന്നുന്ന വെറും മാനുഷികവികാരങ്ങളുടെ തീരാത്ത ആർത്തിയാണത്.

"മുത്തശ്ശിക്ക് സീതാന്റിയെ അറിയുമോ."

അവൾക്ക് കൗതുകമായിരുന്നു.

"ശരീരത്തിന്റെ മോചനം നേടിക്കഴിഞ്ഞാൽ നമ്മൾ ദൈവത്തെപ്പോലെയായി. എല്ലാം അറിയുന്നു, കേൾക്കുന്നു. സീതയെ എനിക്കറിയാം അവളുടെ മനസ്സ് അശാന്തമാണ്. അലകളും ചുഴികളും നിറഞ്ഞ അനന്തമായ കടൽപോലെ, തനിച്ചാവുന്ന എല്ലാപെൺ മനസുകളും പോലെ. പുരുഷനെ സ്നേഹിക്കുമ്പോൾ തുടിക്കുകയും തുളുമ്പുകയും ചെയ്തവർ നിരാകരിക്കപ്പെടുമ്പോൾ ശൂന്യയാകുന്നു."

മിലന് സീതാന്റിയെ ഓർത്തു കരയാൻ തോന്നി.

പപ്പ ഒരു ദുഷ്ടനാ. എന്തിനാ അവരെ ഉപേക്ഷിച്ചത്.

മാതേയി അമ്മ ചിരിച്ചു. അവരുടെ വെളുത്ത പല്ലുകൾ തിളങ്ങി.

ഉപേക്ഷിക്കപ്പെടുന്ന സത്രീകളെക്കുറിച്ചേ ആദി മുതൽ മനുഷ്യൻ വേപഥു പൂണ്ടുള്ളൂ. അവരുടെ വേദനകളേ കാവ്യങ്ങളായുള്ളൂ. സീതയെക്കുറിച്ചും ശകുന്തളയെ കുറിച്ചുമൊക്കെ പപ്പ നിനക്ക് പറഞ്ഞുതന്നിട്ടുള്ളതല്ലേ?

സത്യത്തിൽ നമ്മൾ സ്ത്രീകളേക്കാൾ പാവങ്ങളാണവർ. അതിബുദ്ധിമാനെന്ന് സ്വയം വിശേഷിപ്പിക്കുന്ന ആ ശക്തിമാന്മാർ പലപ്പോഴും മന്ദബുദ്ധിയായ കുട്ടിയേക്കാൾ വിഢ്ഢിയാവും. ഇടം കൈ നീട്ടികാണിച്ചാൽ തലചായ്ച്ചുറങ്ങും. വാത്സല്യത്തോടെ വാരിയണച്ചാൽ കുഞ്ഞിനേക്കാൾ നിഷ്കളങ്കരാവും. പുരുഷനെക്കുറിച്ച് നമ്മളേറെ അറിയാനുണ്ട് മിലൻ.

അവർ നെഞ്ചോടടക്കിപ്പിടിച്ച ഗുണ്ടർട്ടിന്റെ പ്രതിമ ഒന്നു ചലിച്ചോ, കണ്ണുകൾ ഇമതല്ലിപ്പിടഞ്ഞോ. മാതേയി അമ്മയുടെ കണ്ണുകളിൽ അവാച്യമായ നിർവൃതിയുണ്ടായിരുന്നു.

നോക്കു കുട്ടീ ഈ മരപ്രതിമയ്ക്ക് ജീവസ്സേകാനാണിന്നത്തെ എന്റെ ശ്രമം. സ്നേഹകടാക്ഷങ്ങൾ അനുസ്യൂതമേറ്റാൽ പൂക്കാത്ത കാരിരുമ്പുണ്ടോ. ഈ ആത്മാവ് എന്റേതിനോട് ചേർന്ന് മോക്ഷം പ്രാപിക്കും.

അവർ മേഘധൂളിപോലെ മാഞ്ഞുപോയി.

വേരുകൾക്കിടയിലുള്ള ഇരിപ്പ് സുഖകരമായിരുന്നു. തലമുറകൾ പടർന്നിറങ്ങി മണ്ണിന്റെ ആത്മാവ് വലിച്ചെടുത്ത് പടർന്നു പന്തലിച്ച് ആകാശത്തേക്ക് കുതിക്കാൻ വെമ്പുന്ന വന്മരമൊരുക്കിയ ഇരിപ്പിടങ്ങൾ.

"ജർമനീല് തിര്യെ പോവുമ്പോ എന്നെ കൊണ്ടോവോ?"

സച്ചിൻ നിഷ്കളങ്കമായി ചോദിച്ചു.

"തനിക്കെന്താ ജർമനിയോടിഷ്ടം. ഈ നാടിഷ്ടമല്ലേ."

ഇവിടെ ജീവിക്കാൻ പേടി തോന്നും. ഒരു പുകമുറിക്കുള്ളിൽ അകപ്പെട്ടതിന്റെ ശ്വാസം മുട്ടലാ തലശ്ശേരിക്കാർക്ക്. കൈയിൽ പിച്ചാത്തിയുമായാ സ്കൂൾകുട്ടികൾ വരെ നടക്കുന്നത്. പിന്നെ മാമന്റെകാര്യം അറിയാലോ. ബീനേച്ചി ഒരു പാവാ, ഓർക്ക് ഇത്രേം വല്യകെടുതിയൊന്നും സഹിക്കാനും ക്ഷമിക്കാനും പറ്റണില്ല. നല്ലത് മാത്രം ചിന്തിക്യേം, പ്രാർത്തിക്യേം ചെയ്യണോരാ തലശ്ശേരീലെ പെണ്ണങ്ങള്. ഇയാളെപ്പോലെ ലഹരീള്ള സാധനം കഴിക്കണ പെണ്ണങ്ങളൊന്നും ഈ നാട്ടിലില്ല.

"ഹോ ഇതൊക്കെ കഴിക്കണത് അത്രേം വല്യ കുറ്റാണോ സച്ചിൻ."

അവന്റെ കൈവിരലുകളിൽ തെരുപ്പിടിച്ചുകൊണ്ട് മിലൻ ചോദിച്ചു. ഉത്തരം പറയാൻ നാവ് വഴങ്ങാതെ എന്തിനെന്നില്ലാതെ അവൻ തല കുലുക്കി. അവളുടെ മുഖത്തേക്കവൻ നോക്കിയതേയില്ല. അവന്റെ വെപ്രാളം കണ്ട് അവൾ കൈകൾ പിൻവലിച്ചു.

"കേരളത്തിലെ പെണ്ണുങ്ങക്ക് മാത്രമല്ല. ആണുങ്ങൾക്കുമുണ്ട് സ്പെഷ്യാലിറ്റി വെറും കൊഞ്ഞാണന്മാരാ."

സച്ചിന്റെ മുഖം ഇരുണ്ടു.

"ഇയാൾക്ക് എന്നേയും ഇക്കാനേയുമല്ലേ പരിചയോള്ളു. അതോണ്ടാ അങ്ങനെ തോന്നുന്നെ."

അൽപ്പം കഴിഞ്ഞു അവൻ ചോദിച്ചു.

"ഈയാളെന്നാ തിരിച്ചുപോകുന്നേ എന്നേം കൊണ്ടുപോവ്വോ"

"ഞാൻ തിരിച്ചുപോകുന്ന കാര്യമൊന്നും തീരുമാനിച്ചില്ല സച്ചിൻ. തന്നെപ്പോലെ ഏതെങ്കിലും നാണം കുണുങ്ങിയെക്കെട്ടി ഇവിടെത്തന്നെ കഴിഞ്ഞാലോന്ന് ചിന്തിക്യാണ്."

അതിനവൻ ഉത്തരം പറഞ്ഞില്ല. മുഖം ഒട്ടും പ്രസന്നമായിരുന്നില്ല. പൊടിമീശയുള്ള മുഖത്തെ നിഷ്കളങ്കതയും അടിക്കടി മിന്നി മായുന്ന ഭാവഹാവാദി നോക്കി വാത്സല്യത്തോടെ മിലനിരുന്നു. ലിജുവിന എന്ന ക്ലാസ്മേറ്റിന്റെ അനിയൻ സച്ചിനെ പോലെയായിരുന്നു. അവൾ ബോയ്ഫ്രണ്ടിനൊപ്പം താമസമാക്കിയപ്പോൾ അവൻ വിഷാദമുകനായി. ഫെല്ലോഷിപ്പോടെ അവൻ രാജ്യം വിടും മുന്നെ തന്നെവന്നു കണ്ടിരുന്നു. ചേച്ചിയുടെ അഭാവം അമ്മയെ വേദനിപ്പിക്കുന്നു എന്നവൻ പരാതി പറഞ്ഞിരുന്നു. അങ്ങനൊരനിയൻ തനിക്കുമുണ്ടാവേണ്ടതായിരുന്നു. ഇലകൾക്കും കമ്പുകൾക്കുമിടയിൽ ആകാശക്കണ്ണുകൾ നീലിച്ചു കിടന്നു. നേർത്ത കാറ്റിൽ പോലും ചലിക്കുന്ന കണ്ണുകൾ. ആകാശത്തിന്റെ പ്രസന്ന ഭാവത്തിലേക്ക് കണ്ണുകൾ നട്ട് മിലൻ വേരുകൾക്കിടയിലേക്ക് മലർന്നു. അവളുടെ തുടിക്കുന്ന ദേഹത്തേക്ക് നോക്കി കൗതുകത്തോടെ സച്ചിൻ ചലനമറ്റിരുന്നു.

പതിനാറ്

അന്നുച്ചതിരിഞ്ഞ നേരത്ത്, തലശ്ശേരിയുടെ അടക്കിയ നിശ്ശബ്ദയിലേക്കാണ് ആദിത്യൻ വന്നു കയറിയത്. സച്ചിമ്മ സാകൂതം മകനെ നോക്കി. ഇടതൂർന്ന മുടി കൊഴിഞ്ഞിരിക്കുന്നു. നെറ്റി കയറി കഷണ്ടി പോലെ. അവന്റെ അച്ഛൻ രാമദേവൻ വക്കീൽ മരിക്കുമ്പോഴും നിറയെ മുടിയുണ്ടായിരുന്നു. ഒരു നര പോലുമുണ്ടായിരുന്നില്ല. ആദിത്യന്റെ മുടി മിക്കവാറും നരച്ചിരിക്കുന്നു. ഇത്രയധികം വർഷങ്ങൾക്ക് ശേഷം അമ്മ മകനെ കാണുമ്പോഴുണ്ടായ സീനുകളൊന്നുമില്ല. ഇന്നലെ ഇറങ്ങിപ്പോയ മകൻ തിരിച്ചെത്തിയപ്പോഴുള്ള സാധാരണത്വം മാത്രമായിരുന്നു സച്ചിമ്മയിൽ. മിലന് അവരോട് ആദരവ് തോന്നി.

അവൾ പപ്പയോട് ചോദിച്ചു.

"എന്തേ മമ്മയെ കൊണ്ട് വന്നില്ല."

വന്നില്ല ആദിത്യൻ അലസമായി പറഞ്ഞു. സച്ചിമ്മ ഒന്നും ചോദിച്ചില്ലെന്നത് മിലൻ ശ്രദ്ധിച്ചു. ഇന്നും മമ്മയോടുള്ള പിണക്കം മാറിയില്ലായിരിക്കാം. മമ്മയെ ഓർത്തവൾക്ക് കരയാൻ തോന്നി. രാധേടത്തി മുന്നിൽ വന്നുനിന്നപ്പോൾ ആദിത്യൻ അവരെ ഒന്നാകമാനം നോക്കി.

"രാധേടത്തിയും എന്നെപ്പോലെ വയസായി അല്ലേ. എന്നെ മറന്നു പോയോ."

മറുപടി പറയാനാവാതെ രാധേടത്തി പെട്ടിക്കരഞ്ഞുപോയി. ആദിത്യന്റെ കണ്ണുകൾ നിറഞ്ഞു. പപ്പയുടെ ക്ലോസ് ഫ്രണ്ട് റൊണാൾഡങ്കിൾ മെഷീനിലകപ്പെട്ടു ചതഞ്ഞരഞ്ഞു മരിച്ചപ്പോൾ പപ്പ കരയുന്നത് കണ്ടിരുന്നു, ഒരിക്കൽ മാത്രം. രാധേടത്തി ഒന്നും മിണ്ടാതെ അടുക്കളയിലേക്ക് പോയി.

"നീ വല്ലാതെ തടിച്ചല്ലോ മിലൻ. സൈക്ലിങ്ങിനൊന്നും പോകാറില്ലേ."

"ഇവിടെ വല്യ പെൺകുട്ടികളൊന്നും സൈക്കിളിൽ പോകാറില്ല പപ്പ."

"വലിയ മാറ്റമെന്നും ഇനിം ഇവിടെ വന്നില്ല അല്ലേമ്മേ."

ആദിത്യൻ അമ്മേ എന്നു വിളിച്ചപ്പോൾ അവർ അയാളുടെ രോമം നിറഞ്ഞ കൈത്തണ്ടയിൽ പിടിച്ചു. കണ്ണടയ്ക്കിടയിലൂടെ കണ്ണീരൊഴുകുന്നത് അപ്പോൾ മിലൻ കണ്ടു. വലതു കൈ കൊണ്ട് അമ്മയെ ചേർത്തു പിടിച്ച് വളരെനേരം ആദിത്യനും നിശ്ശബ്ദനായിരുന്നു.

ആദിത്യന്റെ വരവറിഞ്ഞ് സന്ധ്യയോടെ നാട്ടുകാരിൽ പലരും വന്നു. ഹർത്താലുള്ള ദിവസം തന്നെ നാട്ടിലേക്ക് വന്നിറങ്ങിയത് അത്ഭുതമാണെന്നയാൾ പറഞ്ഞത് ചിരിയോടെയല്ല. പൊലീസിന്റെ സഹായം വേണ്ടിവന്നു വീട്ടിൽ വന്നെത്താൻ. വിജനമായ നാടിന്റെ വീർപ്പുമുട്ടലാണെതിരേറ്റത്. വല്ലാതെ വിഷമം തോന്നിപ്പോയി. പ്രാചീനമായ സാംസ്കാരിക പാരമ്പര്യമുള്ള നാട്. കലയിലും വിദ്യയിലും പ്രാധാന്യം നേടിയ തലശ്ശേരിയുടെ അതിസമൃദ്ധമായ ചരിത്രഗതിക്ക് കോട്ടം തട്ടുന്നതാ

ണിപ്പോൾ ഇവിടെ സംഭവിച്ചുകൊണ്ടിരിക്കുന്നത്. ജർമനിയിലായിരുന്നപ്പോൾ തലശ്ശേരിക്ക് വേണ്ടി ഏറെ അഭിമാനിച്ചിരുന്നു.

ജലീലും ഒപ്പമുണ്ടായിരുന്നു. മിലൻ ചായ നിറച്ച ഗ്ലാസ്സുള്ള ട്രേയുമായി വന്നപ്പോൾ ആദിത്യൻ അവളെ സൂക്ഷിച്ചുനോക്കി.

ജർമനിയിലെ ആ തലതെറിച്ച പെണ്ണല്ല. മലയാളത്തനിമയുണ്ട് ആ മുഖത്തും, വസ്ത്ര ധാരണത്തിലും. അയാൾക്ക് തോന്നി.

"മോളിപ്പോ ഇവിടുത്തെ കുട്ടിയായി കേട്ടോ ആദി വാസ്വേട്ടൻ വാത്സല്യത്തോടെ പറഞ്ഞു."

അവരുടെ സംസാരത്തിലൂടെ തലശ്ശേരിക്കുണ്ടായ മാറ്റങ്ങളുടെ നന്മയും തിന്മയും ആദിത്യൻ അറിയുകയായിരുന്നു.

സ്വാതന്ത്ര്യത്തോടെ ആടിപ്പാടി നടന്ന തലശ്ശേരിയുടെ ബാല്യം ഇംഗ്ലീഷുകാരുടെ വരവോടെ അവസാനിച്ചെങ്കിലും തലശ്ശേരിയുടെ നവോത്ഥാനത്തിന് വഴിയൊരുക്കിയത് വിദേശികൾ തന്നെയായിരുന്നു. ഇന്നത്തെ ചരിത്രസ്മാരകങ്ങളിലേറെയും അവരുടെ സംഭാവനകളാണ്. കുമാരേട്ടൻ വേദനയോടെ പറയും.

ശിൽപ്പചാതുര്യമടങ്ങിയ പല ബംഗ്ലാവുകളും സ്മാരകങ്ങളും ഇന്ന് പൊളിച്ചെടുത്ത് ലേലത്തിൽ വിൽക്കുകയാണ്.

വോൾക്കാർട്ട് ബ്രദേഴ്സിന്റെ ബംഗ്ലാവ് പിന്നീട് കൺസോളിഡേറ്റഡ് കോഫിയുടെയും ടാറ്റാകോഫിയുടെയും ആസ്ഥാനമായിരുന്ന ആ പഴയ കെട്ടിടം തലശ്ശേരിയുടെ നെറുകയിലായിരുന്നു. ഇപ്പേഴവിടെ പുതിയൊരു ഷോപ്പിങ് കോംപ്ലക്സ് ഉയർന്നിരിക്കുന്നു. ആധുനികതയുടെ മുഖം സുന്ദരമാണെങ്കിലും, പഴമയുടെ പാരമ്പര്യം നശിച്ചുകൊണ്ടിരിക്കുന്നു, ഒപ്പം നന്മയും, തീക്കനൽ കോരിയിടുകയാണ് തലശ്ശേരിയുടെ പുതിയ കൈകൾ.

രാത്രിയിലേറെ നേരം ആദിത്യനൊപ്പം പഴയ സുഹൃത്തുക്കളുണ്ടായിരുന്നു. മിലൻ പപ്പയെ കാത്തു മടുത്തു.

മാതേയിയോടവൾ ചോദിച്ചു.

"എന്റെ പപ്പയെ കണ്ടോ, വയസനായിപ്പോയില്ലേ."

എന്താ ഇന്നിത്ര സന്തോഷം, പപ്പയുടെ പെട്ടീൽ നിന്ന് ലഹരിയുള്ള തന്നെ അടിച്ചു മാറ്റി അല്ലേ.

മാതേയി അമ്മയുടെ മുഖം പരിഭവത്താൽ തുടുത്തിരുന്നു. നേർത്ത ചുവപ്പുരാശിയാർന്നിരിക്കുന്നു കണ്ണുകൾ.

"സന്തോഷൊക്കെ താൽക്കാലികമല്ലേ മുത്തശ്ശി, ബെയ്സായിക്കിടക്കും വേദനകൾ. ഇപ്പൊ പപ്പ വന്നിരിക്കുന്നത് എന്നെ കൊണ്ടുപോവാനായിരിക്കും. ജർമനിയിൽ പോകാൻ എനിക്ക് തീരെ ഇഷ്ടമില്ല. ഗല്ലുവില്ലാതെ ഞാനെങ്ങനെയാ. മുത്തശ്ശിയുടെ ലോകത്തിൽ എന്റെ ഗല്ലുവുമുണ്ടാകും അല്ലെ."

ഇപ്പോൾ ആ മുഖത്ത് മരിച്ച കിനാക്കളുടെ പുനർ സ്ഫുരണമുണ്ടായി. കണ്ണുകൾ വല്ലാതെ തിളങ്ങി.

“ആത്മാക്കളുടെ ലോകത്തല്ല കുട്ടീ ഞാൻ. ഞാനിവിടെ നിങ്ങൾക്കൊപ്പമാണ്. എന്റെ ഗുണ്ടർട്ടിന്റെ പ്രണയം നഷ്ടമായ ഈ ജീവസുറ്റ ലോകത്ത്. അദ്ദേഹത്തെ വീണ്ടെടുക്കുംവരെ ഞാനിവിടെയുണ്ട്. അദ്ദേഹത്തിന്റെ അക്ഷരങ്ങളുടെ ഗന്ധമേറ്റ്, ആ സാമീപ്യത്തിന്റെ പ്രതീക്ഷയോടെ.”

“എത്ര വിശുദ്ധമായ പ്രണയം, കേട്ടിരിക്കുമ്പോൾ ഇത്തരമൊരു പ്രണയക്കുരുക്കിൽ ജന്മാന്തരങ്ങളോളം ബന്ധിതയാകാൻ എനിക്കും മോഹം തോന്നുന്നു. പക്ഷേ ഞങ്ങളുടെ തലമുറയ്ക്കത് വയ്യല്ലോ മുത്തശ്ശീ. വളരെ പ്രാക്ടിക്കലായി മാത്രം ചിന്തിക്കുകയും പ്രവർത്തിക്കുകയും ചെയ്യുന്ന റൊമാൻസൊക്കെ ഫോർ ജസ്റ്റ് ദിസ് മൊമന്റ്. ഗല്ലുവിനെ ഞാനെത്രയേറെ ഇഷ്ടപ്പെട്ടിരുന്നു. എന്നിട്ടും ഒരു വിവാഹത്തെക്കുറിച്ച് ഞാൻ ചിന്തിച്ചിട്ടേയില്ല.”

“മരണം ശരീരത്തിന് മാത്രമാണ് മിലൻ. ആത്മാവ് മരിക്കുന്നില്ല. ജന്മങ്ങളും വസ്ത്രം മാറിയിടുംപോലെ മറ്റേതെങ്കിലും രൂപഭാവങ്ങളിലാവാം പുനർജന്മങ്ങൾ. എങ്കിലും ആത്മാർഥമായ പ്രണയം നമ്മെ പിന്തുടർന്നുകൊണ്ടേയിരുന്നു.”

മുത്തശ്ശി വളരെനേരം സംസാരിച്ചു. ഒടുവിലായൊന്നും മിലന് മനസിലായില്ല. മിലനെ അന്വേഷിച്ചെത്തിയ ആദിത്യൻ അവളെനോക്കി നിമിഷങ്ങളോളം നിന്നു. ആരോടാണവൾ സംസാരിക്കുന്നത്. ഗുണ്ടർട്ടിന്റെ കുഞ്ഞുപ്രതിമയിൽ കണ്ണുടക്കിയപ്പോൾ അയാൾക്ക് ശ്വാസതടസ്സം തോന്നി. ഫാന്റസിക്കഥകളിൽ വിശ്വസിച്ചു പോകുന്നവളാണ് മിലൻ. അയാൾ അവളെ ഉണർത്താൻ ശ്രമിച്ചു.

രാവിലെ മിലൻ വൈകിയെഴുന്നേറ്റപ്പോൾ സച്ചിൻ അടുക്കളപ്പുറത്ത് മുറ്റത്ത് നിന്ന് തേങ്ങ പൊളിക്കുകയാണ്. മിലനെ കണ്ട് അവൻ തുറന്നു ചിരിച്ചു.

“ആദിത്യൻ സാറ് വന്നതോണ്ട് ഉച്ചക്ക് നല്ല സദ്യയൊക്കെയുണ്ട്. എന്നേം ഉണ്ണാൻ വിളിച്ചിട്ടുണ്ട് സാർ.”

“ആണോ അപ്പൊ ഞാൻ ക്ഷണിക്കേണ്ടതില്ല അല്ലേ.”

“പായസൊക്കെ കൂട്ടി നല്ലൊരു സദ്യ കഴിച്ചിട്ട് നാളെത്രയായി. ഇനി പോണവരെ നല്ല ഘേഷായിരിക്കുംല്ലേ.”

അവന്റെ സന്തോഷം നിറഞ്ഞ മുഖത്തേക്ക് നോക്കി മിലൻ ചിരിച്ചു.

“പാല് വാങ്ങിക്കാൻ കാശ് തരാന്ന് പറഞ്ഞിട്ടുണ്ട് സച്ചമ്മ. പാൽപ്പായസണെന്ന് രാധേട്ടത്തി പറഞ്ഞു. ബിനേച്ചി കടലപ്രഥമനെ വയ്ക്കുള്ളൂ. ഇന്നാള് രമേശേട്ടന്റെ കല്ല്യാണത്തിന് പാൽപ്പായസണ്ടായിരുന്നു. എനിക്കതാ ഇഷ്ടം.”

“കൊതിയൻ” മിലൻ കളിയാക്കി.

“തിന്നാനെന്നും കിട്ടാത്തോർക്ക് കൊതിയുണ്ടാവും, അതിന് കളിയാക്കിട്ടൊന്നും കര്യല്ല.”

അവൻ നിസാരമായി തള്ളി. പെട്ടെന്നാ ചിരിമാഞ്ഞു

“ഏച്ചി പോവ്വാണോ ജർമനിക്ക്.”

ആദ്യമായാണ് ആ സംബോധന. അതവളെ രസിപ്പിച്ചു.

"ആര്."

കുസൃതിയോടെ ചോദിച്ചപ്പോൾ അവൻ നുണക്കുഴികൾ കാട്ടി നിഷ്കളങ്കമായി ചിരിച്ചു.

"പപ്പ എന്നെ കൊണ്ടുപോവാനാണ് വന്നിരിക്കുന്നത്. പോകാൻ എനിക്കിഷ്ടമുണ്ടായിട്ടല്ല. മമ്മ സങ്കടപ്പെടും. സച്ചിനെ ജർമനിയിലേക്ക് കൊണ്ട് പോകാനൊക്കോന്ന് ഞാൻ പപ്പയോട് ചോദിക്കാം. ഇത്തവണ കഴിഞ്ഞില്ലേൽ മൂന്നാല് മാസങ്ങൾക്കുള്ളിൽ ഉറപ്പ്."

അവന്റെ മുഖം പൂപോലെ വിടർന്നു.

"സത്യാണോ എന്നെ കൊണ്ട് പോവ്വോ?"

"ഞാൻ വാക്ക് തന്നില്ലേ സച്ചിൻ."

ഇവിടെ നിന്നാൽ നല്ലൊരു ജീവിതം തരാവില്ല. എനിക്ക് സുകായി ജീവിക്കാനാശയാ. നല്ല കുപ്പായൊക്കെ ഇട്ട്, നല്ല ഭക്ഷണോക്കെ കഴിച്ച്, ഒരു ബൈക്കൊക്കെ വാങ്ങി. അല്ലാതെ ഇങ്ങനെ എന്നും കഷ്ടപ്പെടാൻ മാത്രം എന്തിനാ ജീവിക്കുന്നെ ഇല്ലേ."

മിലൻ തലയാട്ടി. യാന്ത്രികമായ ജോലിക്കിടയിലും അവൻ സ്വപ്നലോകത്തിലാണെന്നു തോന്നി.

"സച്ചിൻ പാല് വാങ്ങാമ്പോണില്ലേ. കൊറച്ച് കഴിഞ്ഞാൽ മിൽമാ ബൂത്തടയ്ക്കും. നീ ചെല്ലെടാ."

"രാധേടത്തി ധൃതി കൂട്ടി."

ഞാൻ പോണൊണ്ട്.

"നീ പണി നിർത്തണ്ട. പാല് ഞാൻ വാങ്ങാം."

വഹീദ് പറഞ്ഞപ്പോൾ സച്ചിൻ ഇടയിൽ കയറി.

"വേണ്ടിക്ക ബീനേച്ചിക്കും സാധനങ്ങള് പറഞ്ഞിട്ടുണ്ട്. ഞാൻ വേഗം പോയി വരാം."

അവൻ ഉടുത്തിരുന്ന ലുങ്കിയിൽ കൈ തുടച്ച് ചിരിയോടെ നടന്നു. ആ സന്തോഷം ആസ്വദിച്ച് നേക്കിനിന്നു മിലൻ.

ചമ്പാവരികൊണ്ടുള്ള പുട്ടും കടലക്കറിയും സ്വാദോടെ പപ്പ കഴിക്കുന്നത് നോക്കിയിരിക്കുമ്പോൾ മിലന് ചിരിവന്നു.

"പപ്പ എത്രയാ വാരി തിന്നുന്നെ."

"ഇവൾ മലയാളം നന്നായി പഠിച്ചു. അല്ലമ്മേ."

വാത്സല്യത്തോടെ ആദിത്യൻ പറഞ്ഞു. മിലനെ അയാൾ കണ്ണിമയ്ക്കാതെ നാലഞ്ചു നിമിഷം നോക്കിയിരുന്നു.

"നീ സീതേ കാണുന്നില്ലെടാ ആദീ."

സച്ചമ്മ പെട്ടെന്ന് ചോദിച്ചപ്പോൾ അയാളുടെ മുഖം ഒന്നു വിളറിക്കാണണം.

ഒട്ടു നേരം കഴിഞ്ഞ് അയാൾ ചോദിച്ചു.

"സീത സുഖായിരിക്കുന്നോ അമ്മേ."

സച്ചമ്മ പുച്ഛത്തോടെ ചിരിച്ചു.

"ഓളേക്കാൾ സുഖായിജീവിക്കുന്ന മറ്റേതെങ്കിലും പെണ്ണുണ്ടോടാ."

അമ്മേ ഞാൻ പല പ്രാവശ്യം പറഞ്ഞതന്നെ വീണ്ടും പറയുകയാ. ഞാനൊരു തെറ്റും ചെയ്തിട്ടില്ല.

"പിന്നെ സീത ചെയ്തോ?"

"ഇല്ലമ്മേ അവൾ തെറ്റ് ചെയ്യില്ല. പക്ഷേ രണ്ട് ശരികൾ സന്ധിക്കുമ്പോൾ അത് ചിലപ്പോഴെങ്കിലും തെറ്റായി മാറുന്നു, അത് വിധിയാണ്."

ആരും മിണ്ടിയില്ല. ഘനീഭവിച്ച ആ നിശബ്ദയിലേക്കാണ് ഞെട്ടിപ്പിക്കുന്ന ശബ്ദവും, കരച്ചിലും കേട്ടത്. ഒരു നടുക്കത്തിൽ ഭൂമി പൊട്ടി പിളർന്നതു പോലെ.

വഴി തെറ്റി വന്ന ഉപഗ്രഹം ഭൂമിയുടെ ഉപരിതലത്തിൽ പതിച്ചതിന്റെ ആഘാതമായിരുന്നു മിലന്. തകർന്നു തരിപ്പണമായ ഭൂമിയുടെ ചിതറിയ കഷ്ണങ്ങൾക്കിടിൽ അവൾ ഛിന്നഭിന്നമായി കിടക്കുന്നു. ഹൃദയം എന്ന സ്പന്ദിക്കുന്ന മാംസതുണ്ട് മിലന്റെ ശരീരത്തിനും വളരെ ദൂരെ നുറുങ്ങിക്കിടക്കുന്നു. കണ്ണുകൾ ഇല പൊഴിഞ്ഞ മരക്കൊമ്പുകളിലുടക്കിക്കിടന്നു, ഇമ ചിമ്മുന്നു. ശാന്തമായ ആകാശത്തുനിന്നും ഗല്ലു കൈ നീട്ടി.

"വരൂ മിലൻ."

അവൻ മിലന്റെ ഹൃദയം വിരൽത്തുമ്പിൽ തൊട്ടെടുത്തു. പിന്നെ അവളുടെ കണ്ണുകൾ, ചിതറിയ ചുണ്ടുകൾ, കൈകൾ, മിലൻ ഉയരുകയാണ്. ആകാശത്തിന്റെ ശൂന്യതയിലേക്ക്.

മോളെ പപ്പയെ നോക്കെടാ മുഖത്ത് നനുത്ത കൈത്തലത്തിന്റെ സ്പർശനം ബോധാവസ്ഥയിലേക്ക് തട്ടിവിളിക്കുന്നു. കണ്ണുകൾ ചിമ്മിത്തുറക്കാനുള്ള യത്നം പരാജയപ്പെടുകയാണ്. ഒരു കഠാര അതിദ്രുതം താണു വന്നു. പൂർണ വളർച്ചയെത്താത്ത ഇളം നെഞ്ചിലേക്കത് പിടിവരെ താഴ്ന്നു. പിന്നൊരു വാൾ ലോലമായ കൈത്തണ്ടകളെ വെട്ടിയകറ്റുന്നു.

"മമ്മ."

നിലവിളിക്കൊടുവിൽ മിലന്റെ ബോധമകലുന്നു.

സാരല്ല ഷോക്ക് മാറും.

ഡോക്ടർ പ്രിസ്ക്രിപ്ഷൻ നീട്ടിയപ്പോൾ ആദിത്യന്റെ കൈ വിറച്ചു.

മെന്റൽ ഷോക്ക് ഇത് രണ്ടാമതാണ് ഡോക്ടർ. ജർമനിയിൽ വച്ച് അവളുടെ ഒരു ക്ലോസ് ഫ്രണ്ട് കൺമുന്നിൽവച്ച് ആക്സിഡന്റായി. രണ്ട് മാസത്തോളം ഹോസ്പിറ്റലിലായിരുന്നു. ഒരു ചെയ്ഞ്ചാകട്ടേന്ന് കരുതിയാ ഇങ്ങോട്ട് വിട്ടതുതന്നെ.

"ഒന്നുമുണ്ടാവില്ലെന്ന് കരുതാം. ഇന്ന് കൊലചെയ്യപ്പെട്ട കുട്ടിയുമായി മിലന് നല്ല ഫ്രണ്ട് ഷിപ്പായിരിക്കാം അല്ലേ."

ഏത് സമയത്തും അവനൊത്തായിരുന്നൂന്ന് അമ്മ പറഞ്ഞു. ഇവിടെ അവൾക്കു മറ്റാരും കൂട്ടിനില്ലല്ലോ. അവനേം ജർമനീൽ കൊണ്ട് പോവണംന്ന് എന്നോട് ഒന്നു രണ്ട് വട്ടം പറഞ്ഞതാ. ഫെയിറ്റ്.

വഹീദ് ആദിത്യന്റെ കൈയിൽനിന്നും പ്രിസ്ക്രിപ്ഷൻ വാങ്ങി പുറത്തേക്കിറങ്ങി. വാസ്വേട്ടൻ അവനെ തടഞ്ഞു.

നീ പോണ്ട മോനെ. ഞാൻ വാങ്ങിക്കൊണ്ടരാം. ആള്ളോള് കലി കൊണ്ട് നടക്കുന്നതാ.

"അവർക്കിനി എന്റെ ജീവനാണ് വേണ്ടതെങ്കിൽ വെട്ടിയെടുക്കട്ടെ. ഒന്നിനുല്ലാത്ത ആ കുട്ടിയെ. ഉണ്ണ്യേട്ടനോട് പക പോക്കാൻ സുകോല്ലാത്ത ആ കുട്ടിയെ."

വഹീദ് നിലവിട്ടു കരഞ്ഞപ്പോൾ ആദിത്യൻ ചേർത്തു പിടിച്ചു.

കൂൾഡൗൺ വഹീദ്. ഇതു നമ്മുടെ വിധിയാണ്. എല്ലാം സഹിക്കാൻ നിയോഗിക്കപ്പെട്ടവരാകുന്നു, തലശ്ശേരിക്കാരെന്ന് ഞാനിപ്പോൾ മനസിലാക്കുകയാണ്.

"സഹിക്കാൻ കഴീന്നില്ല ആദിത്യേട്ടാ. കണ്മുന്നിൽത്തന്നെ ഓറ് രണ്ടാളേം ഇങ്ങനെ കൊത്തിനുറുക്കി കാണേണ്ടി വന്നില്ലേ. ഹരി പോയേന്റെ വേദന തീർന്നില്ല. പായസത്തിന് പാൽ വാങ്ങാൻ പോയതാ. സച്ചമ്മേന്റെ കൈയീന്ന് പൈസേം വാങ്ങിച്ച് സൈക്കളെടുത്ത് പോകുമ്പോൾ എന്നോട് കൈ വീശി യാത്രചോദിച്ചത് അവസാനത്തേതാന്ന് കരുതീല്ല. ആരുല്ലാത്ത കുട്ടിയാ ഒരു പാവം. ഓനെത്തന്നെ ഓറ് വെട്ടിക്കീറിക്കൊന്നല്ലോ."

അയാളുടെ തോളിൽ മുഖം ചേർത്തു വഹീദ് കൊച്ചുകുട്ടിയെപ്പോലെ കരഞ്ഞു.

ദുര മൂത്ത കണ്ണുകളിൽ ക്രൗര്യവുമായി ഒരു പറ്റം കഴുകന്മാർ താഴ്ന്നു പറന്നു. ജീവഭയത്തിന്റെ പരക്കപ്പാച്ചിലുകൾക്കിടയിൽ കൂർത്ത നഖങ്ങളിൽ കുരുങ്ങി ചിറകറ്റ്, ചിതറിയ തൂവലുകൾക്കിടയിൽ കബന്ധങ്ങളായി നിഷ്ഫല ജന്മങ്ങൾ

ഈ ദുരവസ്ഥയുടെ അന്ത്യമെന്ത്.

തീ പാറുന്ന മനസിന്റെ വിലാപവും ശൗര്യവും കണ്ണീരും മടുപ്പിച്ച മനസോടെ വഹീദ് ബൈക്കോടിച്ചു. അതിന് വേഗത അധികമായിരുന്നു. ആരോടൊക്കയോ പകതീർക്കാനെന്നതുപോലെ. ഹരിയുടെ വീടിന് മുന്നിലെത്തിയപ്പോൾ തളർച്ചയോടെ ബൈക്ക് നിന്നു. ഒരു വലിയ കമ്പ് തോട്ടിപോലെ ഉയർത്തി ഇലകൊഴിഞ്ഞ ഏതോ ചെടിയെ തല്ലിത്തകർക്കുകയാണ് ഹരിയുടെ അമ്മ. ബൈക്ക് നിർത്തി വഹീദ് വിളിച്ചു.

അമ്മേ അവർ ചുറ്റും ഒന്നുനോക്കി. ആ കണ്ണുകൾ ലക്കില്ലാതെ എങ്ങോട്ടൊക്കെയോ ചുറ്റിത്തിരിഞ്ഞു, വീണ്ടും തലങ്ങും വിലങ്ങും തല്ലിത്തുടങ്ങി. കീറി മുഷിഞ്ഞ ഒരു ലുങ്കിയും പിഞ്ഞിയ ബ്ലൗസുമണിഞ്ഞ്, അവശയായ ആ രൂപം ആരെയൊക്കേയോപ്രാകുകയും ശപിക്കുകയും ചെയ്യുന്നു. വഹീദ് ബൈക്കിൽ നിന്നിറങ്ങി അവരുടെ അടുത്തേക്ക് ചെന്നു.

"അടുത്തോട്ട് പോവല്ലേ ഇക്കാ. ഓറ് ചെലപ്പോ നെലവിട്ട് പെരുമാറും."

അകത്തു നിന്നിറങ്ങിവരുന്ന അനിതയെ വഹീദ് അത്ഭുതത്തോടെ നോക്കി. അയാളുടെ നോട്ടത്തിലെ വികാരഭേദങ്ങൾ ശ്രദ്ധിക്കാതെ അവൾ പറഞ്ഞു.

കൊറച്ച് തിന്നാൻ വല്ലോം കൊണ്ടന്ന് കൊടുക്കണതാ. സമനെല തെറ്റീന്ന് കണ്ടപ്പോ തിരിഞ്ഞോക്കാൻ ആരുല്ലാണ്ടായി. അടുത്തുവരുന്നോരെ ഉപദ്രവിക്കും. അതോണ്ട് എല്ലാർക്കും പേടിയാ, ഏതെങ്കിലും

ഭ്രാന്താസ്പത്രീല് കൊണ്ടോന്ന് തള്ളാനുള്ള പ്ലാനുണ്ട്. അതുവരെ ജീവൻ കെടക്കണ്ടെ. ഞാനെല്ലാ ദിവസോം തിന്നാൻ കൊണ്ടുവരും. വായിൽ വച്ചൊടുത്താലെ തിന്നൂ. എന്റെ വെരലൊക്കെ കുറേ പ്രാശ്യം കടിച്ചു മുറിച്ചു. എടക്ക് കുളിപ്പിക്കും. അതിനും കിട്ടും എനിക്ക് തല്ലും ചവിട്ടും. വീട് വൃത്തിയാക്കിയിടും. ഹരിയേട്ടന്റെ വീടല്ലേ, എന്നെ സൊന്തം അനിയത്തിയെപോലെ കണ്ടയാളാ. സുനിതേച്ചീനോട് ഒരി ഷ്ടൊക്കെ ഉണ്ടാരുന്നു. ഏച്ചീടെ മനസിലും കാണും. പക്ഷേ പറഞ്ഞി റ്റെന്താ. ഈ നാട്ടിലെ അമ്മമാരും പെങ്ങന്മാരും കാമുകിമാരും ഭാര്യ മാരുമൊക്കെ ഇങ്ങനെ ഉരുകിത്തീരാരിക്കും."

അവളുടെ മുഖത്തും ദേഹത്തും പോറലുകൾ കണ്ടു. ഹരിയുടെ അമ്മയുടെ ഭ്രാന്തമായ ചേഷ്ടകളാവാം. അവളെ നോക്കിനിൽക്കെ വഹീദ് സ്വന്തം നെഞ്ചിൽ കൈയമർത്തി. ഹൃദയം വെളിയിലേക്ക് കുതറിത്തെ റിച്ച് ആ പെൺകുട്ടിയുടെ കാൽക്കൽ നമസ്കരിച്ചേക്കുമെന്ന് അയാൾ ഭയന്നു.

"ഇക്കക്ക് ഒരായിരം രൂപേടെ കടക്കാരിയാ ഞാൻ. ഓർമേണ്ട്. കൊറ ച്ചീസം കയിഞ്ഞിറ്റി തരാം. എന്റെ മൊതലാളി നല്ലോനാ എനിക്കു കൈ യയച്ചു തരും."

അവളുടെ മുഖത്ത് കൈയ്പ്പുള്ള ചിരിപടർന്നു.

"വേദാന്തം പറഞ്ഞിരുന്നാലും, പതിവ്രത ചമഞ്ഞാലും കൊടല് നെറോല്ലിക്കാ. സുനിതേച്ചീ രാപ്പകൽ വെയിലത്ത് നെരങ്ങീറ്റെന്താ, ആ മേസ്തിരീടെ വായൊണ്ട് വല്ലതുമൊക്കെ കേൾക്കും. വീട്ടിലെ വെശപ്പ് കെടോ. മൂന്നാൾക്കു മരുന്നു വാങ്ങാൻതെകയോ. ഞാനങ്ങ് നശിച്ചാലും സാരല്ലാന്ന് കരുതി."

മോളെ നീ വഹീദിന്റെ നെഞ്ച് വിങ്ങി. കടലോളം കണ്ണീർ തന്നിലി രമ്പുന്നുണ്ടെന്ന് അവൾ ഭയന്നെങ്കിലും നിസ്സാരമായി ചിരിച്ചു. ആ ചിരി യിലും കണ്ണിലുറഞ്ഞ പുച്ഛത്തിലും വഹീദ് പുളഞ്ഞുപോയി.

"മോളേന്ന് വിളിച്ചാലോ ഇക്ക. ഹരിയേട്ടനും ഇങ്ങനെ എന്നെ വിളി ക്കാറുണ്ട്. എന്റെ ഏട്ടന്റെ കൈയ്യോണ്ട് തന്നെ."

ആ നിമിഷം അവളുടെ കണ്ണുകൾ നിറഞ്ഞുപോയി. പിന്നെ മുഖ മുയർത്താതെ വഴിയിലേക്കിറങ്ങി നടന്നു. വടി ഉയർത്തിയും താഴ്ത്തിയും ചെടിയെ തല്ലിത്തകർത്തതിന്റെ സന്തോഷവും ക്ഷീണവും കണ്ണി ലൊതുക്കി, വെറും മണ്ണിൽ കാലും നീട്ടിയിരുന്നു. ഹരിയുടെ അമ്മ പാ ടുന്നുണ്ടായിരുന്നു. ഏതോ പഴയ താരാട്ട് പാട്ട് 'കണ്ണും പൂട്ടിയുറങ്ങുക നീയെൻ കണ്ണേ പുന്നാര'വിണ്ടുകീറിയ ഉമ്മറ ഭിത്തിയിലെ പൊടിയും മാറാലയും കൊണ്ട് മാഞ്ഞുപോയ കൃഷ്ണേട്ടന്റെ ഫോട്ടോയിലേക്ക് നോക്കി വഹീദ് ഏറെനേരം നിന്നു. ഹരിയുടെ ചുവന്ന പെയിന്റടിച്ച ശവ ത്തറയ്ക്കടുത്ത് തൊട്ടാവാടിച്ചെടികൾ കാറ്റിലുലഞ്ഞു.

മാപ്പ് ഹരീ, നിസ്സഹായരായ എല്ലാ മനുഷ്യർക്കുംവേണ്ടി ഞാൻ നി ന്നോട് മാപ്പിരക്കുന്നു.

പതിനേഴ്

മഞ്ഞുറഞ്ഞ സ്വർണമലയുടെ ചരിവിലൂടെ സ്കീയിങ് നടത്തുന്ന ഗല്ലു കൈകൾ വായുവിൽ വീശി അതിദ്രുതം നടത്തുന്ന അഭ്യാസ പ്രകടനങ്ങൾക്കിടയിൽ കാറ്റിൽ പറത്തുന്ന ചുംബന മുദ്രകൾ. സ്വർണ മലകൾക്ക് മുകളിലെ വെള്ളിനിലാവ് ആകാശപ്പാതിയും മറച്ച് തണുത്ത കിരണങ്ങൾ നീട്ടി ഗല്ലുവിനെ തലോടുന്നു.

ദിസീസ് ഹെവൻ മിലൻ സ്വർഗത്തിലെ പൈങ്കിളിയായി നിന്റെ ഗല്ലുവിതാ പറക്കുന്നു.

ഊർന്നിറങ്ങിയ ഗല്ലുവിനെ ദീർഘകായനായ ഒരു വൃദ്ധൻ ആശ്ലേഷിക്കുന്നു. ആ കൈപ്പിടിയിലൊതുങ്ങി ഗല്ലു മനോഹരമായി ചിരിക്കുന്നു. കാഴ്ച തെളിഞ്ഞുവരുമ്പോൾ അദ്ദേഹത്തെ മിലൻ തിരിച്ചറിയുന്നു. 'ഹെർമൻ ഗുണ്ടർട്ട്.' നരച്ച താടിരോമങ്ങൾക്കിടയിലൂടെ ദീപ്തമായ കണ്ണുകളിൽ വെട്ടിത്തിളങ്ങുന്ന വാത്സല്യത്തിരകൾ. മിലൻ ആ പ്രകാശ മനുഷ്യന്റെ മുന്നിൽ കൈകൂപ്പി

അങ്ങെന്റെ മുത്തശ്ശിക്ക് മോക്ഷം കൊടുക്കില്ലേ.

അദ്ദേഹം കൈ നീട്ടി. മിലൻ ആർത്തിയോടെ നോക്കി. മലയാള ഭാഷയെ ധന്യമാക്കിയ ആ കൈവിരലുകളിൽ ചുംബിക്കാനുള്ള ആവേശത്തോടെ അവൾ മുന്നോട്ടാഞ്ഞു.

"മോളെ എഴുന്നേൽക്കാതെ."

ആരോ പിറകോട്ട് ചായ്ച്ചുകിടത്തുന്നു. തണുപ്പുള്ള ചെമ്പകപ്പൂവിന്റെ മണമുള്ള കൈകൾ.

ആരാണിത്, മാലാഖയോ. വനദേവതയോ. കണ്ണു തുറക്കാതെ മിലൻ ആ സുഗന്ധം ഉള്ളിലേക്കാവാഹിച്ചു.

മയക്കമാണ് എന്താ മോളിങ്ങനെ, ദിവസങ്ങൾ കുറേയായല്ലോ.

വേവലാതിയോടെ സീത ചോദിച്ചു. ഊണും ഉറക്കവുമൊഴിഞ്ഞ മുഖവും പാറിപ്പറക്കുന്ന മുടിയഴകും മിലനേക്കാൾ ക്ഷീണിതയായിരിക്കുന്നു സീത.

ആദിത്യൻ ജനാലയിലൂടെ വെളിയിലേക്ക് നോക്കിനിൽക്കുകയാണ്. വെയിലിന്റെ കാഠിന്യത്തിൽ ഉച്ചമയക്കത്തിലാണ്ട പ്രകൃതി.

ഞാൻ ഗല്ലുവിനെക്കുറിച്ച് പറഞ്ഞിരുന്നില്ലേ. അവൾക്കവൻ എത്രയേറെ പ്രിയപ്പെട്ടതായിരുന്നെന്ന് ഞാനറിഞ്ഞില്ല. വെറും ഒരു സ്ട്രീറ്റ് ബോയ്. മിലന് വേറെയും ബോയ് ഫ്രണ്ട്സുണ്ട്. എന്നിട്ടും എന്താണവൾ അവനിലിത്രയും മേന്മ കണ്ടതെന്നറിയില്ല.

സീത ചുണ്ടു കടിച്ചു പിടിച്ചിട്ടും ഉള്ളിലൊതുങ്ങിയില്ല.

'വിഡ്ഢിത്തം. അവൾ എന്റെ മോളല്ലേ. പ്രായത്തിന്റെ വിഡ്ഢിത്തം കാട്ടാതിരിക്കില്ലല്ലോ. ലോകത്തിലുള്ള എല്ലാ തിളക്കങ്ങളും നന്മകളും, സന്തോഷങ്ങളും ഒരാളിൽ കാണുന്ന വിഡ്ഢിത്തം. പക്ഷേ നിങ്ങൾ എന്റെ മോളെ ശ്രദ്ധിച്ചില്ല. മിരാൻഡക്ക് അവളെ ജീവനേക്കാൾ സ്നേഹ

മാണെന്ന് നിങ്ങൾ പറയാറില്ലേ. ഓരേ പ്രായത്തിലുള്ള ഫോട്ടോസിലും വീഡിയോ ക്ലിപ്പിങ്സിലും ഞാനവളുടെ ബാഹ്യരൂപം മാത്രമാണോ കണ്ടിരുന്നത്. വഴിവിട്ടൊരു യാത്ര അവൾക്കുണ്ടെന്ന് നിങ്ങൾ രണ്ടു പേരും അറിഞ്ഞില്ലേ. എന്നോട് പറഞ്ഞില്ലല്ലോ'

ആദിത്യൻ സീതയ്ക്ക് നേരെ തിരിഞ്ഞുനിന്നു.

പറഞ്ഞിരുന്നെങ്കിലോ. നീ അവളെ ഇങ്ങോട്ട് കൊണ്ടുപോരുമായിരുന്നോ. മന്ദബുദ്ധികളായ നിന്റെ പ്രിയപ്പെട്ട കുട്ടികൾക്കൊപ്പം വളർത്തി അവളെയും ഒരു-

നിർത്ത് ആ കഥകളൊന്നും പറയേണ്ട അഴിഞ്ഞാടി നടക്കുന്ന നിങ്ങളുടെ കൂട്ടുകാരുടെ ഭാര്യമാരെപ്പോലെ ക്ലബ്ബുകളിലും, ഒപേറാ ഹാളുകളിലുമായിരുന്നില്ലല്ലോ ഞാൻ. ബുദ്ധിമാന്ദ്യമുള്ള കുട്ടികൾക്ക് ഒരു ടീച്ചറെ ആവശ്യമുണ്ടെന്നു പറഞ്ഞപ്പോൾ നിങ്ങളുടെ സമ്മതത്തോടെയാണ് ആ ജോലി ഏറ്റെടുത്തത്. ആരും വെറുക്കുന്ന, അറയ്ക്കുന്ന ആ കുട്ടികളോട് സ്നേഹവും സഹതാപവും തോന്നിയതാരുന്നോ എന്റെ തെറ്റ്.

സീതയുടെ കണ്ണുകൾ മൂർച്ചയുള്ള ആയുധങ്ങളായി.

തെറ്റല്ല. ഈ പൊടിക്കുഞ്ഞിനെ മിരാൻഡ എന്ന ആയയെ ഏൽപ്പിച്ച്, ബുദ്ധിയുറയ്ക്കാത്ത, അംഗവിഹീനനായ ഏതോ കുട്ടിയെ ശുശ്രൂഷിക്കാൻ ആഴ്ചകളോളം നീ വീട് വിട്ടുനിന്നു. ഞാൻ വിളിച്ചിട്ടും നീ വന്നില്ല.

ഞാൻ വന്നിരുന്നെങ്കിൽ അവൻ മരിച്ചേനെ. എന്റെ വിരൽത്തുമ്പിൽ പിടിച്ച് പ്രാണവായുവിനായി അവൻ പിടയുമ്പോൾ അത് വിടുവിച്ച് വരാൻ എനിക്കാവുമായിരുന്നില്ല. അവന്റെ പെറ്റമ്മയെക്കാൾ എന്നെ സ്നേഹിച്ചിരുന്നു. എന്റെ സാമീപ്യത്തിലേ അവന്റെ രോഗം മാറുകയുള്ളൂ എന്ന് ഡോക്ടർമാർ വിധിയെഴുതിക്കഴിഞ്ഞതായിരുന്നു.

"സ്വന്തം കുഞ്ഞിനെ നീ മറന്നു."

ഒരമ്മയും സ്വന്തം കുഞ്ഞിനെ മറക്കുന്നില്ല. മിലന് അവളെ ജീവനേക്കാൾ സ്നേഹിക്കുന്ന അച്ഛനുണ്ട്. ആയയുണ്ട്. പക്ഷേ ആ കുട്ടികൾക്കോ, അവിടെയുള്ള ശമ്പളത്തിനു മാത്രം ജോലി ചെയ്യുന്ന അധ്യാപകരോ, കെയർടേക്കേഴ്സോ മാത്രമല്ല, അതുങ്ങൾടെ സ്വന്തം അച്ഛനമ്മമാർ വരെ അവരെ വെറുക്കുന്നു, അകറ്റുന്നു. എനിക്കത് വയ്യായിരുന്നു. ഞാനെന്റെ മോളെപ്പോലെ ആ കുട്ടിയെയും സ്നേഹിച്ചു. അതിന്റെ രണ്ടു കാലും പോളിയോ ബാധിച്ചു തളർന്നതാണ്. ആ അവസ്ഥയിൽ അവൻ എന്നെ മാത്രമേ തിരിച്ചറിഞ്ഞുള്ളൂ.

കിതപ്പിൽ സീത ഒന്നലഞ്ഞു. അവളുടെ കണ്ണും മൂക്കിന്റെ തുമ്പും ചുവന്നിരുന്നു.

തിരിച്ചെത്തിയ എന്നെ നിങ്ങൾ ആ തണുത്ത രാത്രിയിൽ വീട്ടിൽ കയറ്റിയില്ല. ഉറഞ്ഞ മഞ്ഞിൽ ഞാൻ മരിക്കുമായിരുന്നു, അനാഥാലയത്തിലെ സിസ്റ്റർ ലില്ലീസ് തുണയില്ലായിരുന്നെങ്കിൽ........ അന്നു നിങ്ങളെ ഞാൻ വെറുത്തു. ഒരു ഭർത്താവിനേക്കാൾ, ഒരു ജന്മത്തിലെ കൂട്ടുകാര

നായി എന്നും നെഞ്ചിലേറ്റിയ നിങ്ങളെ അന്നു ഞാനടർത്തിമാറ്റി. നാട്ടിലേക്ക് പുറപ്പെട്ട എനിക്ക് നിങ്ങളെന്റെ മോളെ തന്നില്ല. പ്രസവിച്ചതു കൊണ്ട് മാത്രം അമ്മയാകില്ല, അവൾ മിറാൻഡയുടെ മകളാണെന്ന് ആ ആയയുടെ തോളിലൂടെ കൈ ചേർത്തു പിടിച്ചു പറഞ്ഞപ്പോൾ ഞാൻ കീഴടങ്ങി. എനിക്കറിയാമായിരുന്നു, മിലന് ഞാനില്ലെങ്കിലും നിങ്ങളും മിറാൻഡയുമുണ്ടെന്ന്. എന്റെ അഭാവത്തിൽ ഒരു ഭാര്യയുടെയും അമ്മയുടെയും സ്ഥാനം അവൾ അപ്പോഴേക്കും കൈക്കലാക്കി കഴിഞ്ഞിരുന്നു.

നിറഞ്ഞ് തുളുമ്പിയ കണ്ണുകളിൽ വേദന ഇരമ്പി.

എന്നെക്കാത്ത് ഭൂമിയിൽ അനാഥജന്മങ്ങൾ അനേകമുണ്ടെന്ന് ഒരുൾവിളിപോലെ ഞാനറിഞ്ഞു. ഈ ലോകത്ത് അമ്മമാർക്കായി ദാഹിക്കുന്ന മക്കളുണ്ട്. മക്കൾക്കായി കൊതിക്കുന്ന അമ്മമാരുണ്ട്. അതിന് പ്രസവിക്കേണ്ടതില്ല. മാതൃത്വത്തിന്റെ നന്മ നിറഞ്ഞ മനസുണ്ടായാൽ മാത്രം മതി. മിലൻ വളർന്നാൽ ഒരിക്കലും ഇക്കഥ അറിയരുതെന്ന് നിങ്ങൾ ശഠിച്ചു. അവൾ നിങ്ങളെ ഉപേക്ഷിച്ചേക്കും, സത്യമറിഞ്ഞാൽ വെറുത്തേക്കും എന്ന പേടിയായിരുന്നു നിങ്ങളുടെ മനസിൽ. ജീവിതത്തിൽ ഞാൻ സ്നേഹിച്ച ഒരെയൊരു പുരുഷനെന്ന നിലയിൽ ഞാൻ നിങ്ങളെ അനുസരിച്ചു. എന്റെ മുന്നിലവൾ വന്നുനിന്നിട്ടും ഒരു സീനും ഞാനുണ്ടാക്കിയില്ല. എന്റെ മോളുടെ മനസ്സ് കീറി മുറിക്കരുതെന്ന് ആഗ്രഹം കൊണ്ടുമാത്രം.

ആദിത്യൻ മിണ്ടിയില്ല. സീതയുടെ കണ്ണുകളിലേക്കയാൾ തുറിച്ചു നോക്കി. ഗാംഭീര്യമുള്ള ആ സ്ത്രീത്വത്തിനു മുന്നിൽ അയാൾ തളർന്നു.

സീത മിലന്റെ നെറ്റിയിൽ ചുംബിച്ചു.

പക്ഷേ എനിക്ക് തെറ്റുപറ്റി. ഒരമ്മയുടെ അഭാവത്തിൽ മക്കൾ എങ്ങനെ വഴിതെറ്റുമെന്ന് ഞാനറിയുന്നു.

നെറ്റിയിലമർന്ന ചുണ്ടുകളുടെ തണുപ്പ് ഒരു ജന്മത്തിന്റെ അടിത്തറയോളം കടന്നുചെന്നിട്ടും, മിലൻ കണ്ണുകൾക്കുള്ളിൽ കടലൊതുക്കി അനക്കമറ്റു കിടന്നു. ചായം തേയ്ക്കാത്ത മുഖവും മനസുമായി, സ്നേഹത്തിന്റെ നൈവേദ്യമായ മിറാൻഡയായിരുന്നു അവളുടെ മനസിൽ.

'മമ്മ' എന്നവൾ മന്ത്രിച്ചപ്പോൾ സീത ഞെട്ടി പിറകോട്ട് മാറി. വിജയഭാവത്തോടെ ആദിത്യൻ പറഞ്ഞു.

അബോധാവസ്ഥയിലും അവളുടെ മനസിൽ ഞാനോ, നീയോ അല്ല. ജർമൻകാരിയായ ആയയാണ്.

സീത മിണ്ടിയില്ല. തെളിഞ്ഞ ആകാശത്തിലേക്ക് നോക്കി നിശ്ചലം നിൽക്കുന്ന ആദിത്യനെ അവൾ കണ്ണിമയ്ക്കാതെ നോക്കി.

സ്നേഹിച്ചാലും, വിവാഹിതരായാലും ഒരുമിച്ച് ജീവിക്കാനുള്ള വിധിയില്ല. 'മമ്മ' എന്ന് വിളിച്ച് അവളേറെ സ്നേഹിക്കുന്ന സ്ത്രീ അമ്മ അല്ലെന്നവൾ തിരിച്ചറിയരുത്. അതാ മനസിന് ഉൾക്കൊള്ളാനാവില്ല. ഇങ്ങനെ അന്യയായി ഞാൻ ജീവിച്ചോളാം.

'സീതേ' തളർന്ന മനസോടെ ആദിത്യൻ അവളുടെ ശിരസിൽ തൊട്ടു.

ഞാൻ ഒരിക്കലും നിന്നെ വെറുത്തിട്ടില്ല. നീ നിന്റെ വഴി തെരഞ്ഞെടുത്തു. ഒരു സന്യാസിനിയെപ്പോലെ. എന്നും മനസിൽ നമിച്ചിട്ടേയുള്ളു. എനിക്കെന്റെ മോളെ വേണം. അവളില്ലാതെ ജീവിക്കാനാവില്ല. നിന്നോട് ഞാൻ നീതി കാണിച്ചില്ലെന്നറിയാം. മാപ്പ് പലവട്ടം പറഞ്ഞു കഴിഞ്ഞു ഞാൻ.

അയാളുടെ കൈയിൽ മുഖമണച്ചവൾ കരഞ്ഞു. നനഞ്ഞമുഖം ഒരു താമരയെന്നപോലെ കൈക്കുമ്പിളിലൊതുക്കി അയാൾ അവളുടെ നെറ്റിയിൽ ചുണ്ടമർത്തി.

മിലൻ ഒന്നും കാണാതേയും എല്ലാമറിഞ്ഞും നിശ്ചലം കിടന്നു.

രാത്രിയിൽ സച്ചിമ്മ അവളുടെ അരയിൽ കറുത്ത നൂലിൽ കോർത്ത ഒരേലസ്സ് കെട്ടിക്കൊടുത്തു.

ഈശ്വരനെമ്പ്രാന്തിരി പൂജിച്ചതാ. എന്തോ കണ്ട് പേടിച്ചിട്ടുണ്ടിവൾ. ഏതു നേരോം ആ മുറിയിൽ തന്ന്യാ. തനിയെ രാത്രിയിലിരുന്നു സംസാരിക്കുന്നതും കേൾക്കാം. വേണ്ടാന്ന് പറഞ്ഞാൽ കേൾക്കണ്ടേ.

അമ്മക്കിതിലൊന്നും വിശ്വാസോല്ലാരുന്നല്ലോ. ഇതെപ്പോത്തൊടങ്ങി.

ആദിത്യൻ ചിരിയോടെ ചോദിച്ചു. സച്ചിമ്മ മകന്റെ മുഖത്തേക്ക് നോക്കി.

കാലം വരുത്തുന്ന മാറ്റങ്ങളാണ് മോനെ, ഇല്ലെന്ന് ശഠിച്ചു വിശ്വസിക്കുന്നതിലൊക്കെ എന്തൊക്കെയോ സത്യങ്ങളുണ്ടന്നു തോന്നുന്നത്, മനസിന്റെയും ശരീരിത്തിന്റെയും തളർച്ച തുടങ്ങുമ്പോഴാണ്. അമ്മേടെ ജീവിതയാത്രയും അവസാനിക്കാറായി. ഇനിയെത്ര ദൂരമുണ്ട്.

ആ കടുത്ത നിശ്ശബ്ദതയെ തട്ടിയുണർത്താൻ മിലൻ ചോദിച്ചു

സച്ചിമ്മക്കും ഞങ്ങൾടൊപ്പം ജർമനിലേക്ക് വന്നൂടെ.

അവർ അവളെ സൂക്ഷിച്ചു നോക്കി.

"മോൾ പോകാൻ നിശ്ചയിച്ചോ."

മിലൻ ചിരിച്ചു

"എന്നെ കൊണ്ടുപോകാനല്ലേ പപ്പ വന്നിരിക്കുന്നെ."

സച്ചിമ്മയുടെ മുഖം വാടി. ആദിത്യൻ അമ്മയെ ആശ്വസിപ്പിച്ചു.

ഈ അന്തരീക്ഷവും അവളെ വേദനിപ്പിച്ചു അമ്മേ. ഇങ്ങോട്ടയച്ചത് അവൾക്കൽപ്പം ആശ്വാസം കിട്ടാനാണ്. പക്ഷേ.

പപ്പയുടെ കണ്ണിലെ നിസ്സഹായത മിലനെ വേദനിപ്പിച്ചു. ആരും ഒരിക്കലും പപ്പയെ സന്തോഷിപ്പിച്ചില്ലെന്ന് അവൾ ഓർത്തു.

സച്ചിനെക്കുറിച്ച് ചിന്തിക്കുമ്പം മനസ്സ് വേദനിക്കും പപ്പ. ഇവിടെ അവനായിരുന്നല്ലോ എന്റെ റൈറ്റ് ഹാൻഡ്. എന്തിനും ഏതിനും എനിക്കൊപ്പം ചേരും. അന്ന് രാവിലെ എന്നോട് പറഞ്ഞതാ നമ്മൾ പോകുമ്പം ജർമനിലേക്ക് വരണംന്ന്. ഉച്ചക്ക് സദ്യയുണ്ണാനുള്ള കൊതിയോടെ മിൽമ വാങ്ങാൻ പോയതാണ്.

മിലൻ ഒന്നേങ്ങിപ്പോയി. കുറെ മിൽമപ്പാക്കറ്റുകളുടെയും പാലിൽ കലർന്ന രക്തച്ചുവപ്പിലുമാ ശരീരം ചലനമറ്റു കിടന്നത് ആദിത്യ

നോർത്തു. മിലന്റെ മങ്ങിപ്പോയ മുഖത്തെ ഇരുണ്ട ഭാവങ്ങൾ പേടിപ്പെടുത്തിയപ്പോൾ സച്ചാമ്മ വിഷയം മാറ്റാൻ യത്നിച്ചു.

മോള് പൊയ്ക്കൊ. നിന്റെ മമ്മ അവിടെ കാത്തുനിൽപ്പുണ്ടാവും. കഴിഞ്ഞ് പോയതിനെക്കുറിച്ചൊന്നും ചിന്തിക്കേണ്ട, തലശ്ശേരിക്കാർക്ക് വേദനിക്കാനും പ്രതികരിക്കാനുമുള്ള കഴിവുകൾ നഷ്ടപ്പെട്ടിരിക്കുന്നു.

അമ്മയുടെ മുഖത്തേക്ക് നോക്കിയപ്പോൾ ആദിത്യന് സങ്കടം തോന്നി. വയസുകാലത്ത് അമ്മ തനിച്ചായിരിക്കുന്നു.

അമ്മ വരുന്നോ ഞങ്ങൾടെ കൂടെ.

ഒടുവിൽ അയാൾ ചോദിച്ചതുകേട്ട് സച്ചമ്മയുടെ മനസ്സ് നിറഞ്ഞു.

ഇല്ല മോനെ, തലശ്ശേരി വിട്ടൊരു ജീവിതം എനിക്കിനിയില്ല. ഇവിടെ ജനിച്ചു, വളർന്നു. ഈ മണ്ണും മണവുമില്ലാതെ ഒരുദിവസം പോലും കഴിഞ്ഞിട്ടില്ല. ഇനിയിവിടെത്തന്നെ അവസാനിക്കണം'.

ആദിത്യൻ അമ്മയുടെ കൈയിൽ വിരലുകൾ കോർത്തു. കടലിന്റെ ഉറക്കുപാട്ടില്ലാതെ തലശ്ശേരിക്കാർക്ക് ഉറക്കമില്ലെന്ന് അച്ഛൻ പറഞ്ഞിട്ടുണ്ട്. ഇപ്പോൾ അമ്മേം പറയുന്നു. പക്ഷേ എന്റെ നെഞ്ചിൽ തലശ്ശേരി ഒരുക്കിയതൊരു ചിതയാണ്. ഹാർത്താലാണെന്നെ എതിരേറ്റത്. കൃഷ്ണേട്ടന്റെ മോൻ കൊല്ലപ്പെട്ടെന്ന് മിലൻ ഫോൺ ചെയ്തപ്പോൾ തന്നെ മനസ്സ് അശാന്തമായി. ഇവിടെത്തിയപ്പോൾ വീണ്ടും സച്ചിന്റെ കൊലപാതകം ഇന്നലെ ഞാൻ ചാത്തുട്ട്യേട്ടന്റെ മോനെ ചെന്നു കണ്ടിരുന്നു. ഞാനിവിടുന്നു പോകുമ്പോൾ ചെറിയ പയ്യനായിരുന്നു സുദേവൻ. അവന്റെ അവസ്ഥ ചെറുതായല്ല എന്നെ നടുക്കിയത്. അതൊരു ദുരന്തകഥയുടെ ഒരേട് മാത്രമാണ്. അതിന് മുന്നെയും കഥകൾ കാണാം. ഇതേക്കാൾ ഭീകരമായത് വരാനുമുണ്ടാകും. ഈ നാടിനെ രക്ഷിക്കാൻ നമുക്കേ കഴിയൂ. ഇവിടുത്തെ നേതാക്കന്മാരും സാംസ്കാരിക നായകന്മാരും ബുദ്ധിജീവികളും നിഷ്ക്രിയരായിരിക്കെ, സാധാരണക്കാർ തന്നെ ഉണരേണ്ടിയിരിക്കുന്നു. നമ്മുടെ നാടിന്റെ നല്ല നാളേക്കുവേണ്ടി രാഷ്ട്രീയമോ, മതഭേദമോ നോക്കാതെ സ്ത്രീകളും കുട്ടികളുമടക്കം എല്ലാവരും ഒറ്റക്കെട്ടായി നിൽക്കണം. ഈ ആക്രമത്തെയും അനീതിയെയും, ചെറുക്കണം. വേറൊരു വഴിയുമില്ല. നശിച്ചുകൊണ്ടിരിക്കുകയാണ് നമ്മുടെ നാട്.

താളലയങ്ങളോടെ രാത്രി വന്നു. വഹീദ് ഹരിയെക്കുറിച്ചു പറഞ്ഞു. അവർ ഒരുമിച്ചെടുത്ത ഫോട്ടോയിൽ നോക്കി ആദിത്യൻ പറഞ്ഞു

"കൃഷ്ണേട്ടനെപ്പോലെ തന്നെ."

"ആദിത്യേട്ടനെന്നെത്തേക്കാ ടിക്കറ്റ് ബുക്ക് ചയ്തിരിക്കുന്നെ."

"വ്യാഴാഴ്ച. നാല് ദിവസം കൂടെ."

മിലൻ ഒരു ഞെട്ടലോടെ പപ്പയെ ഒന്നുനോക്കി. അയാൾ അവളുടെ തലയിൽ തലോടി.

മോൾക്ക് മമ്മയെ കാണേണ്ടേ അവിടെ നിന്റെ ഫ്രണ്ട്സൊക്കെ അന്വേഷിക്കുന്നു.

പോകാം പപ്പ അവളുടെ മുഖം മ്ലാനമായിരുന്നു. ക്ഷീണിച്ച കൺ തടങ്ങളിൽ നിരാശയുണ്ടായിരുന്നു.

"ഞാനിനി തലശ്ശേരിയിലേക്കില്ല. പപ്പ എനിക്കൊരു ഹാൻസം ബോയിയെ കണ്ടുവച്ചുന്ന് മമ്മ പറഞ്ഞു. അവനെ ഞാൻ കെട്ടിക്കോളാം. ഇനിയൊരിക്കലും പപ്പയെ ഞാൻ സങ്കടപ്പെടുത്തില്ല."

അവളുടെ ശബ്ദമിടറി. വഹീദ് മിലന്റെ മുഖത്തുനിന്നും നോട്ടം പിൻവലിച്ചു.

തലശ്ശേരിയുടെ ഹൃദയാന്തർഭാഗത്തൂടെ ഒരു പുഴ ഒഴുകിയിരുന്നു. മുത്തശ്ശി പേരക്കുട്ടിയോട് കഥ പറയുകയാണ്. വളരെ പണ്ട് കാലാന്തര ങ്ങൾക്കപ്പുറത്തുനിന്നു നിറഞ്ഞൊഴുകിയ പുഴയുടെ ഓടിയലച്ചുള്ള വരവ് കടലോരത്തെ ചെറുപട്ടണത്തിലൂടെ കടലിലലിഞ്ഞു. അന്ന് തീരദേശവാസികൾ പരസ്പരം സ്നേഹിച്ചിരുന്നു, സഹായിച്ചിരുന്നു. അന്യനാടുകളിൽ നിന്നും ചേക്കേറിയെത്തിയവരെ നിറമനസോടെ സ്വീക രിച്ചു.

സ്നേഹത്തിന്റെയും സഹനത്തിന്റെയും നല്ല നാളുകൾക്കിടയിൽ സ്പർദ്ധ ഫണമുയർത്തി. നീച മനസിന്റെ ദുഷിച്ച സ്ഫുരണമേറ്റ്, തല ശ്ശേരിയുടെ നെഞ്ചൊന്നു പിടഞ്ഞു. ആ ആഘാതത്തിൽ പുഴ വഴിമാറി യൊഴുകി

ഇന്നാ പുഴയെവിടെ മുത്തശ്ശി.

പുഴ ഗതി മാറി ഒഴുകി. ഇന്നത്തെ കുയ്യാലിപ്പുഴയും കൊടുവള്ളി പ്പുഴയുമൊക്കെ ഇങ്ങനെ വഴിമാറി വന്നെത്തിയതാണ്. പക മൂത്ത മനസു കൾക്ക് പ്രകൃതിതന്നെ ശിക്ഷ വിധിക്കുന്നു. ഇത് സംസ്കാരത്തനിമ യാർന്ന നാടായിരുന്നു. സാമുദായിക സൗഹാർദത്തിന്റെ പര്യായമായിരു ന്നു. ഇവിടെയാണ് സാഹിത്യലോകം പൂവ് പോലെ വിടർന്നത്. ആദ്യ ത്തെ നോവലിസ്റ്റ് ഒയ്യാരത്ത് ചന്തുമേനോൻ, കേസരി എന്നറിയപ്പെടുന്ന വേങ്ങയിൽ കുഞ്ഞിരാമൻ നായനാർ, ഹാസ്യസാമ്രാട്ടായ സഞ്ജയൻ, ആദ്യത്തെ ചെറുകഥാകൃത്തായ മൂർക്കോത്ത് കുമാരൻ എല്ലാവരും തല ശ്ശേരിയുടെ സംഭാവനയായിരുന്നു. ഈ മണ്ണിനെയും മലയാളത്തെയും സ്നേഹിച്ച ഹെർമൻ ഗുണ്ടർട്ട്. അദ്ദേഹത്തെ സംസ്കൃതവും, മലയാ ളവും പഠിപ്പിച്ച ഊരാച്ചേരി ഗുരുനാഥന്മാർ. ഒരു നിയോഗം പോലെ വന്നെ ത്തിയ എഡ്വേഡ് ബ്രണ്ണൻ. എല്ലാവരും തലശ്ശേരിയുടെ നിറഞ്ഞ ഓർമ കളാണ്. ഇവിടെ ക്രിസ്ത്യാനികളും മുസ്ലീമുകളും ഹിന്ദുക്കളും കൈ കോർത്തുനിന്നു. ഇതൊരു സ്വപ്നഭൂമിയായിരുന്നു. സ്വർഗീയചൈതന്യം വിളങ്ങിയിരുന്നു. ദൈവത്തിന്റെ സ്വന്തം നാട്ടിലെ പൂജാമുറി. ഇവിടെ നീതിയും നിയമവും സ്നേഹസൗഹാർദങ്ങൾക്ക് വേദിയായിരുന്നു

ഈശ്വരന്റെ ഇരിപ്പിടത്തിലേക്ക് പൈശാചികതയുടെ കടന്നു കയറ്റം. ക്ഷേത്രം മലീമസമായിരിക്കുന്നു. നമുക്കിവിടെ പുണ്യാഹം തളിക്കണം. മാംസവും രക്തവും കത്തിക്കരിയുന്ന ഗന്ധമകറ്റി ഇവിടെ സ്നേഹ ത്തിന്റെ ചന്ദനത്തിരികൾ കൊളുത്തണം.

നമുക്കത് കഴിയോ മുത്തശ്ശി.

മുത്തശ്ശിയുടെ കൈകൾക്ക് കരുത്തു പോരാ തളർന്നിരിക്കുന്നു. നിന്റെ കൊച്ചു കൈവിരലിൽ തുടങ്ങട്ടെ ആദ്യത്തെ സ്നേഹസന്ദേശം'

പൊടി തട്ടിയെടുത്ത പുസ്തകങ്ങൾ ഭദ്രമായി, ഭംഗിയായി പുന: സ്ഥാപിച്ചപ്പോൾ മിലൻ തളർന്നു.

വഹീദിന്റെ മുഖം മ്ലാനമായിരുന്നു

"ഞാൻ മിലനെ വേദനിപ്പിച്ചിട്ടുണ്ട്."

അവൾ പൊട്ടിച്ചിരിച്ചു. ഞാൻ വേദനിച്ചില്ല. വഹീദ് അതോർത്ത് വിഷമിക്കേണ്ട.

മുത്തശ്ശിയുടെ ഡയറിക്കുറിപ്പുകൾ ഒരിക്കലൂടെ വായിച്ചു കേൾക്കാൻ അവളാഗ്രഹിച്ചു. ആ വലിയ ചിത്രത്തിലേക്ക് നോക്കി തകർന്ന മനസോടെ മിലൻ പറഞ്ഞു.

ആ പ്രണയകാവ്യം എഴുതിത്തീർക്കാൻ എനിക്കായില്ല മുത്തശ്ശീ. ഈ ഗുണ്ടർട്ടിന്റെ പ്രതിമ ഞാൻ കൊണ്ടുപോവുകയാണ്. ഇതൊരു തടിക്കഷ്ണം മാത്രമാണ്. ജീവനുണ്ടാകുമെന്നും, ഇതിന് വികാരവിചാരമുണ്ടായി സ്ത്രീയുടെ പരിശുദ്ധ സ്നേഹം തിരിച്ചറിയുമെന്നുമൊക്കെ നമ്മൾ വ്യഥാ മോഹിച്ചു. ഇനിയും കാലാന്തരങ്ങൾക്കപ്പുറം മറ്റൊരു ജന്മിത്തത്തിൽ നമ്മൾ കണ്ടുമുട്ടും. അന്നൊരുപക്ഷേ, എനിക്കത് സാധിച്ചേക്കും.

വഹീദ് അവളുടെ സംസാരം കേട്ട് ചിരിച്ചു.

"ഇങ്ങനെ കരയും പോലെ ചിരിക്കല്ലെ വഹീദ്."

അവൾ ശാസിച്ചു. പിന്നെ അനുനയത്തോടെ പറഞ്ഞു.

"തനിക്കാ സുനിതയെ കെട്ടാമോ വഹീദ് അവളൊരു പാവല്ലേ."

വഹീദ് അവളെ കണ്ണിമയ്ക്കാതെ നോക്കി. അവന്റെ കൃഷ്ണമണികൾക്ക് ചാരനിറമാണെന്ന് അവൾ കണ്ടെത്തി. നിശ്ശബ്ദമായ ആലോചനക്ക് ശേഷമാണയാൾ പറഞ്ഞത്.

"അവൾ ഹരീന്റെ പെണ്ണാണ് മിലൻ. എനിക്കോളെ അങ്ങനെയേ കാണാനൊക്കൂ. പക്ഷേ ഞാൻ വേറൊന്നാലോചിക്കുന്നുണ്ട്."

അതെന്താ എന്നെ കെട്ടാനോ മറ്റോ ആണോ അവളുടെ തമാശ അവഗണിച്ചയാൾ പറഞ്ഞു.

"എല്ലാവർക്കും സമ്മതാണേൽ അനിതയെ. സച്ചാമ്മയെ ഞാൻ പറഞ്ഞു സമ്മതിപ്പിക്കും."

മിലൻ ഒന്നാലോചിച്ചു. വഹീദ് ഞാൻ കേട്ടത് അവളുടെ ഇന്നത്തെ ലൈഫ്.

നമ്മൾ സൃഷ്ടിച്ച വിധിയാണത്. ആ മനസ്സ് ഞാൻ കണ്ടറിഞ്ഞിട്ടുണ്ട്. അവളിലെ നന്മയെ ഈ വീട്ടിലെ വിളക്കായി കൊളുത്തണം. എന്റെ സച്ചാമ്മക്ക് വെളിച്ചമാകുമെങ്കിൽ മാത്രം. അവളെ നശിപ്പിച്ചത് ഈ സമൂഹമാണ്. ഞാനത് കാര്യമാക്കുന്നില്ല. മിലൻ ഒന്നും മിണ്ടിയില്ല. താൻ കരുതിയതിനേക്കൾ ധീരനാണ് വഹീദ്. മഹത്വമുള്ളവനാണ്. അവൾക്കാശ്വാസം തോന്നി.

"നാളെ ഉച്ചയ്ക്കാണ് ഫ്ളൈറ്റ്. എയർപ്പോർട്ട് വരെ വഹീദ് വരില്ലേ."

"ഇല്ല മിലൻ താനും പപ്പയും പോയാൽ സച്ചമ്മ സങ്കടപ്പെടും. ഞാൻ കൂടെ വേണം."

"ഒ കെ വഹീദ് യു ആർ ഗ്രേറ്റ്. എനിക്ക് തന്നോടസൂയ തോന്നുകയാണ്."

ഇല്ലിക്കുന്ന് ബഗ്ലാവിന്റെ കല്ല് പാകിയമുറ്റത്തൂടെ ചുവന്ന ഉടുപ്പിട്ട ഒരു പെൺകുട്ടി ഒതുക്കത്തോടെ നടന്നുവന്നു. ബംഗ്ലാവിന്റെ പുരാതനമായ വാതിൽ തുറന്നു, ദീർഘകായനായ സായിപ്പ് വെളിയിലേക്ക് വന്നു. അവൾ നിറഞ്ഞ കണ്ണുകളോടെ കുന്നിറങ്ങുകയാണ്.

'മാതേയി'സായിപ്പ് വിളിച്ചു പെൺകുട്ടി തിരിഞ്ഞു നോക്കുന്ന കാലം അവർക്കിടയിൽ പാളികളായി അടരുന്നു. ഓടിയടുക്കുന്ന പെൺകുട്ടിക്കും, നിശ്ചലനായി നിൽക്കുന്ന പുരുഷനുമിടയിൽ പൊട്ടിത്തരിക്കുന്ന പ്രകൃതിയും വാനവും ആകാശത്തിന്റെ ഒരു കോൺ പിളർന്നകന്ന് വർഷധാര പോലെ പൂക്കൾ പൊഴിയുന്നു. സുഗന്ധമുള്ള ചെമ്പകപ്പൂക്കൾ. അവർക്ക് മീതെ കാലത്തിന്റെ സമർപ്പണം. സായിപ്പിന്റെ കാലടികളിൽ മുഖമണച്ചവൾ നിശ്ചലം കിടന്നു. അദ്ദേഹത്തിന്റെ കൈകൾ അവളുടെ മുടിയിലൂടെ തഴുകി. ഹിമപാതത്തോടെ ഒരു കാറ്റ് ബംഗ്ലാവിന്റെ ജനാലകളെ കുലുക്കിയുണർത്തി. ചെമ്പകച്ചില്ലയിൽ ആത്മാക്കളുടെ കളകളാരവം. വീശിയടിച്ച കാലത്തിന്റെ കൈകൾ കോരിയെടുത്തവരെ കൊണ്ടുപോയി അകലേക്ക്, ഒരുപാടകലേക്ക്.

മിലൻ ഞെട്ടിയുണർന്നു. പാതിരാവാണ്, പകപ്പോടെ അവൾ ഒരു നിമിഷം കിടന്നു. എന്തോ ബഹളം കേൾക്കുന്നുണ്ട്. വാതിൽ തുറന്നു വെളിയിലേക്കിറങ്ങിയപ്പോൾ മുകൾ നിലയിൽ വെളിച്ചം, ബഹളം. സ്റ്റെപ്പുകൾ ഓടിക്കയറുമ്പോൾ അവളുടെ കാലുകൾ പലതവണ ഇടറി

ലൈബ്രറി ഹാളിലേക്ക് ഹോസ് കൊണ്ട് വെള്ളം ചീറ്റുന്നു വഹീദ്. എല്ലാവരും ഒപ്പമുണ്ട് തീയണഞ്ഞപ്പോൾ, നനഞ്ഞ തറയിലൂടെ അവരെ തള്ളിമാറ്റി മിലൻ അകത്തേക്ക് കയറി. എമർജൻസി ലാംപിന്റെ വെട്ടത്തിൽ കാഴ്ച അവളെ ഞെട്ടിച്ചു. മാതേയി മുത്തശ്ശിയുടെ ചിത്രത്തിന് പകരം ഭിത്തിയിൽ കരിപ്പാടുകൾ. ആന്തലോടെ അവൾ മരസ്റ്റൂളിലേക്ക് നോക്കി. ഇല്ല അവിടെ ഒന്നുമില്ല കരിഞ്ഞ കുറെ മരക്കഷ്ണങ്ങൾ മാത്രം. ഗുണ്ടർട്ടിന്റെ പ്രതിമ അപ്രത്യക്ഷമായിരിക്കുന്നു. ചുറ്റും ഇരുട്ട് നിറഞ്ഞു. പെട്ടെന്നുണ്ടായ വെള്ളി വെളിച്ചത്തിൽ മിലന്റെ കണ്ണഞ്ചി. മുത്തശ്ശി അവളുടെ മുന്നിൽ ഉജ്ജ്വലയായി നിൽക്കുന്നു.

നന്ദി മോളെ, നന്ദി. എന്റെ പ്രിയനൊത്ത് ഞാൻ വിട ചൊല്ലുന്നു. ജന്മങ്ങളുടെ ഈ മോക്ഷം നിന്നിലൂടെ.

വെള്ളിവെളിച്ചം ചുരുങ്ങി ചുരുങ്ങി ജനലിലൂടെ വാനിലേക്ക് മിലൻ കൈകൾ നീട്ടി. വെറുതെ...

www.ingramcontent.com/pod-product-compliance
Lightning Source LLC
LaVergne TN
LVHW090421051026
849518LV00006B/2403
* 9 7 8 8 1 2 6 2 0 6 1 5 5 *